CHIẾN SĨ CÔ ĐƠN

CHIẾN SĨ CÔ ĐƠN

Tiểu thuyết **Sĩ Trung**
Bìa: **Uyên Nguyên Trần Triết**
Dàn trang: **Hoàng Thao**
Biên tập: **Sỹ Liêm**
Nhân Ảnh Xuất Bản **2020**
ISBN: **9781989993484**

SĨ TRUNG

CHIẾN SĨ CÔ ĐƠN

Tiểu thuyết

NHÀ XUẤT BẢN
NHÂN ẢNH
2020

Chiến Sĩ Cô Đơn

Mến tặng anh hồn NGUYỄN PHAN CHÂU (Tạ Chí Diệp)

Kính dâng lên Hồn thiêng MẸ VIỆT NAM yêu dấu

- Sĩ Trung -

Tựa

Sinh vật nào cũng có ngày mở mắt chào đời và ngày nhắm mắt lìa đời. Thuyết sinh – lão – bệnh – tử là tuyệt đối. Nó là một định luật của Tạo hóa. Vĩnh cửu với thời gian, không gian không dành cho loài có sự sống và hơi thở, kể cả loài thảo vật. Cổ thụ sống vạn năm rồi cũng có ngày ngã xuống làm gỗ quý cho con người.

Con người sinh ra, lớn lên, yêu thương, cưới vợ, lấy chồng, đẻ con, già, bệnh, gửi thân vào lòng đất,… luẩn quẩn từ đời này sang kiếp khác. Ai cũng hiểu đó là định luật thiên nhiên, nhưng có ai thoát ra được để trở thành Bất tử?!

Từ cát bụi mà ra, chết đi, con người lại trở về với bụi, cát! Vĩ nhân trở về với cát bụi, thường nhân cũng tan biến dưới ba tấc đất. Nhưng vĩ nhân để lại tên tuổi, sự nghiệp của mình cho hậu thế ngàn sau. Công hay tội của cá nhân sẽ được hậu thế luận kết, ca ngợi hay nguyền rủa.

Trong thế hệ và cuộc sống của tôi, có một người tôi quen biết, tên gọi là Nguyễn Phan Châu, tức Tạ Chí Diệp – muốn thoát ra khỏi định luật sinh – lão – bệnh – tử, đúng hơn là cái thường tình của con người phàm tục. Anh hiến dâng trọn đời mình cho lý tưởng: vị quốc, vì dân. Anh tách rời bản thân mình ra khỏi vòng luẩn quẩn của thế nhân. Không phải để trở thành vĩ nhân hay lãnh tụ. Anh yêu đắm đuối đất nước anh, dân anh. Anh thù hận bất công xã hội. Anh căm hờn lũ bán nước cầu vinh. Anh chán ghét bọn đế quốc tham tán trói buộc Tổ quốc anh vào gông cùm nô lệ, và ảnh hưởng ngoại lai. Anh đau xót trước thân phận nhược tiểu, bán khai của Việt Nam. Anh ước mơ cuồng nhiệt giải thoát dân tộc đau khổ triền miên ra khỏi bẫy rập đồng minh gian xảo, ác độc. Anh dựng lên Ngọn cờ Quang Trung với đường lối Dân tộc Tự quyết.

Anh đã hành động tích cực, lăn xả vào cuộc chiến đấu mưu tìm một lối thoát cho dân tộc Việt Nam. Anh và các đồng chí trung kiên biết rõ đường các anh đi đầy rẫy chông gai, nguy hiểm, và có thể dẫn đến thất bại hiển nhiên. Nhưng các anh đã hăng say tiến bước, dấn thân và ngã gục. Nguyễn Phan Châu đã trở về với cát bụi, chí hướng kiên cường của anh bị nhát dao đế quốc chặt đứt giữa đường sứ mạng.

Hè, một người học trò cũ của anh đã đọc bài văn tế trên dòng sông Nhà Bè – nơi xác thân anh bị chặt làm ba khúc neo dưới dòng nước chia đôi: "… Hỡi anh, xác anh trở về với cát bụi nhưng hồn anh còn ở mãi giữa cuộc đấu tranh cho dân tộc, Tổ quốc Việt Nam; tên tuổi anh sống mãi trong lịch sử Việt Nam; hình ảnh thân yêu của anh luôn luôn là đuốc sáng soi đường, dẫn lối cho bao người còn lại tiếp tục phát huy chính nghĩa của anh, tiếp tục chiến đấu đưa dần Mặt trận Dân tộc Tự quyết thành công rực rỡ. Gương anh dũng, kiên cường của anh luôn luôn trong suốt, mọi người sẽ soi mặt vào đó để noi dấu anh đi, nối gót theo anh trong sự nghiệp thiêng liêng và cao cả. Thôi, vĩnh biệt anh! Vĩnh biệt người anh yêu quý!"

Con người ấy vẫn có đầy đủ nhân tính thông thường của một nhân sinh, nhưng cái thú đam mê nồng nhiệt nhất của đời anh là đấu tranh kiên cường cho hạnh phúc của dân tộc anh, và quyền tự quyết của Tổ quốc anh. Anh khẳng định: "… Trong lịch sử Việt Nam đã có rất nhiều nhân vật lịch sử, nhưng không phải tất cả đều đáng cho dân tộc Việt Nam ca ngợi, tôn thờ. Công hay tội rồi sẽ được lịch sử luận xét. Dân tộc nầy đã quá khổ đau, Tổ quốc nầy đã bị xâm lăng nhiều rồi, hoặc gián tiếp, hoặc trực tiếp. Những kẻ lợi dụng lòng yêu nước của toàn dân để trở thành nhân vật lịch sử, chỉ là để trói buộc, dồn đẩy Tổ quốc họ vào vòng cương tỏa ảnh hưởng của ngoại bang. Mỗi lần có một lãnh tụ ra đời là mỗi lần Việt Nam lại rơi vào vòng vây của một đế quốc, thực dân mới! Chúng ta chiến đấu đến hơi thở cuối cùng, tới đồng chí sau chót; làm sao cho thế giới hiểu được ước nguyện bình thường của nhân dân Việt Nam chỉ nằm gọn trong yêu cầu nhỏ bé, là: các đế quốc hãy để yên cho người Việt Nam giải quyết và định đoạt số phận của chính họ…"

Đường lối anh chọn lựa và ước mơ hiện thực, thành công, trước thời cuộc lúc bấy giờ, hẳn nhiên là phiêu lưu, mạo hiểm. Người theo Quốc gia hay Cộng sản đều cáo buộc Châu là kẻ phản động. Kẻ đi mò trăng đáy nước, lấp biển, vá trời và tham lam nuôi mộng làm lãnh tụ! Nhưng, trong sâu thẳm tâm hồn nhân dân, chí hướng kéo lôi nước Việt Nam ra khỏi ảnh hưởng nô lệ của các đế quốc, có được xem là ước muốn, lý tưởng của dân tộc Việt Nam không? Và Nguyễn Phan Châu, tức Tạ Chí Diệp có phải là một tên Việt gian liếm gót giày ngoại bang để cầu vinh, lợi?; hay anh là một chiến sĩ dân tộc, một nhà ái quốc trung kiên? Đồng ý hay chống đối, tùy thuộc quan điểm chính trị của mỗi độc giả.

Dĩ nhiên, giữa cuộc chiến ý thức hệ, với cuộc tranh hùng sống mái Cộng sản – Tự do, Châu và mặt trận của anh bị đôi bên kẹp thành "xăng-uých" và chết non đáng tiếc! Tuy nhiên, chí hướng của Châu vẫn là ước mơ ngàn đời của dân tộc bé nhỏ, khổ đau này!

Tôi tiểu thuyết hóa con đường của Nguyễn Phan Châu không vì cảm tính cá nhân đối với anh, với tổ chức của anh, mà chỉ để thêm một chút tài liệu vào lịch sử Việt Nam một hiện tượng có thực đã xảy ra trong một giai đoạn sôi bỏng nhất của đất nước tôi.

Đã là tiểu thuyết, hẳn nhiên truyện "CHIẾN SĨ CÔ ĐƠN" không thoát khỏi nguyên tắc chung của óc tưởng tượng tác giả. Do đó, nếu có sự trùng hợp về sự kiện, tên tuổi trong thực tế, tôi rất mong được thông cảm và thứ lỗi.

Một lần nữa, tôi minh định rõ ràng lập trường của tôi trong quyển tiểu thuyết này: ghi lại hình ảnh một người yêu nước. Còn chủ trương, đường lối chính trị của anh, tôi xin dành lại cho bạn đọc thân mến phán xét và đánh giá.

Paris, ngày 1 tháng 6 năm 1986

Chương 1

Hưng chở Tuyền trên chiếc xe gắn máy mô-bi-lết đã cũ mèm. Tuyền và chiếc va li sắt không nặng bao nhiêu, cộng thêm cái xác vừa phải của Hưng, chỉ độ năm mươi ký-lô gồm cả xương lẫn thịt, vậy mà con ngựa sắt có gắn động cơ chạy hết muốn nổi. Dốc Cầu Bông – Gia Định không cao mấy, nó chỉ nhô lên ở khoảng giữa một chút rồi thoai thoải bằng với mặt đường. Thế mà chiếc mô-bi-lết gầm gừ, nhả khói đen mù mịt, bò lên từ từ như một bệnh nhân đã kiệt sức, mỏi hơi.

Tuyền, một tay giữ chặt va li, một tay níu cứng yên xe, làu bàu:

- Hồi nãy em lấy xe đạp đi chắc còn lẹ hơn cái xe cà khổ nầy. Nó mà "tắt thở" bất tử thì em cuốc bộ có mà le lưỡi dài cả thước!

Hưng vừa gò lưng đạp phụ thêm với động cơ vừa bênh vực chiếc xe:

- Có nó cũng đỡ lắm em à! Nó đã từng giúp anh em mình hoàn thành bao nhiêu công tác. Đừng phụ nó tội nghiệp.

Tuyền cười:

- Anh chung tình luôn cả với vật vô tri vô giác. Ai mà lấy anh chắc hạnh phúc lắm!

- Có ma nó ưng anh thôi. Em biết không, đối với anh, mọi vật đều có linh hồn, chẳng hạn như chiếc xe già nua nầy, nó cũng có linh hồn. Nó giống như mình vậy, có ngày nó mạnh giỏi, nó chở mình chạy băng băng hết sức ngon lành; có ngày nó cảm mạo, nhức đầu sổ mũi, nó không còn sức lôi kéo mình đi. Mình nên săn sóc nó, thuốc than cho nó và nếu cần đưa nó tới bác sĩ, mấy cha thợ máy, điều trị nó.

Tuyền đấm lên lưng Hưng, mắng yêu:

- Dẹp anh đi! Hoạt động chánh trị mà anh còn mộng mị quá, không giống con giáp nào hết!

Thả xe đổ dốc, Hưng bật cười:

- Làm chánh trị đâu có nghĩa là phải giết chết tình cảm. Vì dạt dào tình cảm, anh mới tham gia hoạt động để được mưu cầu lợi ích cho dân, cho nước. Anh yêu thương tất cả những gì chung quanh anh, đã cùng anh cực nhọc, gian khổ.

Tuyền bông đùa:

- Anh yêu ai thì mặc tình nhưng cấm yêu em. Em sợ Nguyệt nó tạt ắc-xít vào mặt lắm.

Hưng nhún vai:

- Ồ! Với Nguyệt, anh chỉ xem như em gái anh vậy thôi. Giữa các em và anh chỉ có tình đồng chí với nhau. Cùng chung một lý tưởng và đang tranh đấu bên nhau, chúng ta không nên để tình yêu chen vào lũng đoạn và chi phối tinh thần đồng đội.

Bỗng chiếc mô-bi-lết tròng trành, đảo mạnh. Hưng cố kiềm chặt tay lái. Phía sau, Tuyền mất thăng bằng rơi xuống mặt đường. Chiếc va li rời khỏi tay nàng văng ra xa. Nắp bật tung, tài liệu truyền đơn tung tóe khắp nơi.

Té hơi đau, Tuyền vẫn cố gượng la hoảng:

- Chết rồi anh Hưng ơi!

Hưng thắng đứng xe lại, quay ra sau. Mặt mày anh tái ngắt cắt không còn chút máu. Giờ trưa, con đường Cầu Bông nối dài Ty Cảnh sát với Tòa Tỉnh trưởng Gia Định; thợ thuyền, công nhân viên chức đi làm về, người xe tấp nập như mắc cửi. Hưng chết điếng, một chân chống xuống đất, nhìn sững giấy tờ hỗn độn trên mặt đường.

Vừa run rẩy gom góp tài liệu nhét vào va li, Tuyền vừa hét:

- Coi kìa, sao anh đứng chết trân đó! Phụ với em hốt giấy tờ đi. Mau lên!

Hưng giật mình hoàn hồn, dựng xe đứng lên, nhào lại phụ với Tuyền.

Tuyền cằn nhằn:

- Lái xe cái gì kỳ cục vậy không biết nữa. Vậy là chết rồi. Lính nó thấy là tù, tù hết cả đám.

Hưng tự biện hộ:

- Không phải tại anh. Tại cục đá ai chơi ác liệng ra giữa đường. Anh vô ý cán lên, xe lảo đảo làm em té. Em tha lỗi cho anh.

Tuyền nạt:

- Thôi đi! Không có lỗi phải gì hết. Hốt giấy tờ lẹ lên thôi chết hết cả bọn bây giờ.

Một vài người đi đường dừng bước đứng nhìn Hưng, Tuyền đang quýnh quáng gom góp tài liệu bí mật. Có người chồm tới hỏi:

- Giấy tờ gì nhiều dữ vậy hả cô, hả ông?

Tuyền lanh trí đáp:

- Tài liệu đại học của anh em tụi tôi. Chỉ toàn là bài vở thôi.

Hai ba thanh niên tiếp tay Hưng, Tuyền chạy tới lui thu nhặt tài liệu. Vừa xếp vào va li, một người hỏi khẽ bên tai tuyền:

- Thuộc tổ chức sinh viên đại học nào vậy cô?

Tuyền ấp úng:

- Đại học... Đại học Văn... Văn khoa?

Một thanh niên khác mỉm cười nói bóng gió:

- Nếu tôi không lầm thì đấy là tài liệu học tập của Đại học Giải Phóng ở Cục R?

Tuyền giật mình ngó sững người xa lạ. Nàng đang sợ lại càng khiếp đảm hơn. Nàng thầm nghĩ thật nhanh: nếu gã là công an thì coi như tông tích nàng và Hưng đã lộ tẩy, hai người sẽ bị bắt tức khắc. Nàng vừa sợ vừa giận Hưng. Tại anh bất cẩn làm chuyện lớn đổ vỡ. Tuyền đã chuẩn bị ngay những lời khai trước Cơ quan Công lực và quyết giữ chặt lòng không khai tổ chức. Thà chịu đòn bọng, tra khảo không để bạn bè, đồng chí bị liên can. Nàng ngó Hưng. Hưng câm như hến, môi anh mấp máy không sao mở được lời.

Tuyền chưa kịp trả lời câu hỏi của gã thanh niên kia thì một chiếc xích lô máy dừng lại ngang người Tuyền. Bác tài vẫn để xe nổ giòn, nhảy xuống dang rộng hai tay hốt mớ tài liệu còn lại trên mặt đường nhét vào va li. Ông ta nhanh nhẹn như một diễn viên gánh xiếc.

Đút qua lại cho tài liệu nằm bằng trên mặt va li, ông ngồi gọn lên nắp va li, gài hai chốt lại. Ném va li lên xe, ông giục Tuyền:

- Cô lên xe nhanh lên. Tôi chở đi ngay.

Tuyền ngơ ngác nhìn Hưng hỏi bâng quơ:

- Còn anh Hưng và... chiếc mô-bi-lết...

Bác tài xua tay:

- Kệ ảnh. Cô cần thoát thân trước với chiếc va li tài liệu. Nhanh lên cô!

Tuyền như bị thôi miên. Nàng ngoan ngoãn vâng lời bác tài, leo vội lên xích lô máy.

Hưng quýnh quáng:

- Tuyền! Tuyền! Xuống xe để anh…

Bác tài phóng xe tới, quay đầu lại bảo Hưng:

- Anh cố chạy theo tôi. Tôi chạy đâu, anh chạy theo đó.

Hưng đạp mãi, chiếc mô-bi-lết vẫn chưa nổ máy, trong khi đó bác tài đã chở Tuyền đi một quãng thật xa. Anh đẩy xe tới, đẩy cả trăm thước, nó vẫn lì ra. Anh chửi lầm bầm trong miệng. Mồ hôi nhễ nhại, tóc tai rũ rượi, anh thở hổn hển. Đám đông ở phía sau tự giải tán. Có người bình phẩm: "Họ liều lĩnh quá! Dám chuyên chở tài liệu giữa ban ngày, ban mặt như vậy, không khéo có ngày bị tóm ở tù rục xương".

Bác tài xích lô máy chồm tới hỏi Tuyền:

- Cô muốn về đâu?

Tuyền ngoái đầu về sau xem có ai đuổi theo không? Xe, người dập dìu xuôi, ngược. Nàng không biết có ai đuổi theo mình không? Bóng Hưng mất hút giữa dòng thác ấy.

Bác tài trấn an:

- Không sao đâu, cô đừng sợ. Tôi chạy xe nghề lắm. Tôi đủ sức cứu thoát cô nếu có tụi nó rượt đuổi bắt cô. Cô về đâu, nói cho tôi biết đi?

Tuyền chưa biết phải trả lời làm sao? Dù tin bác tài đi nữa, nàng cũng không thể nói rõ địa điểm giao hàng. Tổ chức đã hướng dẫn mọi người cách đánh lạc hướng đối phương khi bị lộ trong lúc thi hành công tác.

Nàng vờ bối rối đáp:

- Tôi cũng chưa biết… đi đâu, về đâu nữa bác ơi!

Bác tài cười:

- Tôi hiểu. Hồi chín năm chống Pháp, tôi làm liên lạc viên trong mười ban công tác thành. Tôi có ít nhiều kinh nghiệm tự giải cứu mình. Được rồi, tôi chở cô chạy vòng vòng. Cứ tìm đường vắng mà chạy.

Tuyền không nói gì thêm để mặc cho bác tài muốn chạy đâu tùy ý. Chính nàng cũng muốn làm như vậy để thoát thân nếu có nhân viên công lực rượt đuổi phía sau. Nàng lo sợ Hưng sơ hở chạy thẳng về trạm liên lạc nằm sâu trong con hẻm cạnh trường Cao đẳng Mỹ thuật Gia Định để chờ nàng quay trở lại. Nguy hiểm biết chừng nào. Rất có thể để sẩy mất Tuyền, công an sẽ quay sang theo dõi Hưng để túm bắt trọn ổ? Hưng có lập trường rất vững, hoạt động hăng say nhất bọn, nhưng anh có nhược điểm là chậm lụt và phản ứng kém bén nhạy khi có tai biến. Tuyền lanh lợi, khôn ngoan, ứng phó trước mọi cảnh huống rất nhạy bén.

Bác tài rẽ sang trái, chạy ngang trường Cao đẳng Mỹ thuật. Tuyền nhìn vào hẻm. Nàng phải tạm xa con hẻm ấy đi về một hướng khác. Nàng có cảm giác như mình có lỗi với một người tình trong một lần hò hẹn gặp gỡ.

Bỗng bác tài quẹo qua tay mặt thật gắt. Người Tuyền ngã sát về tay trái, va li cũng trượt về một bên. Vừa níu vào thành xe, Tuyền vừa giữ chặt va li. Nàng nghiêng đầu ra sau hỏi:

- Bác chạy đi đâu vậy?

Bác tài tươi cười:

- Cô yên tâm. Tôi chạy đi đâu cũng được miễn thoát thì thôi. Tôi không đưa cô tới bốt là được rồi.

Tới ngã ba Hàng Xanh, bác tài lại quẹo sang trái; với tốc lực khá nhanh, chiếc xích lô máy nghiêng hẳn về một bên, bánh xe gần rời khỏi mặt đường. Tuyền đã thủ thế từ nãy giờ nên lần này, cả người nàng lẫn va li không bị xê dịch bao nhiêu.

Một chiếc xe hơi từ cầu Băng Ky đổ về phải nép sát qua cánh trái để khỏi cưỡi lên xe xích lô máy. Người tài xế thò đầu ra ngoài chửi rân:

- Khốn nạn! Lái ẩu quá vậy hả? Bộ đi ăn cướp sao chớ? Tao không né kịp thì mầy có nước về chầu Diêm Vương rồi.

Người qua đường phụ họa:

- Mấy cha nội xích lô máy chạy ẩu một cây. Có cha chạy biểu diễn hai bánh mới ghê hơn nữa kìa.

- Mấy chả chết đã đành rồi, chỉ tội cho hành khách thôi. Tội nghiệp cô gái kia quá! Chắc là cổ sợ té đái trong quần!

Bác tài không để ý tới mọi vật chung quanh. Bác tự nguyện hành động như người trong cuộc, trong tổ chức của Tuyền. Bác tự khoác lên người trọng trách cứu cho bằng được người con gái lạ mặt.

Chạy tới trước nghĩa địa chùa Phước Ân, bác tài rẽ xe vào trong. Tuyền hốt hoảng hỏi:

- Vô… nghĩa địa chi vậy bác?

Không trả lời câu hỏi của Tuyền, bác tài cứ cho xe chạy từ từ vào sát cửa chùa. Một vài đứa trẻ đang ngồi đánh bài cào dưới tàn cây vú sữa; thấy có người tới, vội bỏ cuộc chơi đổ xô tới vây quanh xe, tíu tít hỏi:

- Dẫy mả hả cô?

- Cho em dẫy cỏ nghen chị? Em dẫy sạch lắm. Không sạch chị đừng trả tiền.

- Sơn lại mộ bia nghe dì. Dì cho cháu bao nhiêu cũng được.

Có đứa đâm sầm tới đòi xách va li. Tuyền níu chặt va li trong tay, lắc đầu lia lịa:

- Không, không dẫy mả, sơn mộ bia gì hết. Không, không có chuyện gì hết.

Đám trẻ cứ tru tréo, kèo nài. Bác tài giải vây cho Tuyền:

- Tụi bây đi chỗ khác chơi. Cô đây chờ bà con tới rồi mới

dẫy mồ, dẫy mả.

Một đứa nói như ra lệnh:

- Chút nữa phải mướn tui dẫy mả à nghen. Hổng có được mướn người khác đó.

Đứa khác vỗ lên ngực:

- Tao chớ hổng phải mầy. Tao chạy tới trước. Đứa nào tới trước là được mướn.

Nhiều tiếng cãi lại, giành Tuyền là khách của mình. Chúng nó la hét ỏm tỏi rồi đấm đá nhau. Chuột – người giữ nghĩa địa từ trong chùa chạy ra ngăn chặn cuộc ẩu đả của đám trẻ. Anh ta rất có uy. Anh đuổi bọn trẻ rời xa chiếc xích lô máy. Anh quay lại bên Tuyền, lễ phép hỏi:

- Cô lên thăm mộ ông bác?

Tuyền giật mình ngó anh đăm đăm:

- Sao anh… biết tôi?

Chuột cười:

- Tại cô quên tôi rồi chớ tôi nào có lạ gì đối với gia đình cô. Ngày chôn ông bác, tôi còn nhỏ. Lớn lên tôi thường dẫy mả của ông bác hằng năm. Năm nào tôi cũng thấy cô có mặt trong ngày tảo mộ.

Điều Chuột nói quả đúng. Năm nào Tuyền cũng có mặt tại đây để dẫy mả cho cha. Tuy mồ côi, nàng vẫn không quên viếng thăm nơi an nghỉ cuối cùng của kẻ sinh thành. Ông giáo Bố – cha Tuyền, đã tự vẫn chết lúc nàng mới 10 tuổi đầu. Ông theo nhóm Đệ Tứ và giữ vai trò khá quan trọng trong thành bộ. Là một cao thủ cờ tướng đã từng thắng cả Kỳ Vương người Hoa Hứa Văn Hải. Trong làng cờ tướng Việt Nam, nhắc tới giáo Hội, người ta phải nhắc tới giáo Bố.

Vừa đau phổi tới thời kỳ thứ ba, tổ chức lại bị Pháp khám phá và săn đuổi các đảng viên, giáo Bố phải lẩn trốn khắp nơi;

ông chán đời đi tìm cái chết để tự giải thoát. Hai đứa con trai lớn của ông bỏ nhà theo kháng chiến, ông thua buồn, chán nản không còn muốn sống nữa. Ông gửi gắm Tuyền – đứa con gái út cho bà con, uống thuốc độc chết tại ngôi nhà lá trong đường hẻm đình Tân Kiểng.

Mồ côi cả cha lẫn mẹ, hai anh bặt tin, Tuyền trơ trọi một mình, nay sống với người bà con này, mai sống với cô bác, dì chú khác. Thân gái bơ vơ, côi cút – Tuyền thường bị hắt hủi, đuổi xô. Nàng đã khóc, khóc thật nhiều cho thân phận hẩm hiu của mình. Lớn lên, Tuyền chai cứng, rắn chắc như bê tông cốt sắt. Nàng tự ví mình như con heo rừng lăn chai, độc chiếc, đi kiếm ăn một mình giữa rừng sâu, sống và chết chỉ một mình!

Tình đời đã bạc đãi nàng, nhưng nàng lại muốn trả thù đời bằng tâm hồn cao thượng, lòng ái quốc mãnh liệt. Đời chỉ cho nàng đắng cay, chua chát và thối tha. Nàng muốn đem đến cho đời hương vị ngọt ngào, êm dịu và tình thương chân thật giữa người và người. Nàng lăn xả vào một thú đam mê để quên phận số của mình, thú làm cách mạng với ước mơ và hoài bão đem lại no ấm, hạnh phúc cho dân tộc.

Bác tài xế hỏi Tuyền:

- Nói vậy ba cô chôn ở nghĩa địa nầy?

Tuyền gật đầu:

- Dạ phải! Mộ của ba tôi trong kia kìa.

Chuột hí hửng:

- Tôi biết chỗ. Để tôi dẫn đi. Ngay chốc thôi.

- Nhưng tôi…

Bác tài nháy mắt bảo:

- Cô vào thăm mộ ông bác một chút đi. Ở ngoài nầy tôi giữ va li cho. Không sao đâu.

Tuyền do dự trong một phút rồi theo Chuột đi về phía mộ

ông giáo Bố. Nàng thấy không thể ở yên một chỗ chờ theo bác tài trở về địa điểm giao hàng. Phải chi Chuột không biết mặt nàng và không rõ sự liên hệ giữa nàng và mộ của cha, nàng có thể nói dối với anh như bác tài đã gạt bọn trẻ lúc nãy.

Tuyền xoay người lại nhìn chừng va li tài liệu. Chuột đứng lại hỏi:

- Cô có cần mang theo cái va li đó không?

Tuyền lắc đầu:

- Không, không cần mang theo.

- Có gì trong đó vậy cô?

- Chỉ có… một ít… áo quần và… đồ đạc…

Chuột cảnh cáo:

- Cô coi chừng thằng cha xích lô máy đó nghen. Anh ta dám bợ mất đó. Nhiều người đi xe bị bọn tài xế lưu manh gạt cuỗm mất đồ đạc. Cô không nên tin họ.

Anh ta bước trở lui nói nhanh:

- Để tôi xách dùm cô.

Tuyền gọi giật ngược anh lại:

- Không, không! Anh khỏi phải xách dùm tôi. Cứ để yên ngoài đó.

Chuột ngạc nhiên:

- Cô không sợ à?

Tuyền tươi cười:

- Không sao! Bác tài ấy là chỗ quen biết với tôi. Ông không lấy đâu.

Thấy Chuột đi bên cạch Tuyền vào xóm mả, một vài đứa bé la chộ:

- Trúng mánh rồi đó. Ông làm bộ xô đuổi tụi mình để

giành mối đó.

- Lớn mà chơi hổng có điệu. Lớn mà gạt tụi con nít. Xấu lắm! Xệ lắm!

Chuột trợn mắt, đưa nắm tay lên dọa:

- Tao đập nát đầu tụi bây ra hết bây giờ. Đồ con nhà mất dạy.

Len lỏi qua nhiều ngõ ngách mả mồ, Tuyền và Chuột đến trước mộ bia giáo Bố. Ngôi mộ đất vẫn nguyên vẹn nhưng cỏ và cây mắc cỡ mọc um tùm. Chuột hỏi:

- Có đúng là mả của ba cô không?

Tuyền gật đầu. Nàng cúi xuống nói lầm thầm:

- Ba! Con tới thăm ba hết sức bất ngờ, xin ba độ cho con thoát khỏi hiểm nguy. Con đang làm việc cho dân, cho nước. Ba là người yêu nước, con nối chí lớn của ba.

Chuột không để ý tới những gì Tuyền muốn nói với vong hồn ông giáo. Anh gạ hỏi:

- Chưa tới ngày Thanh Minh mà cô đã lên thăm mộ ông bác rồi?

Tuyền đứng lên, vờ thở ra đáp:

- Trước khi về quê, tôi tạt qua thăm mộ ba tôi. Không biết Tết nầy tôi có dịp đi tảo mộ cho ba tôi không?!

- Rồi tới Thanh Minh không ai lo dọn dẹp mồ mả và cúng kiếng ông bác sao cô?

- Thanh Minh hãy còn lâu, tới tháng Ba âm lịch lận. Tết nầy, nếu tôi kẹt ở tỉnh không đi dẫy mả ba tôi được thì sẽ có chị tôi lên đây lo liệu hết. Giòng họ tôi chôn ở nghĩa địa nầy đông lắm.

Chuột gạ gẫm:

- Theo kinh nghiệm mấy đời giữ mả, làm mả của gia đình

tôi thì để mả đất hằng năm mất công dẫy, công dọn lắm, vừa tốn tiền lại vừa tội nghiệp người quá cố. Chẳng thà chịu tốn tiền một lần xây đại mả xi măng, mả đá, chung quanh mình rửa mài cho láng, đẹp. Như vậy, hằng năm vào dịp Tết Nguyên Đán hoặc Thanh Minh, mình chỉ lên thăm lấy chổi quét, dọn sơ sơ là mả sạch bóng. Cô nghĩ sao?

Tuyền đang sốt ruột muốn quay trở ra với bác tài xích lô máy. Đứng trước mộ cha trong hoàn cảnh đặc biệt này, nàng không xúc động như mỗi lần đi tảo mộ vào dịp Tết hay Thanh Minh hoặc trong những lần quá đau khổ, tuyệt vọng trước thực trạng của đời mình, nàng không còn biết trút tâm sự não nề cho ai nghe để làm vơi bớt nỗi lòng trắc ẩn, nàng tìm đến mộ cha, ngồi lặng lẽ hằng buổi trời than khóc, kể lể cho hồn cha thấu rõ cảnh đời bơ vơ, côi cút của mình.

Đề nghị của Chuột là mong ước của Tuyền từ bấy lâu nay, từ ngày nàng biết thương yêu cha mẹ theo hiếu thảo, theo đạo nghĩa làm con đối với bậc sinh thành. Để nơi an nghỉ cuối cùng của cha, mẹ còn bằng đất mặc tình cho cây, cỏ mọc leo, Tuyền cảm thấy mình chưa báo hiếu được cho mẹ cha. Tội nghiệp linh hồn song thân quá! "Chim có tổ, người có nhà" và " người còn sống có nhà, chết rồi có nấm mồ", quan niệm cuộc sống đó thúc đẩy con người phấn đấu để vươn lên và giữ tròn tình nghĩa đối với người quá vãng. Đứa con hiếu thảo tận tình lo cho cha mẹ sống đầy đủ bổn phận khi cha mẹ còn sống và lúc cha mẹ đã gửi thân vào lòng đất, con cái lo cho cha mẹ được mồ yên, mả ấm. Mộ ông giáo Bố còn bằng đất, Tuyền chưa an tâm, chưa làm tròn bổn phận con cái hiếu thảo. Nàng muốn xây mả gạch, mả đá cho cha, nhưng khả năng tài chính không cho phép nàng thực hiện điều mong ước đó. Tiền công xây một ngôi mộ đá rửa hay đá mài bằng cả năm lương không ăn tiêu của nàng.

Chuột cố làm xiêu lòng Tuyền:

- Tôi xây mả vừa đẹp lại vừa chắc, bảo đảm nguyên vẹn đến vài chục năm, nhưng tôi lấy giá rẻ hơn thợ hồ khác, chỉ bằng một nửa giá thôi.

Anh ta chỉ một vài ngôi mộ đá rửa, đá mài xung quanh:

- Đó, cô thấy không, những cái mả đó là do tay tôi xây. Hằng chục năm rồi mà không suy suyển, nhúc nhích.

Tuyền nói liều cho anh ta yên lòng:

- Để tôi về suy nghĩ lại đã. Muốn xây mả, tôi phải có tiền. Bao giờ có đủ, tôi sẽ trở lên đây nhờ anh giúp. Có thể, à mà quên nữa, tôi còn phải coi ngày, tháng cho hợp với tuổi tôi nữa.

Chuột tươi cười:

- Nếu cô xây mả nhằm Thanh Minh thì khỏi phải coi ngày, tháng gì hết. Xây mồ, mả vào dịp đó tốt nhứt.

Tuyền gật đầu:

- Được, tôi sẽ xây mộ ba tôi vào dịp đó.

Bên ngoài, bác tài xích lô máy ngồi trên nệm xe, hai chân gác lên va li tài liệu. Bác tỏ vẻ vô tư như một tài xế đang ngồi chờ khách quay trở lại, tuy nhiên, thỉnh thoảng bác ngoái đầu nhìn chừng về phía cổng nghĩa địa. Bác muốn Tuyền trở ra ngay để bác đưa nàng tới điểm hẹn của đồng bọn. Theo bác thì nguy hiểm đã qua và Tuyền cần thi hành công tác đúng theo chỉ thị của tổ chức. Trước mắt bác, Tuyền là một nữ cán bộ giao liên thuộc một ban công tác thành nào đó. Tuy bác rời bỏ chiến đấu vì tuổi tác, vì hoàn cảnh, nhưng lòng bác vẫn còn vọng ngưỡng về những người còn đang vào sinh ra tử, mưu đồ một cuộc giải phóng cho đất nước, dân tộc. Không còn tham gia trực tiếp vào đó, bác nghĩ rằng, nếu có dịp tiếp tay với những kẻ yêu nước đang lâm nguy, bác đã góp phần vào đại cuộc.

Một chiếc xích lô đạp rẽ vào cổng nghĩa địa, một thiếu phụ trẻ đẹp ngồi trên xe với một giỏ đựng đèn, nhang, hoa quả. Anh phu xe gò lưng đạp tới, mồ hôi nhễ nhại thấm ướt áo thun lá cũ rách.

Tới sát xích lô máy, anh ngả người ra sau, kéo mạnh chiếc cần thắng. Mũi xe anh chạm nhẹ vào bảng số xích lô máy. Anh đưa tay lên vừa thở hổn hển vừa nói giọng Huế:

- Xin lỗi nghen bác! Thông cảm hỉ?

Bác tài xích lô máy chỉ quay lại nhìn anh, lặng thinh, không có phản ứng gì. Cùng một nghề với nhau, kẻ dùng sức người, kẻ dùng sức máy, đôi bên vẫn là dân lao động, mồ hôi đổ ra thật nhiều mới đủ cơm ăn cho cả gia đình. Bác thông cảm và thương mến mọi người cùng chung cảnh ngộ, cùng chung giai cấp xã hội.

Thiếu phụ bước xuống xe, dịu dàng bảo anh phu xe:

- Anh vui lòng đợi tôi một chút. Cúng xong tôi sẽ trở ra ngay.

Anh phu xe đáp nhanh:

- Được mà cô! Tôi đợi, bao chừ cũng đặng.

Tà áo dài đen bay bay trong gió, hướng về cánh trái nghĩa địa. Lũ trẻ vừa réo gọi nhau vừa đuổi theo sau thiếu phụ. Tiếng mõ, chuông, đại hồng chung từ trong chùa vọng ra thánh thót hòa lẫn với tiếng tụng niệm đều đều.

Anh phu xe lau mồ hôi, hỏi bác tài:

- Bác chờ ai vậy hỉ?

Bác tài thản nhiên đáp:

- Cũng như chú mầy vậy thôi.

- Gặp được một mối neo xe, tụi mình kiếm bộn bạc đó bác. Một ngày gặp chừng hai mối khách neo xe, mình khỏe ru. Ờ mà ni, bác sẽ được bao nhiêu ở cuốc nầy vậy?

Bác tài muốn phì cười. Bác có nghĩ tới một xu nào ở cuốc xe này đâu. Bác đang vui sướng và tự hào vì nghĩa cử của mình:

- Chưa biết bao nhiêu. Tùy khách, họ muốn trả bao nhiêu

cũng được.

Anh phu xe trợn mắt:

- Ồ! Bác nói rứa sao đặng? Mình phải định giá trước chớ? Để họ tùy tiện rồi sanh ra cãi vã. Mình nói giá, họ chịu thì đi, hổng chịu thì thôi.

Bác tài so vai:

- Chú khác, tôi khác. Mỗi người có cách rước khách khác nhau. Có khi mình không đòi giá trước, khách họ lại cho mình nhiều hơn giá thực sự của mỗi cuốc xe.

Anh phu xe cười:

- Bác chạy xích lô máy khỏe hơn tôi, ít dùng sức người hơn, nên bác dễ tánh hơn, còn tôi phải dùng sức quá nhiều, chở khách tới nơi mệt muốn le lưỡi mà không được một số tiền đúng giá cuốc xe, tôi tức hộc máu ra được. Do đó mà tụi tôi phải ngã giá cả rõ ràng rồi mới chịu chở.

Anh nhìn về hướng thiếu phụ đã khuất dạng giữa rừng mả cao thấp, mỉm cười khoái trá:

- Cô khách của tôi chịu chơi lắm. Một cuốc khứ hồi từ Phú Nhuận lên đây, cổ cho tôi năm mươi đồng. Chỉ cần một cuốc như vầy thôi, tôi đã có thể mua chục ký gạo rồi. Chắc cô ta là con nhà giàu, có chồng chết sớm. Cổ lên đây để viếng mộ chồng.

Bác tài xích lô máy không buồn góp ý kiến với anh ta. Bác bước xuống, nhấc đít xe quay đầu trở ra cổng nghĩa địa. Thấy va li, anh phu xe vụt hỏi:

- Khách của bác đi thăm mả mà chở theo va li nữa sao? Chắc là va li đựng giấy tiền vàng bạc?

Bác tài đáp cho xong chuyện:

- Ừa, giấy tiền vàng bạc!

- Họ đốt hết rồi hả bác?

- Ừa, đốt hết rồi.

Nhìn vô xóm mả, anh phu xe chép miệng:

- Chà! Tháng nầy trời nắng gắt, cây cỏ còn um tùm mà đốt giấy tiền vàng bạc cái kiểu đó, lửa nó cháy lan ra, đố khỏi cháy nhà.

Tuyền thoát khỏi tay Chuột, nàng nghe nhẹ nhõm. Trên đường trở lại với bác tài ân nhân, nàng trông thấy đó đây một vài người đi thăm mộ. Góc này, một cụ già vừa nhổ cỏ trên một nấm mồ vừa khóc thút thít; góc kia, một thiếu phụ đang cầm một bó nhang cháy đỏ đứng trước mộ bia xá xá, miệng lâm râm khấn vái. Tuyền thấy một tấm ảnh bán thân gắn vào mộ bia, một thanh niên đẹp trai đầu đội cát-kết, vai mang quân hàm Thiếu úy, "Sinh ngày 12 tháng Giêng năm 1934. Đền nợ nước ngày 13 tháng 10 năm 1955. Hưởng dương 21 tuổi". Thiếu phụ cắm ba nén hương lên trước mộ bia, chồm tới hôn tấm ảnh, mắt rưng rưng lệ.

Hình ảnh ấy đã quen thuộc với Tuyền mỗi lần nàng ghé qua nghĩa địa thăm mộ cha. Và mỗi lần trông thấy cảnh người còn sống khóc kẻ bạc mệnh, Tuyền buồn da diết, liền nghĩ tới thân phận người lính chiến, thế hệ thanh niên bị xô đẩy vào cuộc nội chiến kéo dài mà mục đích cuối cùng của nó chỉ để phục vụ cho những ngoại bang, những chủ nghĩa không đúng với ước mơ chung của dân tộc Việt Nam.

Trông thấy nàng, bác tài mở máy xe chực sẵn. Tuyền bước nhanh hơn. Ngồi lên xe, nàng xin lỗi bác tài và giải thích vì sao nàng ở lâu trước mộ cha. Vừa gài số bằng chân cho xe chạy tới, bác tài vừa trấn an:

- Không sao, không sao! Cô làm vậy là đúng lắm. Đừng để nó nghi ngờ không tốt. Biết đâu nó không làm điềm chỉ cho cơ quan an ninh?

Tuyền xoay người lại, trố mắt:

- Điềm chỉ cho cơ quan an ninh?

- Các nghĩa địa ban đêm là địa điểm ẩn trốn, hoạt động an toàn của ta, của cách mạng nên cơ quan an ninh cho người trà trộn vào các chùa, các nghĩa địa, giả dạng gác dan, giữ mả để khi có địch lên về thì báo cáo ngay với chánh quyền địa phương.

Tuyền không tin Chuột làm ăng-ten cho cơ quan an ninh. Nàng đã nhớ ra mặt anh ta. Nếu anh ta có dính líu cơ quan an ninh thì lúc nãy anh ta đã để ý hoài nghi chiếc va li trên xích lô máy rồi. Với cặp mắt công an, một người đi thăm mả thân nhân mà lại mang theo va li, nếu không phải là kẻ gian vừa chôm chỉa của ai đó thì cũng là một cán bộ của đối phương đang chuyển tải tài liệu bí mật. Tuy nhiên, trong cảnh huống hiện tại, Tuyền cũng có nỗi mừng nhẹ nhàng thoát khỏi nơi đây.

Xe ra tới cổng nhị tì chùa Phước Ân, bác tài hỏi:

- Bây giờ cô muốn tới đâu? Cô cứ nói, tôi sẽ chở cô tới đó một cách an toàn.

Tuyền đang tìm hiểu bác tài qua câu nói của bác vừa rồi. Chữ "ta" mà bác vừa nói ra có ý nghĩa gì? Bác là cán bộ Cộng sản? Bác tưởng nàng là đồng chí của bác? Tuyền không trả lời, bác tài lặp lại câu hỏi. Tuyền đáp:

- Bác cho tôi xuống gần Viện Ung thư Gia Định.

Bác tài ngạc nhiên:

- Sào huyệt của cô ở đó?

- Dạ, cũng ở gần đó thôi.

- Được rồi, gần tới, cô ra hiệu cho tôi biết.

Tuyền muốn hỏi thẳng bác tài điều nàng tìm hiểu về bác, nhưng nàng thấy không cần thiết. Bác ta là gì cũng được, đối với nàng trong lúc này, không quan hệ lắm. Bác đang cứu nàng thoát hiểm nguy, vậy là đủ rồi.

Còn cách Viện Ung thư vài chục thước, Tuyền vẫy tay làm hiệu. Bác tài dừng xe lại. Xuống xe, nắm chặt quai va li trong tay, Tuyền vừa móc túi lấy tiền, vừa hỏi:

- Bác lấy bao nhiêu, tôi xin gởi bác. Tôi chân thành cảm ơn. Nghĩa cử cao đẹp của bác làm tôi… xúc động vô cùng.

Bác tài khoát tay lia lịa:

- Thôi, thôi, tôi không lấy tiền xe đâu. Có đáng gì một cuốc xe? Tốn giỏi lắm nửa lít xăng mà thôi.

Đứng sát vào người bác tài, Tuyền hỏi tiếp:

- Tại sao bác giúp chúng tôi?

Bác tài rùn vai, tươi cười đáp:

- Đây không phải là lòng nhơn, lòng bác ái trong một nghĩa cử cứu người bị tai nạn xe cộ hay tự tử chẳng hạn, mà lại là một bổn phận của người dân đối với cách mạng, đối với những kẻ yêu nước đang lâm nguy.

Tuyền hạ thấp giọng:

- Bác là cán bộ, đảng viên cách mạng?

Bác tài lắc đầu:

- Hồi trước năm 1954, tôi có tham gia kháng chiến trong năm, sáu năm nhưng vì sức khỏe và hoàn cảnh gia đình, tôi đành phải bỏ cuộc, bỏ chiến khu trở về thành. Bây giờ, tôi chỉ là thường dân lam lũ mần ăn, nhưng lòng tôi hướng trọn về cách mạng. Không còn hoạt động được nữa thì tôi phải tỏ ra hữu ích khi người của cách mạng gặp tai biến. Cô thấy không, lúc tài liệu bí mật đổ tùm lum trên mặt đường, mọi người đều thấy và có lẽ nhiều người đã biết đó là tài liệu chống lại Quốc gia nhưng có ai la lối, tố cáo gì đâu?

Bác tài so vai, tiếp luôn:

- Đình chiến rồi, hết chiến tranh rồi, nhưng đất nước lại bị chia đôi. Chờ hai năm nữa sẽ có Tổng tuyển cử thống nhứt đất nước. Mình phải làm sao cho kháng chiến thành công.

Tuyền thở ra. Ước mơ của bác tài không phải là mơ ước của nàng. Bác ta nhất quyết cho nàng thuộc phe phái mà bác và đa số người dân miền Nam thương mến và tin tưởng, là sau hai năm, sẽ trở về giải phóng một nửa miền quê hương còn nằm trong tay của một chế độ dính líu với thực dân đế quốc Pháp. Nghe tiếng thở ra của Tuyền, bác tài chau mày hỏi:

- Bộ cô không tin tưởng sao?

Tuyền gượng cười gật đầu:

- Tin, dạ tin.

Nàng cúi đầu chào bác tài xích lô máy, lầm lũi đi về hướng trường Cao đẳng Mỹ thuật.

Bác tài so vai, nói bâng quơ:

- Chiến đấu phải có niềm tin tất thắng chớ! Để tinh thần bị lung lạc là thua.

Tuyền không vội băng qua đường Chi Lăng đi thẳng vào hẻm. Nàng đứng bên này đường nhìn sang, để ý quan sát xem có ai đáng nghi ngờ là công an không?

Thấy không có gì đáng ngờ vực, nàng băng qua đường. Chiếc va li khá nặng kéo xệ một bên vai nàng. Nàng cố đi ngay thẳng làm như thể vật đang trong tay vừa với sức nàng. Tiếng còi xe cảnh sát rú vang. Tuyền giật mình, nhìn dáo dác. Bỗng có tiếng gọi khẽ sau lưng Tuyền:

- Cô! Em, em cưng!

Tuyền giật mình, quay phắt lại. Một gã đàn ông ăn mặc lố lăng, tóc để dài chải tém như cánh vịt, để rau mép, nhoẻn miệng cười nham nhở, cúi đầu chào khá sâu:

- Xin mến chào quý cô nương! Hân hạnh được gặp quý nương ở đây.

Tuyền cau mày nhìn sững gã:

- Ông là ai mà... ăn nói kỳ cục vậy?

Gã vuốt râu mép tươi cười:

- Tôi là Rô-be, bạn bè gọi đùa tôi là Bốp vì tôi đẹp trai giống tài tử Robert Taylor. Xin lỗi, anh xin lỗi em, anh gọi em đùa cho vui vậy mà.

Tuyền nghiêm giọng:

- Tôi không quen ông.

- Ồ! Trước lạ sau quen. Chuyện có gì khó đâu cô em?!

Tuyền bước tới. Rô-be nắm tay nàng giữ lại:

- Khoan đã mà! Vội vàng cái gì không biết nữa. Nán lại vài phút cho anh hỏi thăm.

Tuyền giằng tay ra bảo:

- Ông không được nắm tay tôi.

Rô-be cười nham nhở:

- Được rồi. Em không cho nắm tay thì thôi. Để sau nầy em quen đèn rồi mới cho nắm tay, nắm chân.

Tuyền bực dọc. Nàng không hiểu gã đàn ông sàm sỡ này muốn gì, và hắn cho nàng là hạng gái như thế nào mà giở trò tán tỉnh hạ cấp như thế. Nàng muốn tát cho hắn vài bạt tai cho bõ ghét, nhưng trong tình cảnh hiện tại, nàng chỉ muốn về tới địa điểm liên lạc càng sớm càng tốt. Xách cả một va li tài liệu trong tay đứng giữa chốn đông người đã là chuyện nên tránh, thì chuyện cãi vã, ẩu đả nhau lại càng nên tránh hơn nữa.

Tuyền hất hàm:

- Ông muốn gì nói đại ra đi. Tôi không có thì giờ nhiều.

Rô-be tươi cười:

- Cô em khá lắm! Lâu rồi, anh mới gặp được một người như em. Anh thích lắm. Nếu em không chê, anh xin mời em đi ăn trưa với anh một bữa. Anh có nhiều tiền lắm. Hai đứa mình tới quán ở chợ Bà Chiểu ăn uống no say rồi bàn tính chuyện làm ăn.

Tuyền cất bước đi tới:

- Cảm ơn ông. Tôi không có chuyện làm ăn gì với ông hết!

Rô-be đuổi theo, van nài:

- Đi ăn với anh mà em! Anh làm lợi cho cuộc đời em chớ không có gì hại đâu. Ở quê lên tới vào giờ nầy, chắc em cũng đã đói rồi. Ăn uống no nê đi, rồi anh nói chuyện nầy cho em nghe. Ngộ lắm!

Gã đứng chặn ngang trước mặt Tuyền, hai tay dang rộng không cho nàng bước tới.

Tuyền vụt hiểu ra ý nghĩ của Rô-be, hỏi thẳng:

- Ông là ma cô phải không? Ông tưởng tôi là gái quê mới lên tới nên ông muốn dụ dỗ tôi đưa vào con đường mãi dâm, có phải vậy không?

Rô-be giật mình, Tuyền vừa nói trúng phóc con người và ý đồ của hắn ta. Hắn đành chịu thiệt:

- Em đã đoán biết được như vậy rồi thì anh cũng không cần giấu diếm, đẩy đưa làm gì nữa. Thấy em sạch sẽ, dễ coi, anh muốn giúp em kiếm ra thiệt nhiều tiền sung sướng tấm thân mà chẳng làm gì động móng tay hết.

Hắn cố thuyết phục:

- Em à, chiến tranh kéo dài, đất nước bị tàn phá, ruộng vườn bị bom đạn cày nát, mạng sống người dân ở thôn quê bị đe dọa thường xuyên. Cái chết bất ngờ lúc nào cũng có thể đến với bà con nông dân mình. Bởi vậy, đàn bà con gái bỏ làng mạc trốn lên Sài Gòn tìm cái sống và lập gia đình. Họ gặp được bọn anh, đời họ đổi thay nhanh chóng, trở nên sang trọng và giầu có. Chỉ cần tô điểm phấn son, chịu khó chiều khách một chút là mỗi ngày có tới cả ngàn đồng như chơi.

Tuyền đỏ cả mặt mũi. Nàng giận run lên. Gã đàn ông trước mặt nàng là một thứ cùi hủi đầy vi trùng truyền nhiễm.

Chính hạng người nguy hiểm này đã đưa đẩy bao nhiêu cô gái ngây thơ, vô tội vào con đường tội lỗi, bán trôn nuôi miệng. Chúng buôn thịt người, chúng làm băng hoại xã hội, làm nhơ nhớp danh dự của đàn bà. Thuở nhỏ, ông giáo Bố – cha nàng mở nhà ngủ ở chợ cũ Cà Mau, và nàng đã chứng kiến cảnh gái điếm rước khách Tây vào phòng hành lạc kiếm tiền nuôi thân. Không được thỏa mãn theo ý muốn, khách Tây đánh đập gái mãi dâm thật tàn nhẫn.

Trông thấy cảnh đau lòng ấy, tuy còn nhỏ, Tuyền cũng đã biết oán ghét người ngoại quốc và ghê tởm thứ nghề nhục nhã, dơ bẩn kia. Đồng tiền cha kiếm ra được nuôi thân Tuyền khôn lớn bằng cái nghề nhà ngủ, Tuyền cũng ghê tởm nó. Hãy còn thơ dại, nàng không có quyền bắt buộc cha thay đổi công việc làm ăn của ông. Mỗi lần có một gái điếm đi khách xong, trả tiền phòng cho người bồi rồi người bồi trao tiền lại cho cha; Tuyền quay mặt chỗ khác, không dám nhìn thẳng đồng tiền nhơ nhớp ấy nằm gọn trong tay cha.

Lớn lên, Tuyền căm thù nghề mãi dâm, ghét cay ghét đắng mụ tào kê, muốn nhổ nước bọt vào mặt bọn ma cô dẫn lối đưa đường gái nhà lành vào ổ nhện. Nàng thương hại những cô gái lầm đường lạc lối, nhưng nàng cũng khinh miệt hạng gái điếm chuyên nghiệp, suốt đời chỉ thích bán phấn buôn hương đổi lấy đồng tiền dơ bẩn nuôi thân.

Tuyền mơ ước một ngày nào đó, xã hội Việt Nam không còn nghề ô nhục ấy nữa. Ước mơ hạn hẹp đó nằm trong ước mơ chung giải phóng đất nước và giải phóng con người, đã thúc đẩy Tuyền bước thẳng vào con đường đấu tranh.

Nàng trừng mắt nhìn thẳng vào mặt Rô-be, gằn mạnh từng tiếng:

- Tôi nói cho ông biết, ông đã lầm rồi. Tôi không thuộc vào hạng đàn bà, con gái mà ông đang tìm kiếm, săn đuổi. Ông hãy để tôi yên. Ông còn lẽo đẽo theo tôi, giở giọng tán tỉnh dụ dỗ nữa, tôi kêu lính bắt ông bây giờ.

Rô-be không nao núng, tiếp tục lung lạc:

- Ồ, có gì đâu mà em đã nổi nóng lên rồi vậy! Nếu em đồng ý thì hai bên đều có lợi.

Không dằn được nữa, Tuyền quát:

- Câm họng ông lại đi. Ông tránh ra để tôi đi. Nhanh lên.

Nghe Tuyền to tiếng, người qua đường dừng lại, đứng nhìn. Một số hiếu kỳ kéo tới vây quanh Tuyền và Rô-be:

- Chuyện gì vậy?

- Tại sao lại cãi lộn nhau dữ vậy?

Biết không câu được con cá mới, Rô-be thu mồi lại, vu cáo:

- Cô ta chịu giá đi với tôi rồi lại đổi ý đòi thêm.

Mọi người nhìn Tuyền với ánh mắt dò xét. Tuyền giận run lên, hét vào mặt hắn:

- Khốn nạn! Đồ ma cô bẩn thỉu. Ai chịu đi với mầy hồi nào chớ? Tao có là gái mãi dâm đâu mà mầy nói cái giọng đó?

Mọi người lại đổ dồn mắt vào mặt Rô-be. Hắn cười nhạt:

- Vậy hổng lẽ tôi lại dám mời con gái nhà lành đi ngủ với tôi? Tôi là dân ăn chơi sòng phẳng, ăn bánh thì trả tiền đàng hoàng; nhưng tôi chúa ghét hạng gái chơi ăn nói cà chớn. Nói giá nào người ta đi giá đó rồi bỗng lên giá vào giờ chót. Cái gì kỳ cục vậy chớ?

Hắn cố ý lên cao giọng gần như gắt gỏng ở câu nói chót để mọi người tin lời vu cáo của hắn. Tuyền vói tới tát thật mạnh vào mặt hắn:

- Chó đẻ! Quân khốn kiếp!

Rô-be nghe da mặt rát như phỏng lửa. Hắn trợn mắt:

- Con đĩ thúi. Mầy dám đánh tao thì mầy gan quá trời rồi. Tao cho mầy một trận nên thân bỏ cái tánh đĩ ngựa đó.

Hắn vừa nhào tới định tấn công Tuyền thì một bàn tay từ trong đám đông thò tới nắm cổ hắn kéo về phía sau. Hắn chới với suýt ngã ngửa.

- Mầy động tới người đàn bà đó là mầy tới số.

Tuyền không biết người đàn ông kia là ai mà bênh vực nàng. Rô-be gượng đứng ngay lại, nhưng bàn tay người nọ vẫn siết chặt cổ áo hắn không cho hắn quay người lại:

- Đàn ông giở trò vũ phu đánh đàn bà hèn lắm. Mầy có giỏi đánh với tao đây nè.

Ông ta buông hắn ra. Hắn quay lại, nhìn chòng chọc vào đôi mắt sáng quắc của ông. Hắn lắp bắp:

- Mà… mắc mớ gì tới mầy mà mầy… can dự vào. Nó là con đĩ chớ bộ…

- Dù là đĩ, điếm đi nữa, mầy cũng không có quyền đánh người ta. Mầy coi đây nè.

Vừa dứt lời, ông nọ, có lẽ là một võ sĩ, phóng một đòn vào hàm hạ Rô-be. Hắn bật ngửa ra sau, lãnh thêm một cú đá vào mông như trời giáng.

Mọi người lùi nhanh về phía sau. Rô-be té xuống đất, máu miệng chảy ướt cả râu cằm hắn. Người đàn ông lạ mặt chống nạnh hất hàm hỏi:

- Đủ chưa? Muốn ăn mấy đòn nữa thì bảo. Lâu ngày có dịp đấm đá tao nghe đã tay quá chừng!

Có tiếng cười rộ trong đám đông. Tuyền muốn thừa dịp lộn xộn lẩn mặt cho rồi, nhưng nàng vừa bước tới thì người đàn ông gọi nhanh:

- Này cô!

Tuyền đứng lại nhìn ông. Ông tươi cười hỏi:

- Nó lãnh một bài học cỡ đó, theo cô, đã đủ chưa? Cô muốn tặng cho nó bài học thứ hai, xin cô cứ nói cho tôi biết.

Tuyền ngó Rô-be đang gượng đứng lên, đáp:

- Dạ, thành thật cảm ơn ông. Bao nhiêu đó đủ rồi.

Rô-be rút khăn mùi soa vừa chậm máu miệng vừa rẽ đám đông lủi trốn. Có tiếng "tuýttt" ré lên phía sau. Một cảnh sát viên đi nhanh tới sau đám đông hỏi vọng vào trong:

- Chuyện gì đó? Đánh lộn, giết nhau phải không?

Tuyền cuống lên. Nàng chưa biết phải đối phó thế nào cho ổn. Có mặt nhân viên công lực, nàng khó mà giữ an toàn cho chiếc va li tài liệu.

Có tiếng trả lời câu hỏi của viên cảnh sát:

- Dạ, đánh lộn.

Người đàn ông nọ cười bảo:

- Đâu phải đánh lộn, tôi đánh trúng phóc mà. Lộn đâu mà lộn!

Có tiếng cười ồ. Cảnh sát viên nhìn dáo dác hỏi:

- Ai đánh và… ai bị đánh đâu?

Tuyền vừa định rút êm lần nữa thì chợt Hưng xuất hiện. Anh nháy mắt ra hiệu cho Tuyền hiểu là mình sắp đóng kịch đây. Anh nhào tới giật lấy va li, trợn mắt hỏi Tuyền:

- Em định đi đâu hả? Đi đâu nói anh nghe thử?

Tuyền ấp úng:

- Em… Em…

Hưng đưa tay lên dọa:

- Em bỏ nhà, bỏ con mà đi thì… một là anh tự tử, hai là anh sẽ giết em chết ngay.

Tuyền nghĩ mãi mới ra một câu đối đáp:

- Anh cứ cờ bạc… rượu chè hoài, em nói không được, em bỏ nhà, bỏ… con lại cho anh làm gì tùy ý.

Hưng nắm tay Tuyền lôi xềch ra khỏi đám đông đi thẳng vào đường hẻm. Vừa đi vừa càu nhàu:

- Trời ơi! Khổ cho thân tôi lắm. Vợ với con như vầy, tôi chết mất!

Có tiếng bình phẩm:

- Rồi lại cảnh cơm không lành canh không ngọt nữa rồi. Có vợ đẹp như vậy mà không biết thờ phượng, cờ bạc rượu chè làm chi không biết nữa.

Một người khác pha trò, hát ví von:

- Giận chồng xách gói ra đi. Chồng theo năn nỉ tù ti trở về.

Người đàn ông nghĩa hiệp nhìn theo Hưng, Tuyền rùn vai nói lầm thầm:

- Vợ con người ta mà nó tưởng là dân chơi bời, chị em ta. Ăn đòn cũng đáng cái đời.

Cảnh sát viên huýt còi giải tán đám đông. Quang cảnh đường phố trở lại bình thường. Lại một lần nữa, Tuyền thoát nạn, thoát một cách trọn vẹn. Từ đầu hẻm vào tới địa điểm liên lạc không còn gì đáng lo sợ nữa. Nhà cửa, dân chúng dọc theo con hẻm, bọn Hưng, Tuyền đã quen thuộc và biết rõ họ là ai, thuộc thành phần xã hội nào, nguy hiểm không?

Tuyền cười ngất, cười thật giòn. Hưng cố nín cười hỏi:

- Em vui lắm sao cười dữ vậy?

Tuyền ngồi thụp xuống ôm bụng cười tiếp. Hưng đứng lại, bảo:

- Thôi đi! Đừng cười nữa. Đi vào nhà nhanh lên.

Tuyền đứng lên, kéo tay áo chặm nước mắt:

- Ôi, đau bụng quá trời đi. Thấy anh đóng kịch, em cứ ngỡ như đang xem kép Hoàng Giang diễn tuồng cương trên sân khấu. Em không ngờ anh lại có biệt tài như vậy.

Vừa đi tới, Hưng vừa nghiêm giọng:

- Không lanh trí như vậy thì rất có thể em gặp khốn rồi. Thấy cảnh sát tới, anh điếng hồn, điếng vía suýt đứng tim.

Tuyền nhìn Hưng với ánh mắt trìu mến:

- Mà anh ở đâu xuất hiện đúng lúc vậy?

- Anh chạy vòng vòng tìm em. Anh lo quá, không biết ông tài xế xích lô máy chở em đi đâu, có thoát không? Rốt cuộc, anh đành chạy về nhà, em cũng chưa về. Nóng ruột quá, anh mò ra đầu hẻm định đón em. Thấy đám đông, tưởng chuyện gì lạ, anh bước tới xem không ngờ gặp em.

- Lúc đánh nhau, anh đã ra tới chưa?

Hưng ngạc nhiên:

- Đánh nhau? Ai đánh ai?

Biết Hưng không trông thấy cảnh Rô-be bị người đàn ông lạ mặt cho ăn đòn, Tuyền thuật sơ lại cho anh nghe rồi kết luận:

- Nó bị đánh thật đáng đời lắm, nhưng khi thấy mặt mũi nó nhuộm máu, em lại thấy tội nghiệp nó quá!

Đến lượt Hưng cười nắc nẻ. Anh đặt va li xuống đất, ôm bụng cười rũ rượi.

Tuyền cau mày hỏi:

- Tại sao anh cười dữ vậy hả?

Hưng trỏ tay vào mặt Tuyền, tiếp tục cười. Tuyền đập lên vai anh giục:

- Nín đi! Cười hoài coi chừng người ta nói anh lên cơn điên bây giờ!

Hưng lắc đầu, cố nín cười bảo:

- Mặt mày xinh đẹp như vậy mà bị bọn ma cô tưởng là gái ăn sương. Mắc cười quá trời đi. Chết chớ sống không nổi nữa.

Anh lại ôm bụng cười ngất. Tuyền gằn giọng:

- Tại thằng đó lọt tròng té nổ mới trông cuốc hóa gà như vậy đó. Nó tưởng trúng mánh bắt được con bò lạc từ dưới tỉnh lên. Không ngờ nó đụng nhằm thứ dữ. Em cho nó một cái tát nẩy lửa nhớ đời.

Hưng nín cười, xách va li đi tới:

- Lúc nó trêu chọc, dụ dỗ em mà anh có ở đó thì chắc anh ở tù quá.

- Cái gì? Sao anh lại ở tù?

- Anh giết nó chết rồi đi tù chớ còn sao nữa? Anh mặn đánh tụi ma cô lắm. Chúng nó ăn đồ dơ bẩn của đàn bà. Chúng là loại ký sinh trùng làm mục rữa xã hội và làm mất nhân phẩm phụ nữ. À, mà anh chàng nghĩa hiệp kia là ai vậy em?

Tuyền lắc đầu:

- Em cũng không biết nữa. Thấy chuyện bất bình, ổng ra tay nghĩa hiệp vậy thôi.

Hưng đi chậm lại, hỏi trổng:

- Có phải mật vụ, công an chìm gì đó không?

Anh ngoái cổ nhìn ra đầu hẻm. Tuyền làm y theo anh. Một thoáng nghi ngờ, lo sợ len nhanh vào tâm trí hai người. Phía sau không có gì đáng để ý ngờ vực. Chỉ có một vài bóng người thấp thoáng xa xa, một vài xe đạp, xe Honda xuôi ngược.

Tuyền trấn an Hưng:

- Chắc không phải công an, mật vụ gì đâu. Chắc ông ta là một tay anh chị trùm du đãng chợ Bà Chiểu. Võ nghệ ổng khá cao cường.

Qua khỏi cầu ván bắc ngang con rạch nước đen, Tuyền cú nhẹ lên đầu Hưng mắng:

- Anh hỗn lắm đó nghen!

Hưng ngạc nhiên:

- Cái gì mà hỗn?

Tuyền cười gằn:

- Hừ, anh Hà nghe được đố anh khỏi bị ảnh cự nự nhức xương.

Hưng vẫn chưa hiểu ý Tuyền. Anh ngơ ngác:

- Mà chuyện gì vậy chớ? Sao lại có thằng Hà dính vào?

Đôi má Tuyền đỏ bừng. Nàng cúi đầu cười mỉm. Hưng giục mãi, nàng mới chịu nói:

- Anh hát cương mà khôn thấy mồ đi. Không lựa được vai tuồng nào khác mà lựa vai làm chồng em. Kỳ thấy mồ!

Hưng phì cười:

- Ồ, tưởng chuyện gì ghê gớm lắm. Em làm anh mất hồn. Đóng kịch cho qua hiểm nguy chớ bộ thiệt sao mà em sợ Hà nó ghen?

Tuyền trề môi:

- Xí, còn lâu mới thiệt. Con Nguyệt nó có để yên cho em đâu. Nó mê anh thấy mồ.

Hưng tặc lưỡi:

- Thôi, thôi, đừng nói tới chuyện ấy nữa. Nguyệt với anh thề độc là khi nào cuộc cách mạng của anh Châu thành công, tụi anh mới làm đám cưới với nhau. Bây giờ, mình nên để hết tâm trí vào hoạt động cho đại cuộc.

Tuyền mỉm cười hỏi đố:

- Chắc không đó?

- Sao lại không? Tình yêu cá nhân đối với tụi anh không có nghĩa gì hết khi mà tình dân tộc, tình đất nước đòi hỏi ở mỗi cá nhân sự đóng góp để thăng hoa và trường cửu. Nguyệt cần phải tốt nghiệp Đại học Sư phạm, còn anh thì…

- Còn anh thì sao? Anh sẽ tốt nghiệp đại học gì?

Tuyền đang chờ câu trả lời của Hưng để được dịp trêu chọc anh một lần nữa. Tuy không phải là bạn học cùng lớp với nhau như Hưng và Hà, nhưng vì thương Hà chân thiết mà Hưng xem Tuyền như em ruột của mình. Tuyền chỉ mới quen Hưng qua sự giới thiệu của Hà chỉ hai năm sau ngày Hưng và các bạn trẻ trong nhóm Giáo sư Nguyễn Phan Châu từ Chiến dịch Atlante chiếm đóng tỉnh Bình Định, rút về tỉnh Phú Yên khi Hiệp định Genève được ký kết. Biết rõ mối tình giữa Hà và Tuyền, Hưng kết nghĩa anh em với Tuyền, thay mặt Hà chăm lo săn sóc Tuyền mỗi khi Hà đi công tác xa.

Trước Tuyền, Hà và Nguyệt cũng đã dan díu với nhau lúc hai người học chung lớp đệ tam tại trường Nguyễn Văn Khuê, đường Kitchener Sài Gòn. Gặp Tuyền, Hà không cưỡng lại được lòng mình trước người con gái thùy mị, còn một chút quê mùa duyên dáng. Hà không so sánh sắc vóc giữa Nguyệt và Tuyền, cũng không cân nhắc sức học, trình độ học vấn giữa hai người. Nguyệt là bạn học cùng lớp, còn Tuyền chỉ mới ngồi lớp nhất. Hà rung động trước Tuyền ở lần gặp mặt đầu tiên, có thể nói được rằng Tuyền là một "coup de foudre" đối với gã thư sinh ưu tú nhất trường Nguyễn Văn Khuê. Hà yêu Tuyền không chỉ vì nhan sắc của nàng mà chỉ vì anh thông cảm hoàn cảnh hiện tại của Tuyền – một người con gái mồ côi, bị đời hắt hủi như chính bản thân anh.

Hà chưa đủ can đảm nói thẳng với Nguyệt mối tình thứ hai của đời mình, vì anh biết rõ Nguyệt yêu anh tha thiết và chỉ còn chờ ngày Hà công khai hóa tình yêu của hai người trước gia đình Nguyệt. Song thân Nguyệt rất mến Hà và xem Hà như con ruột. Nguyệt đi chơi với ai thì bị cha mẹ rầy la, nhưng đi chơi với Hà, ông bà chỉ dặn con gái cố giữ gìn đừng để sa ngã làm mất đi cái gì cao quý, thiêng liêng nhất của người con gái.

Hà tìm cách xa dần Nguyệt bằng cách giới thiệu Hưng với nàng, tạo điều kiện cho hai người gặp gỡ nhau thường xuyên; mặt khác, anh xuất hiện bên cạnh Tuyền thường hơn, đem Tuyền đến với Nguyệt, kết bạn với Nguyệt. Chẳng bao lâu, Tuyền – Nguyệt kết thân nhau và Tuyền nhận được "chỉ thị" của Hà gắn liền Hưng với Nguyệt. Đến một ngày nào nhận thấy hai người đã mến nhau, Tuyền sẽ để lộ cho Nguyệt thấy một trong những bức thư tình của Hà gửi cho mình. Dù vậy, khi biết được Tuyền đã thay chỗ mình trong trái tim Hà, Nguyệt cũng đã khóc nhiều trước mặt Tuyền. Tuyền cũng không cầm được nước mắt và nàng hỏi thẳng Nguyệt, nếu Nguyệt không thể quên được Hà thì nàng sẽ hy sinh, cố quên Hà để hai người tiến tới hôn nhân. Đời nàng đã đau khổ quá nhiều rồi, giờ có phải đánh mất mối tình đầu này, chắc nàng cũng thừa sức chịu đựng. Nguyệt thương Tuyền như chị em ruột, nàng sẵn sàng xa Hà, quên dần Hà, nhường Hà trọn vẹn cho người bạn gái. Nàng thử đi sâu vào cuộc đời Hưng, nàng thấy Hưng quả thực là mẫu người đàn ông lý tưởng; anh đam mê đấu tranh cho hạnh phúc của mọi người chung quanh, dám từ biệt gia đình giàu có theo sống với bạn bè cùng chí hướng. Nguyệt không chê Hưng được một điểm nào và nàng bắt đầu quên dần mối tình đầu ở tuổi học trò, để xăng tay áo cùng với Hưng mưu tìm một con đường hạnh phúc thực sự cho dân tộc. Bên cạnh tình đồng chí, Hưng và Nguyệt còn gắn bó với nhau bằng một thứ tình nồng nàn khác nữa.

Câu hỏi đùa của Tuyền làm Hưng giận. Anh biết rõ trong bọn, anh là người học kém nhất, nhưng anh lại hơn tất cả về ý chí đấu tranh và niềm tin tất thắng của con đường Dân Tộc Tự Quyết do lãnh tụ Nguyễn Phan Châu đề xướng và nỗ lực thực hiện giữa áp lực của Quốc gia và Cộng sản. Kẻ tin một nửa, người tin chín phần mười, duy chỉ có Hưng tin hoàn toàn, tin tuyệt đối.

Châu rất tin và yêu Hưng. Công tác nào khó khăn, nguy hiểm, anh thường giao phó cho Hưng thực hiện. Can đảm của Hưng khó có ai theo kịp. Gần như anh không biết từ chối là gì. Anh chỉ có mỗi nhược điểm là nóng nảy và cương trực. Không đồng ý với ai về một chuyện gì, anh chỉ trích thẳng vào mặt họ không sợ mếch lòng. Trong bọn, có kẻ nào bợ đỡ Châu hay có địa phương tính là anh hạ ngay, bằng lời hoặc nếu cần, bằng vũ lực.

Châu phê bình Hưng luôn, nhưng anh không thay đổi. Anh tuyên bố thẳng: “Nếu anh chị em đồng chí cho anh là một trở ngại, anh sẵn sàng bước ra khỏi tổ chức, về nhà sống âm thầm chờ một cơ hội khác đến để hiến dâng trọn đời mình cho dân, cho nước”.

Anh bông đùa đáp:

- Anh cũng sẽ tốt nghiệp đại học chớ bộ.

Tuyền mỉm cười hỏi tiếp:

- Đại học gì vậy?

- Đại học Đông y!

Hai người cùng bật cười. Ngôi nhà lá vách ván, địa điểm liên lạc của tổ chức hiện ra trước mắt Hưng, Tuyền. Chiếc mô-bi-lết cà khổ nằm nghiêng sát bên cửa trông như một bệnh nhân đã kiệt sức đang chờ thân nhân chở đi bác sĩ.

Tuyền càu nhàu:

- Em thấy mỗi lần vận chuyển tài liệu đi xa mà anh cứ dùng chiếc xe ho lao tới thời kỳ thứ ba đó, đố khỏi có ngày cả bọn mang họa!

Hưng biện hộ:

- Đừng có chê nó. Dù gì thì nó cũng đã gian khổ với tụi mình nhiều rồi. Công lao của nó chẳng nhỏ đâu. Anh sẽ đưa nó đi bác sĩ xoáy lại xú-pắp, làm lửa củi lại là nó tiếp tục phục vụ mình rất hữu hiệu.

Gần tới nhà, thấy có bóng người thấp thoáng sau cánh cửa, Tuyền dè dặt hỏi:

- Có an toàn không vậy anh? Có ai trong nhà vậy?

Hưng tươi cười, trấn an:

- Không ai xa lạ đâu mà em lo. "Ông Táo" Chương đó!

Chương có nước da đen mốc lên trông giống như đàn thổ nên anh em trong bọn đặt cho tục danh "Ông Táo". Anh người tỉnh Bình Định, từng theo kháng chiến trong nhiều năm. Vì là con của đại điền chủ, anh thuộc Đảng Dân chủ chớ không được kết nạp vào Đảng Lao động. Với lý lịch như vậy, Chương không được Đảng giao cho một công tác nào quan trọng. Anh có nghề vẽ và khắc chữ trên bột, danh từ nhà nghề gọi là ly-tô, để in lên giấy. Chữ được khắc ngược và khi in lên giấy thành xuôi. Trong khu không có máy in, chuyên môn của Chương rất được trọng dụng.

Đảng viên Đảng Dân chủ chỉ là một sự kết hợp mà Đảng Lao động muốn dân chúng cho là trong công cuộc kháng chiến chống ngoại xâm có nhiều đảng phái đối lập, có tự do chính trị. Trên thực tế, Chương lần hồi mở mắt thấy được tính cách lợi dụng của Cộng sản đối với Đảng Dân chủ. Nhiều đảng viên bị thanh trừng, thủ tiêu khiến Chương lo sợ cho số phận mình. Anh bỏ một khu ở quận Bình Định trốn về sống ở thị xã Quy Nhơn, gia nhập vào tổ chức kháng Cộng sản của Nguyễn Văn Lộc. Lộc và mười hai đồng chí khác bị Cộng sản bắt và xử tử.

Chương lại bỏ quê nhà trốn vào Sài Gòn với người chị, sống tạm tại nhà người anh ruột là Đặng Hiếu Khẩn – dân biểu dưới trào Nguyễn Văn Thiệu. Anh theo Nguyễn Phan Châu tham gia vào Chiến dịch Bình Định Atlante đổ bộ lên Quy Nhơn trước ngày Hiệp định Genève được ký kết.

Suốt cuộc đời, từ ngày khôn lớn tới giờ đã gần 30 tuổi đầu, Chương chưa biết qua một người đàn bà nào. Bạn bè thường trêu trọc anh:

- Chương ơi, "Ông Táo" ơi, mầy còn thua hai viên gạch trong cầu tiêu nữa đó.

Tưởng anh em chơi xỏ mình, Chương cự nự:

- Anh em bằng hữu có nói chơi thì cũng nói vừa thôi. Đem tao so sánh với cầu tiêu, cầu xí thì quá lắm rồi.

- Tụi tao chỉ so sánh mầy với hai cục gạch trong xóm đó thôi chớ đâu có ý nói như mầy hiểu?

- Vậy là sao? Tao chẳng hiểu gì hết.

- Nghĩa là hai viên gạch ở đó nó còn thấy của đàn bà, còn mầy thì cho đến từng tuổi nầy vẫn mù tịt.

Trước trận cười giòn tan của bè bạn, Chương chữa thẹn:

- Ăn nói dơ bẩn quá! Biết rồi hay chưa biết thì cũng vậy thôi. Còn đang túi bụi với công tác, tao chưa nghĩ tới chuyện vợ con. Đang chiến đấu gian khổ, có vợ con, mình kẹt lắm. Chuyện đó sớm hay muộn gì rồi cũng sẽ tới với đàn ông hay đàn bà.

Hưng, Tuyền bước vào nhà. Chương nhe răng cười. Nước da anh đen càng làm nổi bật màu trắng của răng anh.

Tuyền càu nhàu:

- Người ta mệt gần chết được mà anh ở đó cười. Ở nhà sướng thấy mồ!

Chương vẫn giữ nụ cười trên môi:

- Được anh Hai phân công thủ trại, anh còn biết làm sao khác hơn. Nghe Hưng nói Tuyền đã lạc, anh sợ quá chừng.

Tuyền gieo người xuống ghế, thở phào:

- Sợ mà cứ ở lì trong nhà thì có ích lợi gì cho ai đâu? Ối chà, về tới đây an toàn, em mừng hết lớn.

Vừa rót nước vào ly, Chương vừa trần tình:

- Anh cũng muốn theo Hưng chạy ra đường kiếm em đó chớ, nhưng…

- Nhưng sao? Nhưng vì anh sợ bị bắt luôn phải không?

Đẩy ly nước tới trước mặt Tuyền, Chương đính chính:

- Không phải vậy. Nếu có phải bị bắt chung với em thì anh đâu có sợ! Hoạt động bí mật thì trước sau gì cũng có ngày bị bắt bớ, tù tội. Mình chấp nhận mà. Nhưng, ý anh muốn nói là cả Hưng lẫn anh đều không biết em đi lạc về đâu, nếu anh chạy đi kiếm em rồi lỡ lúc đó, em về tới nhà, em không có chìa khóa vô. Đi vắng là anh phải khóa cửa cẩn thận.

Tuyền trề môi:

- Thôi đi, đừng có ngụy biện nữa, ông mãnh ơi! Vậy chớ bộ anh không biết gởi chìa khóa cho dì Tư, dượng Tư bên cạnh hả? Hồi nào tới giờ, tụi mình không gởi lại chìa khóa cho dì dượng ấy là gì nữa? Anh định đi vắng, anh đem theo chìa khóa à?

Chương lúng túng:

- Anh cứ đinh ninh là… dì Tư… không có ở nhà.

Hưng cất va li tài liệu vào buồng, quay trở ra, giảng hòa:

- Thôi, bỏ qua chuyện đó đi. Thoát được là mừng rồi. Cãi vã với nhau làm chi?

Tuyền cười:

- Em đùa với anh Chương cho vui vậy mà. Em có trách phiền gì ảnh đâu? Đang mệt mà thấy ảnh cười, em ghét quá!

Hưng bảo Tuyền vào buồng nằm nghỉ mệt rồi tắm gội cho khỏe. Tuyền vừa đói vừa mệt ngoài. Mồ hôi ướt đẫm người nàng. Tối nay, nàng sẽ kết hợp với Phong và Liên tung một nửa va li tài liệu trước rạp Cao Đồng Hưng, còn một nửa sẽ được rải tại chợ Bà Chiểu và Lăng Ông vào tảng sáng ngày mai, ngay sau giờ giới nghiêm chấm dứt.

Cùng ngày và giờ đó, cánh Nguyệt, Hảo và Duyệt sẽ hành động tương tự trên đường Narodom, trước Bộ Ngoại giao, Dinh Độc Lập và Sứ quán Anh. Đó là tài liệu thứ 3, trong đó Châu viết về: "Chính phủ Ngô Đình Diệm mất chính nghĩa nếu để quân đội Mỹ tràn vào miền Nam".

Chương ngồi gõ nhịp trên mặt bàn nhìn ra ngoài trời. Hưng hỏi trống:

- Có cơm nước gì không?

Chương vẫn lặng thinh. Anh đang thả hồn vào thế giới của riêng mình, trong đó anh cảm thấy đời mình cô đơn, trống trải như sa mạc. Hưng lớn tiếng:

- Có lo cơm nước gì chưa ông nội? Sao ngồi thừ người ra đó? Đang tìm ý thơ đó hả?

Chương giật mình. Anh ngơ ngác:

- Cơm nước gì?

Hưng vỗ bành bạch lên bụng:

- Là cái xóm nầy nè tía non ơi! Tía làm như thể là tía đang thất tình vậy đó.

Chương rùn vai:

- Thất tình cái khỉ khô gì không biết nữa. Phong nói chờ nó tới làm cơm nước cho tụi mình.

Hưng vung tay lớn tiếng:

- Chờ Phong tới thì tụi nầy chết đói nhăn răng. Mầy không lo thì tao lo. Ăn cơm với nước mắm kho quẹt cũng được rồi.

Anh đi thẳng xuống bếp. Còn lại một mình, Chương kéo hộc tủ lôi ra một xấp ảnh do chính tay anh chụp và bỏ tiền in rửa. Anh lựa một hồi chọn lấy tấm ảnh của Tuyền. Anh ngắm một chặp rồi nhìn quanh quất xem có ai đang nhìn trộm mình không, áp tấm ảnh vào môi hôn thật nhẹ nhàng. Mặt anh đỏ ửng. Anh lại áp tấm ảnh lên ngực, thả hồn bay chầm chậm vào buồng có Tuyền đang ngủ thiếp vì quá mệt mỏi. Anh nghe lòng mình khô hạn như sa mạc. Bức ảnh Tuyền như ảo ảnh của một vùng nước óng ánh, lấp lánh ở phía xa. Anh khát quá, anh cắm đầu chạy tới, càng chạy đến gần đứt thở, vũng nước trước mặt càng lùi xa, thật xa.

Từ ngày Tuyền gia nhập tổ chức, Chương thấy cuộc đời mình như căn nhà trên tuyết có một bếp lửa hồng. Hình bóng người đàn bà đầu tiên làm anh rung động và đó là lần đầu tiên, anh biết thế nào là lần con tim anh đập mạnh trước một người khác phái. Anh không hiểu sao mình lại chú ý tới Tuyền? Bên cạnh Tuyền còn có Nguyệt, Hảo, Liên, Phong, Ngọc; thế tại sao Chương không để ý tới ai khác ngoài Tuyền? Tại sao? Anh cứ hỏi tại sao và anh không tự trả lời nổi. Dù anh đã biết giữa Tuyền và Hà có liên hệ tình cảm mật thiết với nhau, nhưng anh vẫn trằn trọc thâu đêm không sao ngủ được mỗi lần có Tuyền bên cạnh anh?

Chương đứng lên rón rén đến trước của buồng. Anh ngả người nhìn chừng xuống bếp, thấy Hưng đang lúi húi vo gạo. Anh đứng giữa cửa buồng nhìn Tuyền đang ngủ say, người xoay vào vách. Anh ngắm không chớp mắt thân thể người con gái nằm duỗi dài trước mắt anh như một khối nam châm cực mạnh hút anh bay vọt tới. Anh nuốt nước bọt, gồng cứng đôi tay, đôi mắt trợn trừng, sáng rực dục vọng.

Anh bước tới nhưng dừng lại ngay. Anh xoay người lại, lắc đầu thở dài. Một phút sau, anh quay lại, nhìn trừng trừng lên khắp người Tuyền. Bỗng dưng Tuyền trở mình, xoay người ra cửa buồng. Chương giật mình định bước trở lui ra cửa, nhưng Tuyền vẫn ngủ yên. Nàng đã tập từ lâu cái thế nằm ngủ và nó đã trở thành thói quen, không nằm ngửa mà chỉ nằm nghiêng. Nàng hỏi các bạn gái mỗi khi thức giấc: “Ê, tao ngủ nằm nghiêng hay nằm ngửa?” Từ Nguyệt đến Liên đều cho nàng biết nàng ngủ chỉ nằm nghiêng. Tuyền yên chí. Đàn bà, con gái ngủ nằm ngửa là xấu, là “mất nết”, dễ bị đàn ông, con trai nhìn trộm và có khi gặp nguy hiểm. Tuyền chỉ chưa quen một thế ngủ kín đáo hơn là ngủ đắp mền kín từ đầu đến chân. Nàng thử nhiều lần, lần nào nàng cũng tưởng sắp chết ngộp!

Mồ côi từ năm lên sáu, Tuyền không được mẹ chỉ bảo cho những điều cơ bản của một người con gái trước bao nhiêu cạm bẫy, cám dỗ của bọn đàn ông bất lương, xem đàn bà như một món đồ chơi, một phương tiện để thỏa mãn thú vui xác thịt. Nàng tự học, tự tìm hiểu và học ở bạn bè, nơi những người lớn tuổi giàu kinh nghiệm. Thân gái mồ côi, Tuyền đã khôn trước tuổi. Bản năng sinh tồn bắt nàng phải tự phấn đấu trước nhiều nghịch cảnh.

Chương đứng nhìn Tuyền trân trối. Anh thu hết can đảm nhón gót tiến tới sát giường, hơi cúi xuống rồi không hiểu nghĩ sao, anh lại đứng thẳng người lên thở ra. Tiếng thở của Tuyền đều đều. Vòng ngực nàng nhấp nhô theo từng nhịp thở; mái tóc nàng trải rộng trên gối, một vài sợi tóc vướng trên môi.

Chương cúi thấp xuống. Anh nghe mùi da thịt Tuyền phảng phất. Tim anh đập mạnh; một cảm giác khác thường dâng ngập trong lòng anh. Như cánh diều từ trên cao đâm bổ xuống đàn gà con, Chương cong người lại, chồm tới hôn nhẹ, thật nhẹ lên bàn tay Tuyền duỗi dài trên mặt giường.

Tuyền giật mình, mở mắt nhìn Chương. Chương hốt hoảng bước sang một bên, bộ tịch lúng túng.

Tuyền vẫn nằm yên, hỏi:

- Chuyện gì vậy anh?

Chương bối rối:

- Tôi… anh… không có chuyện… gì hết…

Tuyền nhìn bàn tay mình; nàng vừa nghe như có vật gì chạm vào da thịt, nhưng nàng không nhận ra vừa rồi là chiếc hôn trộm của Chương. Nàng không thể tin Chương có thể hành động như vậy. Tuyền không hề hay biết tình cảm thầm kín và quá nồng nàn mà Chương đã dành cho mình từ bấy lâu nay. Nàng xem Chương như Hưng, như Châu, như Duyệt,… những người cùng chí hướng với nàng. Trái tim nàng đã dành một chỗ cho Hà, chỉ một mình Hà thôi.

Chương quay gót bước nhanh ra khỏi phòng. Tuyền nằm yên, nhìn theo Chương. Nàng thắc mắc, cố tìm hiểu chuyện gì đã xảy ra trong giấc ngủ. Nàng ngồi dậy, vuốt lại mái tóc rối. Một thoáng nghi ngờ vụt đến với nàng nhưng nàng vội xua đuổi nó thật nhanh ra khỏi tâm trí.

Chương đi thẳng vào nhà vệ sinh, tựa lưng vào vách, ngửa mặt nhìn lên cao. Mặc cảm tội lỗi đang gặm nhấm lương tri anh. Anh tự hỏi: "Một người làm cách mạng, nguyện hiến dâng trọn đời mình cho hạnh phúc nhân dân, khổ trước dân, hưởng sau dân, cá nhân mình là bé nhỏ, tập thể mới là đáng kể… lại có thể hành động trộm lén, tội lỗi như vậy sao?" Đã biết Tuyền và Hà yêu nhau, anh vẫn nuôi mộng vu vơ, vẫn yêu trộm, nhớ thầm người tình của kẻ khác. Anh xấu hổ với chính anh. Anh muốn tự trừng phạt mình, hành hạ mình. Anh tát thật mạnh vào mặt. Chưa đủ, anh tát mạnh hơn, mạnh hơn nữa.

Nghe có tiếng động lạ trong nhà vệ sinh, Hưng hỏi:

- Chuyện gì đó mậy? Bón ỉa không ra sao mà đấm, vỗ bành bạch vậy?

Chương nín lặng. Anh đang tự hành xác mình!

Tuyền xốc lại áo quần xuống bếp. Thấy Hưng đang lúi húi thổi lửa, Tuyền che miệng cười khúc khích.

Hưng dụi mắt, cằn nhằn:

- Củi ướt khói quá trời. Cay mắt thấy bà nội.

Tuyền tiến lại đẩy Hưng qua một bên:

- Để em nấu cho. Đàn ông các anh xuống bếp là có chuyện cằn nhằn cứ nhử. Trời ơi, muốn củi cháy mà dồn cả đống vô bếp như vầy biểu sao không khói cho được?

Hưng đưa sáng kiến:

- Em chế dầu hôi lên củi là nó cháy ngon lành.

- Thôi đi, để mặc em. Mỗi lần nấu ăn, anh nhúm lửa bằng dầu hôi, thế nào có ngày cũng cháy nhà.

Tuyền sửa lại bếp trong vài phút, lửa cháy cao ngọn. Hưng

lắc đầu mỉm cười:

- Đúng là sở trường của đàn bà. Đàn ông vụng về thấy mồ!

Tuyền làm mặt nghiêm nghị:

- Chuyện bếp núc, các anh có thói quen rất xấu là dành cho đàn bà, con gái. Bởi vậy, suốt đời đàn bà tụi em bị các anh xem thường, các anh bắt vợ con phục vụ các anh, không ngóc đầu lên được. Đã đến lúc, phái yếu phải vùng dậy đập tan quan niệm phong kiến, hủ lậu của bọn đàn ông các anh.

Hưng cười pha trò:

- Dù cho bọn tụi em có vùng dậy tới đâu đi nữa thì... đái cũng không qua ngọn cỏ kia mà!

Tuyền đùa lại:

- Chắc đái không qua ngọn cỏ không? Dễ lắm, tụi em leo lên cây thì đái qua tới đâu nữa kìa!

Hưng ôm đầu la bài hải:

- Thôi thôi, vậy là chịu em rồi. Đái cái kiểu đó thì... bọn tụi anh xin đầu hàng. Phụ nữ đòi giải phóng, đòi đái lên đầu người ta như thế đó thì cả nước Tầu trên một tỷ người cũng chết ngộp hết.

Hai anh em cùng cười giòn. Chương đang vật lộn với mặc cảm và sức chống trả mãnh liệt của con tim, cũng không nín cười được. Anh bước ra ngoài. Tuyền nhìn anh. Anh tưởng chừng như Tuyền đã thấy rõ tận tim đen của anh. Anh không dám nhìn thẳng vào mặt Tuyền.

Hưng trêu chọc:

- Coi kìa Tuyền, thằng Chương làm như thể nó đang thất tình một người đẹp nào vậy đó. Trông nó như kẻ mất hồn, mất vía kìa. Em có thấy như vậy không?

Tuyền hồn nhiên:

- Ai mà cảm nổi ảnh mà ảnh thất tình? Tối ngày cứ như là một thi sĩ đang tìm vần thơ.

Hưng chêm vào:

- Vì không có ai yêu nổi nên nó mới thất tình. Nếu được yêu thì nó yêu đời, vui như trúng số cho coi!

Chương đỏ mặt. Anh rùn vai chữa thẹn:

- Mấy người cứ đoán tầm bậy thôi. Việc làm không hết, ai ở không đâu nghĩ tới chuyện yêu thương?

Anh bỏ đi nhanh lên nhà trên. Tuyền càng làm anh nghe đau nhói trong tim:

- Để em kiếm người làm mai cho ảnh thì mới yên được.

Hưng hỏi:

- Em định làm mai ai cho nó?

- Phong chẳng hạn. Nó vừa đẹp lại vừa dễ thương. Kiếm người ngoài tổ chức khó lòng lắm. Người cùng một tổ chức dễ hơn.

Hưng gật đầu:

- Ừa, được đa! Đâu em thử coi chớ để nó "mồ côi" hoài anh thấy có ngày nó điên lên mất.

Chương nhăn mặt. Con tim nhói lên làm anh đau đớn. Tuyền nói bao nhiêu đó đủ cho anh biết rằng dù anh có nuôi mộng mơ đến bao giờ, anh vẫn hoài công thôi. Tuyền không thể rung động trước con người anh được và cho dù một ngày nào đó, anh thu hết can đảm nói toạc ra tình anh, Tuyền cũng sẽ từ chối, cự tuyệt. Phong – người con gái vừa được Liên giới thiệu vào tổ chức, tuy có nhan sắc với thân hình nảy lửa, vẫn không rung chuyển được trái tim Chương.

Hoàn cảnh của Phong, tuy khác Tuyền nhưng cũng thật đáng thương. Nàng mồ côi cha lúc 10 tuổi. Mẹ nàng tái giá với Hạt – một trung úy cảnh sát. Phong lớn lên trong sự lạnh nhạt của mẹ và sự độc ác của người cha ghẻ. Năm nàng 17 tuổi – tuổi dậy thì của người con gái, nàng lại bị Hạt lợi dụng lúc vợ vắng nhà, hãm hiếp, phá hủy cuộc đời con gái.

Phần sợ Hạt giết chết, phần sợ hạnh phúc của mẹ vì chuyện đau lòng của con gái mà tan vỡ, Phong cắn răng chịu đựng đau đớn và nhục nhã.

Thân thể Phong ngày một thêm nở nang, khiêu gợi. Người cha ghẻ bất lương tiếp tục nài ép nàng cho hắn thỏa mãn nhục dục. Phong chống cự quyết liệt. Nàng bị đánh đập tàn nhẫn và còn bị tên cha ghẻ dã thú hăm: "Mẹ mầy về, mầy nói là mầy đánh nhau với bè bạn mang thương tích. Nếu mầy khai sự thật, tao sẽ thủ tiêu mầy. Trước khi đem mầy đi thủ tiêu, tao cho bọn đàn em hãm hiếp mầy cho đến chết".

Phong muốn tự vẫn cho xong cuộc đời bị ô uế, nhục nhã; nhưng nàng vẫn còn nghĩ tới mẹ, còn thương mẹ, cố gắng gượng sống cho mẹ được yên thân làm ăn nuôi đứa em khác cha với nàng. Cái chết của nàng chắc chắn sẽ làm mẹ khổ đau và có thể bị rắc rối với pháp luật. Phong bỏ nhà đến sống với Liên chờ đôi ngày cho thương tích lành hẳn mới trở về và lúc ấy, nếu mẹ có nghi con gái mình trốn theo trai mà đánh chửi, nàng cũng sẽ nhận chịu hết. Liên hạch hỏi mãi, Phong mới khai sự thật. Liên giận run, chửi rủa tàn tệ tên cha ghẻ vô liêm sỉ ấy và xúi Phong tố cáo với pháp luật. Phong chỉ biết khóc muồi mẫn, nàng cương quyết từ chối lời xúi bảo của Liên: "Chuyện đã lỡ rồi, đời mình đã tan nát rồi thì... dù ông ta có bị tù tội đi nữa, mình cũng không thể tìm lại được những gì mình đã bị ông ta cướp đoạt. Rồi mẹ mình sẽ đau khổ biết chừng nào? Biết đâu vì chuyện nầy mà đời mẹ mình sẽ thêm một lần dang dở nữa. Thằng em khác cha của mình lại mồ côi cha như mình hôm nay!"

Liên đành chiều theo ý bạn. Nàng giữ Phong lại nhà và càng mến Phong hơn bao giờ hết. Phong chán đời, bỏ học đi tìm việc làm, tự lo cho đời mình.

Liên đưa Phong đến giới thiệu Châu. Nghe qua câu chuyện

đau thương của đời nàng, Châu liền kết nạp nàng vào tổ chức và tìm ngay cho Phong một việc làm ở hãng xuất nhập cảng Đông Nam Á, giám đốc là đồng chí của Châu, tài trợ cho tổ chức hoạt động. Có việc làm, Phong không về nhà nữa. Hiểu lầm nàng trốn theo trai, mẹ nàng từ bỏ đứa con gái hư hỏng.

Chương nhìn Phong khác hơn nhìn Tuyền ở lần đầu. Đối với anh, Phong tiêu biểu cho nhục dục còn Tuyền kết hợp được hai thứ nhu cầu của đàn ông: xác thịt và tâm hồn. Trong đời sống, có hai hạng phụ nữ. Một hạng, đàn ông mới nhìn đã thấy bị kích thích, dục tính nổi dậy ngay. Một hạng, đàn ông chỉ thấy nể trọng xen lẫn yêu thương đắm đuối. Tuyền và Phong thể hiện rất trung thực hai hạng đàn bà đó.

Câu nói của Tuyền vừa rồi như gáo nước lạnh buốt tạt mạnh vào mặt Chương. Nhưng anh vẫn chưa chịu buông rơi ước mơ anh đã dệt từ lâu nay. Anh vẫn hy vọng và chờ mong ở Tuyền. Đến bao giờ cũng được, dù đến ngày anh nhắm mắt từ giã cõi đời. Hà không thường xuyên có mặt bên Tuyền. Anh có quyền dệt mộng và hy vọng mộng sẽ hiện thực vào một ngày nào đó.

Tuyền dọn cơm lên bàn. Chỉ có mỗi món nước mắm kho quẹt bay mùi nồng nực. Vừa bới cơm ra chén, nàng vừa mời:

- Xin mời quý quan khách nhập tiệc. Ăn ngay kẻo các món ngon nguội lạnh hết.

Hưng bụm miệng cười. Anh kéo ghế ngồi ngay ngắn, bảo Chương:

- Kính mời ngài. Cụ lười quá bắt tụi con làm cơm, cơm xong rồi đây, xin cụ dời gót ngọc tới ăn đi chớ!

Chương lắc đầu:

- Tao không ăn. Mầy ăn với Tuyền đi.

- Sao không ăn? Giận hả?

- Không, không giận không hờn gì hết. Tao còn no.

Tuyền trêu:

- Không phải no mà cũng chẳng phải giận. Chỉ tại thấy món mắm kho quẹt ảnh chê không ăn đó thôi.

Cơm nóng bốc hơi nghi ngút. Hưng đưa mũi qua lại hít hít:

- Ồ! Cơm nóng mà ăn với cái gì cũng ngon hết. Tập ăn cực khổ cho quen để sau nầy vào khu chiến đấu mình chịu đựng nổi. Sợ có khi bị địch rượt đuổi trốn chui trốn nhủi phải ăn tới củ chuối, lá cây nữa chớ đừng hòng chê cơm với nước mắm kho quẹt.

Chương cho là Hưng chỉ trích, chửi khéo mình. Anh tự biện hộ:

- Tao có chê đâu. Đói là ăn ngay. Cảnh đói khổ mầy vừa nói đó, tao đã trải qua rồi. Vật chất đối với tao không còn có nghĩa gì hết. Đời tao chỉ thiếu… – Anh bỏ lửng câu nói, ngó lung ra ngoài trời.

Vừa nhai, Hưng vừa hỏi:

- Đời mầy chỉ thiếu cái giống gì?

Anh cười tiếp luôn:

- A, thôi tao đã hiểu ra rồi. Đời mầy chỉ thiếu đàn bà. Có phải vậy không?

Chương nổi nóng:

- Tới ngay mầy, thằng Kiểm, thằng Bảo chỉ giỏi xuyên tạc tao thôi. Đàn bà, hừ, đàn bà. Thế giới nầy còn chiến tranh kéo dài cũng chỉ tại đàn bà.

Anh dùng dằng bỏ ra ngoài. Anh giận Hưng và hờn dỗi Tuyền nhẹ nhàng. Không ai hiểu được lòng anh, nhất là Tuyền, đã không tìm hiểu ở anh tình yêu vụng trộm, nàng còn về hùa với các bạn trêu chọc anh, giẫm đi trên thương tích của trái tim anh.

Liên chở Phong trên xe đạp tới đầu cầu gỗ, cả hai cùng xuống xe đi bộ vào nhà. Thấy Chương đang ngồi chò hỏ trước cửa nhà, mặt mày buồn như đưa đám, Phong hỏi Liên:

- Liên, anh Chương làm cái gì mà y như là kẻ thất tình vậy hả?

Liên gằn từng tiếng:

- Ở đó mà thất tình. Làm cách mạng không ai được quyền yêu với đương.

Liên nổi tiếng là người dữ nhất bọn và cũng là một nữ cán bộ hoạt động hăng nhất của tổ chức. Nàng rất ghét ai nói tới tình yêu. Nghe trong bọn có chuyện người này yêu người nọ, nàng đả kích kịch liệt. Càng thương Tuyền bao nhiêu, Liên ghét Hà bấy nhiêu, mặc dù Hà và nàng học cùng lớp và cùng thầy. Nàng không tin tưởng nơi Hà vì Hà có tâm hồn nghệ sĩ. Nàng sợ Tuyền sau này sẽ bị Hà bỏ rơi. Nàng thường căn dặn Tuyền: "Mầy hãy cẩn thận, đừng đặt hết niềm tin nơi ảnh. Rán giữ gìn lấy thân. Mầy mà dễ tánh để ảnh ăn nằm rồi ảnh bỏ rơi thì đời mầy sẽ khổ. Tao ghét mấy thằng cha có tâm hồn nghệ sĩ lắm. Họ lãng mạn và chỉ nghĩ tới xác thịt!" Nể và thương Hưng, Liên ít khi đá động tới cuộc tình giữa anh và Nguyệt. Liên tin Hưng đang say mê chiến đấu, anh sẽ không như Hà. Hà biết Liên không ưa mình. Mỗi lần Tuyền học lại những điều Liên phê phán về mình, anh chỉ cười chế giễu: "Hơi sức đâu để ý tới loại gái già như cô ta. Con nhỏ đó chắc chắn sẽ ở giá tới già!"

Phong nói bâng quơ:

- Tội nghiệp ảnh quá!

Liên cảnh cáo:

- Ê, đừng có lộn xộn nghe bà. Đời bà đã khổ quá rồi, đừng dính vào chuyện đó. Hãy để hết tâm trí vào công tác. Lo cho hạnh phúc của dân, mình thấy sung sướng hơn.

Hai người tới trước cửa nhà. Chương chỉ mỉm cười. Liên

hỏi Hưng và Tuyền. Anh ra dấu cho biết Hưng, Tuyền đang ở bên trong. Liên dựng xe đạp cạnh xe mô-bi-lết, bước vào trong.

Phong dịu dàng hỏi Chương:

- Khỏe không anh?

Chương gật đầu:

- Khỏe.

- Anh làm gì ở ngoài nầy vậy?

- Ngồi chơi!

- Anh ăn cơm chưa?

- Anh không đói.

Phong đưa giỏ xách lên bảo:

- Tụi em có đem đồ ăn nấu sẵn cho hai anh và Tuyền đây nè. Có đói anh vô nhà ăn luôn một thể.

Chương lắc đầu:

- Anh không đói. Em cứ đưa vào nhà cho Hưng và Tuyền ăn đi. Hai người ăn cơm với nước mắm kho quẹt ở trỏng.

Liên gọi Phong đem thức ăn vào.

Tuyền cười:

- Mấy người tử tế hết sức vậy đó. Đợi người ta ăn no cành hông rồi mới đem đồ ăn tới. Thôi, đem cất để dành tối anh Hai có về dọn ra cho ảnh ăn. Tụi nầy no rồi.

Liên tự biện hộ:

- Đáng lý ra mình đem đồ ăn tới sớm, tại vì phải chờ Phong nó đi làm về cùng tới đây một lượt nên chậm mất.

Hưng vỗ lên bụng bình bịch:

- Trời ơi! Ăn bữa cơm nóng với nước mắm kho quẹt nghe nó ngon miệng quá chừng. Điệu nầy uống nước có mà đái dầm đêm nay quá! Anh sẽ cho "Ông Táo" chết trôi tối nay.

Liên quay sang hỏi Tuyền:

- "Hàng" đã tới chưa?

Tuyền gật đầu:

- Xong cả rồi. Tối nay và sáng mai tụi mình xuất quân. Lâu ngày chưa có dịp ra tay, mình thèm cảm giác lạ quá.

Liên nghiêm giọng:

- Chưa ra quân được đâu.

Hưng, Tuyền cùng chồm tới hỏi nhanh:

- Sao vậy?

- Còn chờ đợi gì nữa?

Phong xen vào:

- Không biết có chuyện gì mà lính gác đầy đường trước rạp Cao Đồng Hưng dài lên tới Lăng Ông Bà Chiểu?

Hưng ngả lưng ra sau, thở dài:

- Vậy là kẹt rồi! Kế hoạch vỡ cha nó rồi.

Tuyền đưa sáng kiến:

- Đâu phải tụi nó canh gác suốt đêm? Mình đợi tụi nó giải tán rút về hết rồi sẽ ra tay. Chỗ nào vừa xảy ra bố ráp, canh gác, mình hành động liền ngay sau đó sẽ ít gặp nguy hiểm hơn.

Liên phản đối:

- Không được hành động liều lĩnh như vậy. Họ có thể gài người ở lại để bắt nguội. Nguy hiểm lắm.

Hưng gật gù tán thành:

- Anh cũng nghĩ như vậy. Đùa giỡn trên mũi công an, cảnh sát, mật vụ nguy lắm. Chẳng thà mình gác lại một vài ngày sau chắc ăn hơn.

Tuyền lo nghĩ:

- Anh Hai biết được, ảnh rầy chết luôn. Ảnh tin tưởng sáng ngày mai cả vùng Gia Định sẽ bàn tán xôn xao về truyền đơn của tổ chức mình.

Chương trở vào nhà. Anh góp ý:

- Không rải bữa nay, ngày mai thì sẽ rải hoặc vào ngày khác. Chiến đấu là trường kỳ chớ có phải một hai ngày là chúng ta sẽ hoàn thành được sứ mạng cao cả đâu! Thà cả vùng Gia Định chưa bàn tán xôn xao về tài liệu, truyền đơn của tổ chức còn hơn là anh Châu được tin người của tổ chức bị bắt và tổ chức bị đặt trong tình trạng báo động.

Liên phụ họa:

- Anh Chương nói rất có lý. Chậm mà chắc ăn còn hơn là đúng theo lịch trình hoạt động mà phiêu lưu, mạo hiểm có hại cho tổ chức. Gặp nghịch cảnh chớ nào phải tụi mình chểnh mảng công tác không hoàn thành được sứ mạng?

Mọi người còn đang phân vân chưa biết dứt khoát như thế nào thì chợt Liên khẽ kêu lên:

- Kìa, kỉa, ông nhà thơ, nhà văn lại mò tới nữa rồi kìa!

Bao nhiêu cặp mắt cùng đổ dồn ra ngoài. Hà cưỡi Vespa đang đổ dốc cầu gỗ. Tuyền vụt đứng lên. Liên kéo nàng ngồi trở xuống ghế, cằn nhằn:

- Mầy làm cái gì vậy? Thấy ảnh tới là mầy quýnh quáng lên vậy hà! Cứ tỉnh bơ như tụi tao được không?

Tuyền không dối được lòng mình. Mỗi lần gặp lại Hà, nàng cảm thấy đời mình bớt ghẻ lạnh, đơn côi. Mặc cho bạn bè kỵ Hà, nàng vẫn tin tưởng tuyệt đối nơi Hà. Tuy nhiên, trước mặt đông người, nàng phải bào chữa:

- Có gì quýnh quáng đâu. Mình vẫn bình thường thôi.

Sắc mặt Liên vẫn nghiêm nghị:

- Thôi đi, đừng có xạo. Tao thấy tận tim đen mầy.

Hưng bênh Tuyền:

- Chuyện cũng dễ hiểu thôi. Đã là con người thì ai cũng thế.

- Anh còn vậy biểu sao anh Hà không lừng cho được? Đầu dây mối nhợ đều do anh hết, tại anh hết!

- Tại sao lại do anh, tại anh? Kỳ lạ chưa? Anh có làm mai mối cho hai đứa tụi nó đâu?

Liên hò hét:

- Anh không mai mối nhưng anh làm thinh không có ý kiến gì hết, thậm chí anh còn làm hộp thư, làm người phát thư cho Tuyền và thằng cha Hà nữa. Em nói cho anh biết trước, Tuyền nó có bề gì, anh phải nhận hết trách nhiệm.

Hưng cười ngất:

- Chuyện gì kỳ cục vậy? Khi không rồi kẻ ăn mắm người khát nước khơi khơi vậy hè?

- Ừa, như vậy đó để anh liệu hồn giữ gìn cho con Nguyệt.

Tuyền nhìn chừng ra cửa đợi Hà bước vào. Gần nửa tháng nay, không gặp Hà, nàng cũng đã thấy nhớ nhớ.

Hưng cười hì hì:

- Anh thì khỏi phải lo. Anh với Nguyệt xem nhau như đôi bạn chí thiết cùng theo đuổi một chí hướng.

Tuyền khẽ nói với Liên:

- Mầy đừng quá cứng rắn với anh Hà, tội nghiệp ảnh. Dù sao ảnh cũng là bạn cùng lớp, cùng thầy với mầy ngày nào.

Liên cười gằn:

- Đã đành là vậy rồi nhưng tao thấy ảnh yếu quá. Giữa lúc anh chị em chiến đấu gian khổ, hiểm nguy, ảnh vẫn bám theo đít Ngô Đình Diệm làm công chức mỗi tháng xòe tay lãnh vài ngàn bạc. Tao không biết tại sao mầy còn dan díu với thằng chả?!

Hà dựng xe, bước vào nhà. Anh lớn tiếng:

- Chào tất cả anh chị em. Chào mọi người. Lâu quá mới gặp mặt đông đủ như vầy.

Hưng vỗ lên vai Hà:

- Gió nào đưa mầy lạc tới đây vậy? Tao tưởng mầy quên hết bạn bè rồi chớ!

- Bận nhiều việc quá. Tao vừa đi một vòng các tỉnh Hậu Giang săn tài liệu viết bài cho tờ báo của Bộ. Vừa về tới là tao chạy ngay lên đây thăm tụi bây.

Tuyền để lộ niềm vui mừng ra mặt; nàng muốn đứng lên đến bên Hà, nhưng Liên đạp chân giữ chặt nàng trên ghế.

Hà chồm tới hỏi Chương:

- Mầy cũng mạnh hả Chương? Chuyến công tác tới, có lẽ tao xin đi ra Bình Định. Tao sẽ kiếm cho bằng được quê quán mầy.

Chương cất giọng buồn hiu:

- Còn ai ở quê quán mình nữa đâu mà mầy tìm với kiếm? Bom đạn hai bên đã giết gần sạch hết rồi.

Anh lững thững đi ra sau bếp. Anh không muốn nhìn thấy cảnh gặp gỡ giữa Hà và Tuyền. Anh tự biết mình thừa thãi bên cạnh hai người. Thà tránh mặt, đừng thấy còn hơn là ngồi lại đây chứng kiến người mình yêu trộm, nhớ thầm vui sướng gặp lại người tình của nàng.

Hà quay sang hỏi Phong:

- Còn Phong thì sao? Vẫn còn làm chỗ cũ chứ? Đã được tăng lương chưa?

Phong tươi cười đáp:

- Em vẫn còn làm chỗ cũ. Em chẳng chú ý tới lương, có đủ xài là được rồi.

- Nếu Phong thích đổi không khí, tôi sẽ giới thiệu Phong vào làm cán bộ Công dân vụ. Ở đó họ đang tuyển người.

Liên vội can thiệp bằng một giọng xẵng lè:

- Thôi đi, để cho người ta yên thân. Nó có cần làm công chức, cán bộ đâu mà anh đòi giới thiệu? Trong bạn bè cũ, đã có người làm tay sai cho Diệm đủ rồi.

Hà vẫn giữ bình tĩnh. Anh cười trêu chọc Liên:

- Tới năm nay rồi mà em vẫn còn cái tật cũ. Bỏ cho rồi đi em. Gặp anh là em sủa rân lên vậy hà!

Liên trợn mắt:

- Anh cho tôi là chó hay sao mà sủa rân lên? Ăn nói cái giọng móc họng của anh ai mà chịu nổi?

Hà phì cười:

- Anh nói đùa cho vui vậy mà. Đừng nóng Liên em! Anh em mình lâu lắm mới gặp lại nhau, em giận làm mất vui đi!

Tuyền cúi gầm mặt, giấu kín nỗi buồn trong ánh mắt. Xa nhau lâu ngày rồi gặp lại nhau trong hoàn cảnh này, Tuyền không thể bày tỏ cho Hà thấy nỗi niềm nhớ thương của nàng. Nàng đoán trước rồi đây Liên sẽ thẳng tay công kích Hà. Hà có chịu đựng nổi không hay là anh sẽ phản công lại? Cãi vã sẽ diễn ra làm đổ vỡ tình bạn cũ?

Trước đây, nhờ có Châu can gián mà Liên không dám nặng lời với Hà. Lần nào Châu cũng giảng hòa. Nể trọng Châu, Liên – Hà không dám làm người anh cả buồn phiền. Bữa nay, Châu vắng mặt, Liên và Hà chắc sẽ không nhường nhịn nhau.

Hà đến bên Tuyền, âu yếm hỏi:

- Em vẫn khỏe chứ? Em có hay về thăm chị Ba Mỹ Ngọc và chú Sáu không?

Tuyền lắc đầu:

- Em bận nhiều việc quá. Em định vài hôm nữa sẽ ghé qua thăm chị Ba và chú Sáu.

Nắm tay Tuyền, Hà đề nghị:

- Hay là anh chở em về thăm chị Ba rồi tạt qua thăm chú Sáu luôn. Em đồng ý chứ?

Liên gạt tay Hà rời khỏi cánh tay Tuyền, nạt đùa:

- Thôi đi! Anh đừng có dụ dỗ người ta. Tuyền nó chưa ở không. Tụi nầy còn nhiều việc phải làm có ích lợi hơn.

Hà ngó Hưng. Hưng ngả lưng ra thành ghế, rùn hai vai tỏ ý bất lực. Hà không có ý nhờ Hưng can thiệp khuyên Liên không nên gay gắt với mình. Anh muốn gián tiếp phân trần với người bạn thân nhất đời anh về thái độ vô lý của Liên. Anh đủ sức đối phó với người bạn gái khó tính ấy.

Anh ngồi xuống ghế cạnh bên Tuyền. Anh muốn hôn người yêu, nói bên tai nàng niềm thương, nỗi nhớ. Thấy Tuyền ngồi lặng thinh không dám có ý kiến gì bênh vực anh, anh càng yêu quý Tuyền hơn. Anh hiểu rõ bản tính của Tuyền. Nàng quý bạn và nể bạn. Ít khi nàng làm bạn bè phật lòng. Cuộc sống côi cút bị đời đá lên đá xuống như trái banh, đã tạo cho Tuyền một sức chịu đựng thật gan lì. Sức chịu đựng của nàng là bờ đê ngăn nước bằng bê tông cốt sắt. Chỉ khi nào kẻ khác chạm mạnh tới danh dự và sự sống còn của nàng, bờ đê ấy sẽ vỡ ra và hàng nghìn tấn nước sẽ đổ chụp lên đầu kẻ ấy.

Hà nhìn thẳng vào mặt Liên hỏi:

- Em muốn gì ở anh chứ? Em nói đại ra đi. Nói hết một lần rồi anh em mình hoặc giảng hòa với nhau hoặc sẽ không còn nhìn mặt nhau nữa.

Tuyền khẽ nói với Hà:

- Thôi anh à! Nhịn Liên một chút có sao đâu? Anh em với nhau cả mà! Em khổ quá!

Liên ngắt đôi câu nói của Hà:

- Anh muốn vậy cũng được. Sau lần nầy tôi và anh sẽ không còn nhìn mặt nhau nữa, và tôi cũng không muốn anh gặp lại tất cả anh em của bọn tụi tôi.

Hà nghiêm mặt:

- Em ra lịnh cho anh đó à?

- Lịnh hay quyền lợi của tổ chức, anh muốn hiểu sao cũng được hết.

- Anh làm gì chạm tới quyền lợi của tổ chức chứ?

- Anh tự hiểu lấy.

- Anh không hiểu gì cả.

- Tại vì anh không muốn hiểu mà thôi.

Hà đưa tay lên cao rồi buông xuống mặt bàn:

- Không tài nào hiểu nổi.

Hưng gõ nhịp lên mặt bàn, mỉm cười. Hà hỏi anh:

- Hưng, mầy biết tại sao thì nói phứt ra cho tao hiểu ý muốn của Liên đi?

Hưng hất tay về phía Liên:

- Mầy hỏi thẳng Liên đi. Tao thấy cả hai người có cái lý của riêng mình.

Liên bảo Tuyền:

- Mầy theo Phong vào trong đi. Để tao làm việc với anh Hà một chút.

Tuyền cũng muốn né tránh cuộc xung đột giữa người yêu và bạn đồng chí. Nàng đứng lên nói với Hà:

- Chút nữa em sẽ gặp riêng anh.

Liên giục:

- Tụi bây vào trong đi. Lẹ lên.

Hà kê Liên:

- Tuân lịnh nữ lãnh tụ đi các em, kẻo bị khai trừ ra khỏi đảng bây giờ.

Liên giận run:

- Anh ăn nói mất dạy vừa thôi nghen. Tôi không nhịn được anh nữa đâu.

Tuyền nhăn nhó:

- Thôi mà! Em xin can hai người. Cùng một nhóm với nhau sao lại xem nhau như kẻ thù vậy? Khổ quá!

Liên đứng lên đẩy Tuyền, Phong ra sau bếp, nghiến răng:

- Tụi bây tránh mặt đi. Để tao đối phó với anh ấy.

Hà nhìn Hưng che miệng cười. Hưng nói khẽ:

- Mầy tới số rồi. Chọc tới bà chằn lửa thì mầy liệu mà đối phó.

- Tao có lập trường của tao. Tao biết cô ấy muốn cái gì rồi. Tao cho cô ta một bài học.

Đẩy Phong, Tuyền rời khỏi "chiến trường" xong, Liên quay trở lại nghe lọt câu của Hà. Nàng vỗ bàn bảo:

- Bài học gì? Nói đi.

Vẫn với giọng nhỏ nhẹ, Hà nói như ra lệnh:

- Liên chất vấn đi, anh xin ngoan ngoãn trả lời. Bắt đầu đi!

Giọng Liên bén ngót:

- Anh có xấu hổ với chính anh không?

Hà cười:

- Chẳng có gì đáng gọi là xấu hổ hết. Từ ngày rời ghế nhà trường ra đời tới giờ, anh chưa ăn cắp, giết người lần nào.

- Nhưng anh đâm sau lưng anh em.

Hà trợn mắt:

- Đâm sau lưng anh em? Anh đâm ai?

Liên cười nhạt:

- Khéo giả vờ không! Tôi không tin một người thông minh như anh chưa nhận ra hành động và tư tưởng của mình. Anh thừa biết bọn nầy đang gian khổ chiến đấu chống lại Cộng sản và Quốc gia, anh vẫn chạy theo phụng sự một trong hai kẻ thù của anh em. Như vậy có phải là anh đâm sau lưng anh em không?

Không để Hà kịp nói thêm một lời nào, Liên bồi thêm:

- Anh là học trò cưng nhứt của anh Châu. Anh Châu hết mực thương mến anh, đặt hết tin tưởng ở anh với hy vọng sau nầy ra trường, anh trở thành một người yêu nước thương dân. Anh chắc còn nhớ, trong giờ dạy Sử ký, anh Châu đã đem anh ra so sánh với thằng Bảo Long – con của tên vua bù nhìn Bảo Đại. Anh Châu nói rằng: “Nếu đem Hà ra so sánh với Bảo Long thì Hà nó thông minh, giỏi hơn tên đó gấp bội. Tại nó là con của Bảo Đại, con vua nên nó được tôn sùng, nó được mọi người biết tới, nhưng Bảo Long sẽ nối gót theo cha làm một tên vua bù nhìn, vô dụng và nếu cần, nó sẽ bán cho ngoại bang đất nước nầy, dân tộc nầy. Hà, nếu nó có tâm hồn yêu nước, thương nòi, sau nầy, nó sẽ trở thành một chiến sĩ ái quốc. Giữa Hà và Bảo Long, nhân dân sẽ chọn Hà. Thầy sẽ chọn Hà…” Anh Châu đã lầm to và anh Châu đã xấu hổ có một người học trò như anh.

Hà không nao núng trước đòn tấn công dữ dội của người bạn học. Anh mỉm cười hỏi:

- Anh Châu buộc tội anh hay là em?

- Mọi người đều cho là như vậy hết.

- Nhưng anh muốn biết rõ có phải là anh Châu buộc tội anh hay không?

- Đợi anh Châu nói thẳng ra điều đó thì…

- Thì sao?

Liên hơi lúng túng:

- Anh Châu là người tế nhị, ảnh chờ xem anh… có thay đổi được không?

Hà rùn vai, nhìn Hưng cười:

- Vậy là anh Châu chưa phê phán anh. Đủ cho em và những ai vội vàng cáo buộc anh suy nghĩ lại, soát xét thái độ hấp tấp của mình.

Liên nhìn thẳng vào mặt thản nhiên của Hà, gằn từng tiếng:

- Vậy anh cho là anh vô tội à?

Hà cười:

- Luận tội một người không phải là một chuyện dễ. Với kẻ thù, chúng ta muốn kết tội họ, chúng ta còn phải có tòa án xét xử họ đôi ba lần kia mà. Còn với một người chưa phải là kẻ thù, sao mấy người vội vàng lên án, kết tội họ mà không chịu tìm hiểu họ? Đó có phải là thứ cách mạng quá khích, cách mạng ấu trĩ không? Một người chưa thực sự gia nhập vào tổ chức, vào đoàn thể, vào đảng là kẻ thù của tổ chức, đoàn thể và của đảng đó hay sao? Em chống Cộng sản mà quan niệm giống họ quá vậy? Không yêu Đảng Cộng sản, còn ở ngoài Đảng là kẻ thù của Đảng, đó là tư tưởng độc tài đảng trị của Đảng Cộng sản.

Anh bẻ cong lập luận của Liên:

- Ngay sau khi Hiệp định Genève được ký kết, anh, Đáng và Ẩn nhận được lịnh anh Châu đào ngũ rời khỏi Binh chủng Hải quân, gia nhập vào Đoàn Cán bộ dưới chánh phủ Ngô Đình Diệm, với công tác tạo hậu thuẫn cho Diệm truất phế Hoàng đế Bảo Đại và lũng đoạn hàng ngũ của Bình Xuyên. Anh đã làm tròn nhiệm vụ do anh Châu ủy thác là kết hợp với cán bộ nòng cốt ở tỉnh Phú Yên mở chiến dịch tuyên truyền chống bù nhìn Bảo Đại và truất phế ông ta. Anh thuyên chuyển vào Sài Gòn tham gia vào Hội đồng Trung ương Chiến dịch Tố Cộng do ông Đổng lý văn phòng Bộ Thông tin là Khải Trạch làm chủ tịch cũng do ý muốn của anh Châu. Anh xoay sở lọt vào làng văn, làng báo cũng do nơi anh Châu thúc đẩy. Như vậy, anh có phải là tên học trò phản bội thầy không?

Hưng mỉm cười tỏ ý bằng lòng cách đỡ đòn vững chắc của người bạn thân nhất đời anh.

Hà chỉ Hưng bảo:

- Em cứ hỏi Hưng coi có đúng như vậy không? Hưng nắm vững từng đoạn đời của anh từ ngày anh đào ngũ ra khỏi Hải quân.

Hưng gật đầu xác nhận:

- Đúng, mầy làm việc gì cũng có ý kiến và sự ưng thuận của anh Hai. Tao ở bên cạnh anh Hai, tao biết rõ từng thời kỳ hoạt động của mầy.

- Vậy tại sao mầy không trấn áp sự nông nổi và đả thông sự hiểu lầm của Liên?

Hưng cười:

- Liên có đưa mầy lên bàn mổ trước mặt tao đâu?

Hà so vai:

- Tao xét thấy không bịnh tật gì hết mà phải bị đưa lên bàn mổ!

Liên vẫn bám cứng vào cáo buộc của mình:

- Anh cho là hiện nay anh đang công tác cho đường lối của anh Châu? Anh có biết anh đang phục vụ cho ai, cho một bọn người nào không? Diệm là ai? Nhu là ai? Huyền thoại chí sĩ Ngô Đình Diệm đã và đang mê hoặc lương tâm anh, đồng lương mỗi tháng đang làm mờ mắt anh. Ngô Đình Diệm do Mỹ đào tạo và đưa về nước để lật đổ, truất phế tên vua bù nhìn Bảo Đại, mở cửa cho Mỹ bước vào miền Nam thay chân Pháp. Hắn là tay sai của ngoại bang như chánh quyền Hà Nội là tay sai của Nga, Tầu hiện nay. Anh phụng sự một tên tay sai của ngoại bang, anh là tay sai của ngoại bang.

Hà lại cười. Thái độ bình thản của anh càng làm cho Liên thêm bực tức. Nàng cho rằng Hà ngạo mạn, khinh nàng không phải là đối thủ của anh và hành động của anh là đúng.

Anh rót thêm dầu vào lửa giận của Liên:

- Dù sao đi chăng nữa, Quốc gia cũng là một thực lực đang trực diện chống lại Cộng sản. Đối thủ lợi hại vẫn là Cộng sản và chánh quyền Quốc gia được quốc tế, nói rõ hơn là thế giới tự do, công nhận là một tiền đồn ngăn chặn làn sóng đỏ tràn ngập khắp vùng Đông Nam Á. Nó có là cứt đi nữa thì cũng ít thúi hơn đống phân Cộng sản.

Liên hò hét:

- Nhưng đó là lực lượng tay sai của đế quốc, là vật hy sinh cho cuộc thí nghiệm của hai siêu cường Nga, Mỹ, của hai ý thức hệ Cộng sản và Tư bản. Kẻ nào phục vụ cho hai con cờ đó là phản bội lại quyền lợi của dân tộc và sự tồn vong của Tổ quốc Việt Nam.

Hưng nhìn Hà. Anh không thể phủ nhận điều Liên vừa ném mạnh vào tâm tưởng Hà, vì chính anh là kẻ đang dấn thân vào cuộc đấu tranh chống lại mọi ảnh hưởng ngoại lai muốn dùng mảnh đất hình chữ S này, và nhân dân nhỏ bé này làm vật thí nghiệm cho tham vọng chính trị quốc tế của họ.

Anh góp ý để làm dịu bớt sự căng thẳng giữa hai người bạn:

- Hà à! Liên rất có lý. Nếu mầy chịu khó suy nghĩ sâu hơn, mầy sẽ nhận ra nguy cơ của dân tộc và Tổ quốc chúng mình. Nhiệt tình của tuổi trẻ nên được sử dụng đúng nơi, đúng chỗ có lợi thiết thực cho dân và cho nước. Chống Cộng là nhu cầu thiết yếu, nhưng cứ nhắm mắt lao theo Quốc gia chống Cộng, chúng ta vô tình đem bán linh hồn cho hai "ác quỷ" đem quê hương, dân tộc nầy làm tay sai cho đế quốc Cộng sản và Tư bản. Mầy nên suy nghĩ lại, đem trái tim đầy nhiệt huyết của mầy mưu tìm một lối đi chín chắn cho dân tộc Việt Nam.

Hà đập đập lên tay Hưng:

- Tuyên truyền như mầy mới giác ngộ được kẻ mà bọn tụi mầy cho là có lỗi, có tội với tổ chức, đoàn thể hoặc đảng phái và mời gọi được người dân tham gia vào cuộc đấu tranh chung. Còn chưa chi đã chụp mũ, lên án thì còn giác ngộ được ai, còn kết nạp được ai?

Liên gay gắt:

- Không ai cần anh giác ngộ và cũng không cần có thêm anh vào đại cuộc.

Hà rùn vai:

- Không cần thì thôi! Bao giờ cần thì cứ nói cho tôi biết.

Anh định xuống bếp. Liên hỏi:

- Anh đi đâu đó?

- Ra sau gặp Tuyền.

- Anh đừng gặp nó nữa. Tuyền không còn muốn thấy mặt anh.

- Tại sao Liên biết?

- Nó không muốn có một người yêu không cùng chí hướng với nó. Cách mạng đang cần sự đóng góp tích cực của nó. Anh không nên làm suy nhược tinh thần nó bằng chuyện yêu đương thường tình.

Hà không giữ lòng bình tĩnh được nữa; Liên can thiệp vào lập trường, tư tưởng anh, anh còn nhịn được, nhưng khi Liên chạm tới tình yêu giữa anh và Tuyền, anh có thái độ dứt khoát:

- Liên, cô không nên tỏ ra vô lý như vậy nhá! Cô đã đi quá trớn, nếu không muốn nói là cô đã trơ trẽn xen vào đời tư của kẻ khác. Tôi và Tuyền yêu nhau, cô có quyền gì cản trở chứ?

Liên quyết liệt hơn:

- Tuyền là đồng chí của tụi tôi. Đời sống tinh thần của nó đã gắn liền với tập thể, với tổ chức. Người nó chọn làm chồng phải được tập thể và tổ chức chấp nhận. Nó không thể yêu và lấy một người nằm ngoài tổ chức, khác với lập trường và chí hướng của nó.

- Cô và tổ chức của cô muốn đem gả Tuyền cho ai?

- Cho ai cũng được hết miễn là người đó cùng tâm hồn với nó và có lợi cho tổ chức, cho công cuộc đấu tranh mưu tìm hạnh phúc, độc lập, chủ quyền của dân tộc, đất nước nầy.

Hà lầm lì bỏ đi. Liên gọi lớn:

- Hà, anh Hà!

Hưng can gián:

- Thôi đi Liên. Để cho hai đứa tụi nó gặp nhau.

Liên hậm hực:

- Không, không được. Anh ta sẽ làm hỏng mất cuộc đời Tuyền, lý tưởng của Tuyền.

- Chúng ta nên để Tuyền quyết định.

- Tuyền coi vậy chớ yếu đuối lắm. Nghe lời ngon tiếng ngọt của ảnh, nó không thể bỏ ảnh đâu. Chúng mình phải giúp nó phấn đấu thoát ra khỏi cạm bẫy của nhục dục. Lấy được Tuyền, ảnh sẽ bỏ Tuyền cho coi.

Vừa đi Hà vừa lầm bầm:

- Con gái già vô lý hết sức. Nó làm trời quá!

Đi ngang qua cửa buồng, Hà nghe tiếng gọi khẽ:

- Anh Hà! Anh Hà!

Hà đứng lại thấy Tuyền đang vẫy gọi mình. Anh bước vào,

liếc mắt nhìn chừng ra trước xem Liên có theo mình không. Liên đang bị Hưng cầm chân ngoài ấy. Anh định ôm chầm lấy Tuyền. Tuyền nói nhanh:

- Có Phong trong nầy.

Phong đang ngồi trên giường, vụt đứng lên bảo:

- Mình ra sau bếp một chút.

Đi ngang qua Hà, Phong vỗ nhẹ lên vai anh, dịu dàng:

- Anh cứ tự nhiên. Liên nó gắt gao quá. Vì quá thương Tuyền, nó khắc nghiệt với anh. Anh đừng buồn, giận nó.

Hà tươi cười:

- Cảm ơn Phong. Tôi vẫn xem Liên như một người em gái. Tất cả những gì làm tôi quan tâm hơn hết là lòng Tuyền đối với tôi.

Phong vừa khuất sau cửa buồng, Hà chụp lấy vai Tuyền kéo nàng sát vào ngực. Anh hôn lên tóc nàng, âu yếm hỏi:

- Em có nhớ anh không?

Tuyền rưng rưng nước mắt:

- Em khổ tâm quá! Hoàn cảnh thiệt là khó xử. Một bên là anh, một bên là… đoàn thể, tổ chức.

Nâng cằm Tuyền lên, Hà đặt lên môi nàng một nụ hôn. Tuyền nhắm nghiền đôi mắt. Nàng nghe rõ tiếng con tim đập mạnh. Hơi ấm người Hà truyền sang khắp cơ thể nàng. Nàng run lên se sẽ. Hà rót vào tai nàng những lời tha thiết:

- Nếu em thành thật yêu anh, anh sẽ đạp lên mọi chông gai, trở ngại đến với em và sống trọn đời bên cạnh em. Nếu em đồng ý, anh sẽ hỏi cưới em ngay. Tuyền, em chấp nhận không?

Tuyền lắc đầu, rên siết:

- Không, không thể được đâu anh ơi!

- Tại sao? Em sợ tổ chức không nhận anh phải không?

Hay là em sợ con Liên nó cản trở, ngăn cấm em lấy anh?

- Không phải thế.

- Vậy chớ sao? Em nói thẳng ra đi. À hay là em muốn anh gia nhập vào tổ chức của anh Châu, anh sẽ trở thành như Hưng, như Liên, như Chương, như em,... Chừng đó, em mới có thể lấy anh?

Tuyền chưa kịp đáp, Hà tiếp luôn:

- Nếu có phải vậy thì ngay từ ngày mai, anh sẽ tìm anh Châu xin ảnh kết nạp anh ngay.

Giọng Tuyền thật buồn:

- Anh gia nhập vào tổ chức không phải vì lập trường, lý tưởng của một người đã giác ngộ đường lối Dân tộc Tự quyết, đem thân mình, dâng hiến trọn đời mình cho mưu cầu tìm con đường lý tưởng của dân tộc Việt Nam, mà chỉ vì muốn cưới em! Như vậy, trước sau gì anh cũng bị tổ chức, đoàn thể khai trừ.

Hà thở ra. Thì ra Tuyền cũng muốn anh rời bỏ chính quyền Quốc gia, quay lưng lại với chính quyền ấy để cùng với nàng lao vào một cuộc đấu tranh mà anh chưa nhận ra chân lý và mục tiêu tranh đấu rõ ràng của nó. Trước mắt anh chỉ có hai chiến tuyến: Quốc gia và Cộng sản. Hoặc đứng bên kia hoặc theo về với bên này để xác định lập trường, minh định lý tưởng của đời mình. Đối với Cộng sản, dù anh chưa biết rõ nó là gì và sẽ ra sao về sau, anh không thể trốn vào khu theo những người mà đại đa số nhân dân miền Nam tôn thờ, yêu mến và cho rằng họ là những người yêu nước chân chính. Anh đứng hẳn bên phía Quốc gia chiến đấu và anh nghĩ rằng anh đã đóng góp vào trận tuyến chống độc tài đảng trị, chống lại một chủ nghĩa ngoại lai, bảo vệ thành trì tự do. Anh tự cho mình là một chiến sĩ, một chiến sĩ tự do đang hăng say làm tròn bổn phận của mình. Anh vẫn yêu đắm đuối dân tộc anh, quê hương anh và không để cho miền Nam yêu quý của anh lọt vào tay những người từ miền Bắc tràn xuống.

Anh tự biện hộ:

- Anh không phải là thằng con trai vô lại chỉ ích kỷ nghĩ đến quyền lợi của riêng mình. Anh cũng là kẻ đang hiến dâng đời mình cho sự sống còn của nhân dân một nửa đất nước nầy. Anh muốn xứng đáng với chính anh và xứng đáng với một người có tâm hồn cao đẹp như em.

Tuyền nắm tay Hà siết chặt:

- Anh, đang chiến đấu với tất cả chân tình của mình, dù ở phía bên nầy hay bên kia, ai cũng cho là mình có lý và tự nhận mình là một chiến sĩ yêu nước; nhưng con đường mà mình theo đuổi đó có phải là con đường lý tưởng của dân tộc mình không, có phải là con đường thực sự giải phóng dân tộc, đất nước mình ra khỏi ảnh hưởng của một ngoại bang, một siêu cường nào đó không? Đó mới chính là điều mà một chiến sĩ yêu nước cần suy nghĩ và chọn lựa.

Nhìn đắm đuối vào đôi mắt ươn ướt của Tuyền, Hà chất vấn:

- Chính em cũng cho rằng con đường anh theo đuổi vẫn sai trái nữa sao? Và em cũng không muốn làm vợ một người không đi chung một đường với em?

Tuyền lắc đầu:

- Em… chưa tìm ra giải đáp dứt khoát. Thật khó cho em quá!

Hà chép miệng thở dài:

- Thôi được rồi. Anh không dám ép em. Anh để em suy nghĩ. Tất cả đều do em, tùy nơi em.

Anh siết chặt một bên vai Tuyền:

- Anh về. Anh sẽ để yên cho em thực hiện hoài bão của em. Anh về!

Anh bước vội ra cửa buồng. Tuyền chồm tới gọi nhanh:

- Anh, anh Hà!

Hà quay lại. Tuyền nghèn nghẹn:

- Thỉnh thoảng anh… ghé qua thăm em. Cố hiểu… cho em! Em còn quá nhiều… bổn phận.

Hà lặng thinh đi thẳng ra ngoài phòng khách. Hưng hỏi:

- Hà, mầy về à?

- Tao về!

Liên tỏ vẻ đắc ý. Nàng đoán chính Tuyền đã từ chối không đi chơi với Hà nên Hà hờn dỗi bỏ về. Nàng cho là mình đã thắng. Nàng nói trổng:

- Mong rằng người ta sẽ để yên cho Tuyền. Đừng ai tìm đến đây hay bất cứ đâu phá rầy nó nữa.

Hà trừng mắt lớn tiếng:

- Liệu hồn cô đó nghen. Phá rầy Tuyền hay phá rầy cô rồi cô sẽ biết. Coi chừng tôi đó.

Anh nện gót giày đi nhanh ra ngoài. Tiếng máy xe Vespa nổ giòn, xa dần rồi mất hút.

Hưng thở dài:

- Tội nghiệp nó quá! Chắc là nó buồn lắm!

Liên cười gằn:

- Đáng kiếp thằng chả lắm. Ăn học giỏi hơn tất cả các bạn mà lại lú lẫn, u mê chạy theo một tên làm tay sai cho ngoại bang. À mà nầy anh Hưng, thấy chả vừa hăm dọa phải không?

Hưng biện hộ cho Hà:

- Nó tức giận em nói vậy chớ nó có hăm dọa gì đâu!

- Thằng chả nói: "Coi chừng tôi" kia kìa! Hạng người đó dám làm liều lắm anh ơi! Coi chừng hắn đi tố cáo tụi mình!

Tuyền bước ra đỡ cho người yêu:

- Đừng đánh giá thấp anh Hà. Ảnh không phải hạng người Liên tưởng đâu.

Liền trề môi:

- Xí, ở đó mà binh vực anh ấy? Mầy yêu thương anh nên mầy tô điểm cho tâm hồn ảnh. Mình nên cảnh giác là hơn.

- Bề nào anh Hà cũng là học trò yêu của anh Châu. Học trò lại đi nỡ hại thầy sao?

Liên mỉa mai:

- Ở đời thiếu gì hạng học trò, bạn bè loại Bàng Nguyên? Đối với họ, tình thầy trò như cỏ rác, nếu cần đánh đổi một chút danh lợi, họ sẽ bán đứt thầy và bạn ngay.

Hưng hỏi đố:

- Nếu Hà nó là hạng người như em nói đó thì mình biết phải đối phó làm sao đây? Chỗ nào bí mật của tụi mình, nó cũng biết hết.

Liên càu nhàu:

- Cũng tại anh Hai hết trọi. Ở đâu, anh Hai cũng cho anh ta tự do tới lui. Nếu anh ta phản bội, tổ chức bị vỡ, anh em bị bắt hết thì anh Hai phải lãnh một phần lớn trách nhiệm. Hay là mình… – Nàng bỏ lửng câu nói, nhìn trừng trừng ra ngoài trời.

Hưng cau mày hỏi:

- Hay là sao? Ý em muốn nói gì?

Tuyền hơi tái mặt. Nàng hiểu rất nhanh câu nói bỏ dở của Liên. Nàng vừa muốn chặn lại thì Liên đã nói toạc ra ý muốn của mình:

- Phòng bịnh hơn là chữa bịnh. Mình phải ra tay trước đừng để nước tới trôn nhẩy không còn kịp nữa. Phải báo tin nầy ngay cho anh Đồng và anh Hải hay liền.

Nghe nhắc tới Đồng và Hải, Tuyền tái mặt. Nàng biết rõ

tính tình của hai đồng chí này và nhiệm vụ của hai người trong tổ chức. Hải là tổ trưởng tổ kỷ luật, Đồng là phó; dưới tay hai người còn có Năm, Thanh và Hội – ba trùm du đãng ngự trị ba vùng: Gia Định, Cầu Muối và Xóm Chiếu. Khi cần thanh toán đối phương hay thanh trừng nội bộ, xử tử kẻ phản bội, Hải và Đồng điều động ba tên trùm ấy giao cho họ công tác khẩn. Chưa một lần nào công tác bị thất bại.

Tuyền run bần bật:

- Liên ơi! Mầy… muốn giết… anh Hà sao hả? Trời ơi! Tội… tội quá… Liên ơi!

Giọng Liên cứng rắn:

- Vì quyền lợi của tập thể mình phải hy sinh một cá nhân.

Hưng can gián:

- Liên, em không nên hành động như vậy. Dù sao Hà nó cũng là bạn của chúng mình.

- Nhưng anh ta không là đồng chí của chúng ta và anh ta còn hăm he nữa. Anh ta ghét em, oán em, muốn hãm hại em. Hại em tức là hại cả tổ chức, cả đoàn thể. Để anh ta yên tức là chúng ta tự giết chết chúng ta. Thằng Lũy trước đây cũng đã phản bội và nếu anh Hải, anh Đồng không ra tay kịp thì cả bọn đã bị túm gọn hết rồi.

Tuyền cố trấn tĩnh, nghiêm nghị bảo:

- Liên, tao cấm mầy mưu giết anh Hà. Tại sao mầy có đủ can đảm giết chết một người bạn chứ?

Liên cười nhạt:

- Mầy còn yêu anh ta mầy sợ anh ta chết, đó là chuyện của riêng mầy. Còn tao, tao phải nghĩ tới sự sống còn của tổ chức, sự an toàn của tất cả mọi người.

Tuyền thu hết can đảm:

- Nếu mầy giữ nguyên ý định giết anh Hà, tao sẽ bước ra

khỏi tổ chức nầy ngay. Anh Hà chết, tao sẽ…

- Mầy sẽ chết theo ảnh à? Ồ, sao mà còn tình cảm thường tình dữ vậy Tuyền? Làm cách mạng, ta phải dẹp bớt tình cảm cá nhân để dâng trọn con tim mình cho đại cuộc. Tình yêu đối với một cá nhân nhỏ bé có thể đánh đổi được với tình yêu dân tộc, tình yêu Tổ quốc hay sao?

Tuyền cố che chở người yêu:

- Nhưng anh Hà không phải là kẻ phản bội, chưa làm gì nguy hại đến tổ chức kia mà?!

Liên buộc Hà cứng vào tội lỗi:

- Rồi đây ảnh sẽ phản lại anh em, sẽ làm nguy hại đến tổ chức. Đợi khi anh ta phạm tội rồi mới ra tay thì mọi người đã nằm khám hoặc bị xử tử hết rồi!

Tuyền uất ức bưng mặt khóc ngất. Hưng bước tới nắm tay Tuyền dìu vào buồng. Anh cũng không giấu được nỗi bất bình đối với ý muốn sắt thép của Liên; nhưng anh không buồn cản ngăn Liên vì anh biết giờ đây Liên đang quyết liệt lên án Hà, thì dù anh có nói thêm gì đi nữa cũng không trấn áp được nàng. Tuyền yêu Hà trong tình yêu giữa trai và gái, Hưng yêu Hà trong tình bạn sâu đậm nhất đời anh. Anh tôn trọng đời tư của bạn. Anh nghĩ: chơi với bạn, kết thân với một người nào đó, mình không nên bắt bạn phải giống mình, phải thích cái gì mình thích, phải khen cái gì mình chuộng hoặc làm theo mình tất cả những gì mình thích làm. Anh là anh. Hà là Hà. Hợp với nhau trên một số điểm nào đó. Còn đời sống tình cảm, tinh thần của bạn, anh không muốn can dự vào, dù Hà khác chí hướng, lập trường với anh.

Tuyền khóc với anh:

- Chỉ vì… yêu em mà anh Hà bị… ghét bỏ và… phải chết hay sao?

Hưng vỗ về:

- Giận tức thằng Hà, con Liên nó nói như vậy thôi chớ không sao đâu em. Còn có anh đây mà. Em đừng lo sợ.

Mặc cho Hưng trấn an, Tuyền vẫn nghĩ tới cái chết của Hà. Tình thương của Châu, của tất cả bạn bè đồng chí hướng không lấn áp nổi tình yêu của Hà. Vừa bước vào tuổi dậy thì, khi con tim vừa biết rung động, nàng đã gặp Hà, yêu Hà tha thiết. Cuộc tình đầu đời chưa kịp mang lại cho nàng ngọn lửa hồng đủ sưởi ấm thân gái bơ vơ côi cút thì Hà đã bị hăm dọa giết chết. Đối với nàng, Hà không có tội gì hết. Hà của nàng cũng là một thanh niên yêu nước, yêu dân; còn việc Hà đem nhiệt huyết của tuổi trẻ phụng sự cho một chủ nghĩa, một chính thể nào đúng hay sai, thì đó là do quan điểm chính trị của từng phe nhóm đối lập mà thôi. Hà đã từng tâm sự với Tuyền: "Anh chưa theo về với anh Châu, là vì anh chưa hiểu rõ đường lối chánh trị của anh ấy. Anh không muốn trở thành một đồng chí của ảnh vì tình cảm, vì tình thầy trò. Anh muốn hy sinh trọn đời anh cho lý tưởng của ảnh khi nào anh đã hiểu và yêu con đường của ảnh đang đi…"

Tuyền vẫn hy vọng đến một ngày nào đó, Hà sẽ cùng bên nàng, bên Châu, bên tất cả anh em dấn thân trên con đường cách mạng Dân tộc Tự quyết. Nếu Hà có gục ngã giữa đường thì Tuyền cũng sẽ thỏa mãn vì kiêu hãnh là người yêu muôn đời của một chiến sĩ yêu nước.

Niềm tin và hy vọng của Tuyền chưa kịp đấu thì mạng sống của Hà đã bị đe dọa!

Tuyền khóc nhiều hơn bao giờ hết, hơn cả lần đau khổ nhất trong đời bất hạnh của nàng.

Chương 2

Thầy Nhiễu – giám thị trường Trung học Bồ Đề (trường Nguyễn Văn Khuê cũ), đứng đợi Nguyễn Phan Châu trước cửa lớp đệ tam. Tiếng trống tan học nổi lên đều đều. Ngay tiếng trống đầu tiên, học trò các lớp đã dậy lên như ong vỡ tổ. Duy chỉ có lớp của Châu, mọi người vẫn im lìm. Chưa một học sinh nào ra vẻ chuẩn bị rời lớp học. Chúng nó còn đang say mê nghe Châu thuyết minh về tài cầm binh khiển tướng xuất chúng của vua Quang Trung ở trận Đống Đa đại phá quân Thanh. Nghệ thuật giảng bài của Châu lôi cuốn, hấp dẫn học sinh tột độ chứng tỏ Châu có tài hùng biện và nắm rất vững nghệ thuật nói trước quần chúng.

Không còn tiếp tục được nữa, Châu đành kết luận:

- Quang Trung là một thiên tài đã mở ra một trang sử vẻ vang, rực rỡ cho nước Việt Nam, đánh dấu một giai đoạn vô cùng quan trọng; nơi đó, hậu thế không sao tìm thấy một nhân vật lịch sử thứ hai nào có một sức mạnh thu hút nhân tâm một cách mãnh liệt trong công cuộc giải phóng đất nước và giải phóng con người. Ở giờ Sử ký sau, thầy sẽ nói tới sự nghiệp lừng lẫy, hiển hách của vua Quang Trung và hai anh em của Người là Nguyễn Nhạc, Nguyễn Lữ.

Anh vừa dứt lời, nhiều tiếng la lớn từ các bàn học sinh:

- Nói tiếp nữa đi thầy.

- Tụi em mê quá thầy ơi! Nói tiếp, kể tiếp nữa đi thầy.

Châu cười:

- Bài giảng còn dài lắm, thầy không thể kết thúc trong đôi giờ học được. Các em kiên nhẫn chờ đợi vậy. Đã tới giờ về rồi. Về nhà, các em hãy nghĩ tới một Anh hùng Dân tộc Quang Trung của nước Việt Nam hôm nay và ngày mai.

Thục – một nữ sinh ngồi gần bàn Châu, bước tới bên anh nói khẽ:

- Thầy, có thầy Nhiễu đứng rình ở cửa lớp kia kìa!

Châu gật đầu:

- Thầy đã biết, nhưng không sao, em đừng sợ.

Thục e ngại:

- Thầy coi chừng ông ta báo cáo với Ban giám hiệu. Nguy hiểm lắm.

- Em yên tâm. Thầy hiểu rõ con người thầy Nhiễu. Thầy Nhiễu quý thầy lắm.

Lớp học hôm nay tan chậm hơn mọi ngày. Hầu hết học sinh như chưa muốn ra về. Hình ảnh Quang Trung còn ám ảnh, chi phối tâm trí mọi người. Châu theo sau học sinh cuối cùng. Anh để ý thấy khi đi ngang qua Nhiễu, nhiều em ngó thầy như muốn dò xét tình ý của thầy.

Châu bắt tay Nhiễu tươi cười hỏi:

- Có chuyện gì không "đồng chí"?

Nhiễu đợi các học sinh đã đi xa mình rồi, quay lại bảo:

- Anh kêu tôi bằng danh từ ấy coi chừng tụi nhỏ nó nghe được hiểu lầm mình là Việt Cộng thì nguy hiểm lắm. Tôi không muốn bị công an dợt, đau lắm.

Châu cười:

- Tụi mình có là Việt Cộng đâu mà anh sợ? Ban giám hiệu và các giáo sư đều biết mình là Quốc gia cả. Nếu tôi không lầm thì anh có chuyện gì cần nói với tôi?

Nhiễu vo vo ngón tay cái và ngón trỏ:

- Lãnh lương. Thầy Ngọc nhờ tôi nhắn lại anh ghé qua văn phòng lãnh lương. Ngọc cứ thắc mắc không hiểu sao tháng nào anh cũng không chịu tạt qua lấy tiền lương đúng ngày như mọi người, làm như thể anh dạy học thí công vậy đó.

Theo Nhiễu tiến về phía văn phòng, Châu pha trò:

- Tôi có giầu có gì đâu cho kham mà chê lương, chê tiền? Cũng đói dài dài như các bạn đồng nghiệp dạy ít giờ, nhưng cứ ở đó mà canh tới ngày giờ lãnh lương tôi cảm thấy mình không phải là một nhà mô phạm yêu nghề, yêu học trò, thế hệ tươi sáng của đất nước nầy. Có bữa không có một xu dính túi, tôi cũng đói meo ra, gặm bánh mì khô uống nước phông-tên dài dài.

Nhiễu nói khẽ bên tai Châu:

- Anh có hẹn với ai ở trường không?

Châu đứng lại, trố mắt:

- Tôi có hẹn với ai? Ai đâu?

- Một người đàn ông hơi vạm vỡ lái xe Peugeot 203 đen đậu bên hông trường đợi anh.

Châu nhíu mày suy nghĩ. Anh chưa hiểu ra người tìm mình là ai? Anh thoáng nghi ngờ tai họa sắp xảy tới cho mình.

Anh hỏi:

- Anh trả lời với ông ta là có tôi ở đây?

Nhiễu rùn vai:

- Không phải tôi mà là Ngọc và Kiểng cho biết anh có "cua" bữa nay. Người ấy nói là bạn của anh.

- Bạn của tôi? Ai vậy cà?

Lách mình bước vào văn phòng, Châu nhìn ra khung cửa bên hông văn phòng, thấy một người đàn ông ngồi sau tay lái trầm ngâm hút thuốc lá.

Ngọc gọi lớn:

- Lại đây lãnh lương nè thầy Châu ơi! Chỉ còn mình thầy thôi. Giữ tiền, tôi ngại quá. Ngứa tay tôi xài hết là kẹt cho thầy đó nghen.

Nhiễu hỏi nhỏ bên tai Châu:

- Sao? Anh có quen với ông ta không?

Đã nhận ra Năm Mạnh – một trong các cận vệ của Bảy Viễn, Châu hơi yên tâm. Anh mỉm cười đáp:

- Có, tôi có quen với anh ấy. Tài xế của một người bạn tôi.

Nhiễu thở phào:

- Vậy là tôi hết lo sợ cho anh. Thấy mặt ông ta cô hồn tôi cứ sợ cho anh.

Ký tên vào sổ lương, Châu nhét phong bì hơi dày vào túi áo lớn. Kiểng nói đùa:

- Tới tháng sau mà thầy lãnh trễ nữa tụi tôi sẽ chia nhau xài hết, thầy rán chịu cho quen đó nhá!

Châu đùa lại:

- Cứ việc xài đi rồi hai thầy rán dạy thế tôi cho tôi nghỉ khỏe một thời gian. Tôi đã thấm mệt rồi.

Ngọc giãy nảy:

- Úy, đừng có giỡn! Ai dạy thế thầy được? Chữ nghĩa tụi tôi bao nhiêu mà dạy thế?

Mọi người cùng cười vui vẻ. Châu rất có thế trong trường từ lúc ông Khuê chưa sang cơ sở này lại cho Phật giáo. Anh được học sinh cũ, mới ái mộ; một phần do nơi lối giảng dạy tận tâm, hấp dẫn của anh, phần khác, do nơi tình cảm của anh gieo rắc vào tâm hồn của mỗi học sinh. Anh đả phá nề nếp cổ hủ của các giáo sư thủ cựu bắt học sinh xem mình là cha mẹ theo tinh thần phong kiến "quân sư phụ". Anh xem học sinh như bè bạn, các đàn em thân thương; và anh đòi hỏi học sinh xem anh như một người anh cả kính mến. Anh có mục đích của anh: tìm những phần tử nòng cốt cho tổ chức, đào tạo cán bộ tương lai cho đường lối đấu tranh của mình và gieo vào đầu óc tuổi trẻ tinh thần yêu nước thương dân, chống ngoại xâm và mọi ảnh hưởng của các thế lực siêu cường.

Học đường là một trong những môi trường hoạt động hữu hiệu nhất của anh để cổ xúy Chủ nghĩa Dân tộc. Dù có nhiều bạn đồng nghiệp ganh ghét về tài đức, "tâu nồi" này nọ với Ban giám hiệu, Châu vẫn giữ vững địa vị hàng đầu của mình trong hàng ngũ giáo sư của nhà trường. Tính nết cương trực, anh thẳng thắn phê bình những sai trái của Ban giám hiệu, của tập thể giáo sư. Hậu thuẫn mạnh nhất của Châu là học sinh các lớp anh phụ trách về Sử ký và Việt ngữ.

Tổng nha Cảnh sát – Công an và Trung ương Tình báo đã ghi tên anh vào sổ bìa đen, nhưng chưa có bằng cớ bắt giữ anh.

Vừa trông thấy Châu, Năm Mạnh vội xuống xe tiến nhanh lại bắt tay mừng rỡ:

- Em đợi anh từ nãy giờ. Gần cả tiếng rồi đó.

Châu hỏi:

- Có chuyện gì không anh Năm?

- Anh Bảy muốn gặp anh gấp. Anh lên xe ngay đi. Chắc là anh Bảy chờ anh sốt cả ruột gan.

Năm Mạnh mở cửa sau mời Châu, nhưng Châu đi vòng sang bên kia mở cửa trước ngồi cạnh tài xế.

Năm Mạnh nài nỉ:

- Anh nên ngồi phía sau thì hơn. Anh là khách của đại ca tụi em. Thấy anh ngồi như vầy, anh Bảy la em chết luôn.

Châu vỗ lên vai Năm Mạnh:

- Anh yên tâm. Tôi sẽ giải thích với anh Bảy nếu ảnh thắc

mắc la rầy anh. Tôi không muốn tụi nó trông thấy tôi ngồi xe của các anh. Nguy hiểm lắm.

Vừa rồ máy xe, Năm Mạnh vừa gằn từng tiếng:

- Chấp tụi nó trông thấy. Ai đụng tới anh, tụi em làm thịt nó ngay tại chỗ. Đ.m. bọn Bình Xuyên nầy không sợ thằng nào hết kể cả thằng Ngô Đình Diệm.

Châu lặng thinh. Anh nhìn chung quanh xem có ai theo dõi mình không? Chỉ có Nhiễu đang đứng bên cửa hông trường đang dõi mắt theo chiếc xe hơi. Một vài học sinh lớp nhỏ chơi trò cút bắt chạy dọc theo đường. Châu kéo cao cổ áo, đeo kính đen vào mắt, vuốt tóc phủ kín hai tai.

Năm Mạnh hỏi:

- Anh sợ tụi nó chơi anh hả?

Châu mỉm cười:

- Dù không sợ đi nữa, tôi vẫn thấy không nên để tụi nó trông thấy tôi qua bên ấy gặp anh Bảy. Cẩn thận vẫn hơn.

- Không sao đâu anh. Chắc anh Bảy cũng đã đề phòng trước cho anh rồi nên thay vì lấy chiếc Mercedes của ảnh đi rước anh, ảnh biểu tôi lấy chiếc Peugeot cũ nầy. Anh thông cảm anh Bảy của tụi em.

- Ồ! Đi xe gì lại không được? Đời tôi không để ý tới xe với cộ. Có làm chân đi tới đi lui là được rồi.

Châu đang tìm hiểu Bảy Viễn muốn gặp mình để làm gì? Anh đã nghiên cứu tình hình căng thẳng giữa Chính phủ và lực lượng Bình Xuyên, và anh đã chọn sẵn một thái độ đối với cả đôi bên khi anh được mời hỏi ý kiến. Cách đây ba ngày, anh đã chở Ngô Đình Nhu bằng xe mô-bi-lết về nhà của người chú ruột – cụ Tạ Chương Phùng, ở trong con hẻm đường Võ Tánh, đối diện cổng chính Tổng nha Cảnh sát – Công an.

Ngô Đình Nhu và vợ là Trần Lệ Xuân cùng các con còn

ở trong cư xá thuộc bệnh viện Saint Pierre bên cạnh đường Võ Tánh gần ngã sáu Sài Gòn. Gia đình ông chưa vào ở chung với Thủ tướng Diệm trong Dinh Độc Lập.

Nhu ngồi sau xe mô-bi-lết, tay ôm eo ếch Châu. Không ai ngờ một người như Nhu lại di chuyển bằng phương tiện tồi tàn thế đó. Có lẽ ông không muốn ai để ý tới ông, nhất là lực lượng Bình Xuyên đang diễu võ giương oai khắp các đường phố Sài Gòn, Chợ Lớn, Gia Định.

Châu đang đóng vai trò gì giữa cuộc tỉ thí một sống một chết của hai con "sư tử" ấy? Không ai biết được Châu và Nhu đã bàn tính những gì trong lần gặp gỡ đó. Ngay cả cụ Tạ Chương Phùng, bạn và là đồng chí rất thân của Ngô Đình Diệm cũng không được tham dự cuộc họp mật hôm ấy.

Năm Mạnh lái xe lên cầu Chữ Y. Giữa cầu, đoạn rẽ về lò heo Chánh Hưng và trại tế bần, công an xung phong đứng gác khá đông. Hàng rào kẽm gai chặn giữa lối lên cầu. Thấy xe, một công an viên đeo cấp bậc Thiếu úy tiến lại định hỏi giấy tờ, liền có tiếng nói lớn từ trong nhà gác vọng ra:

- Xe của anh Năm đó mầy. Kéo cổng cho anh Năm qua, nhanh lên. Muốn chết hay sao mà hỏi giấy tờ lộn xộn đó.

Gã công an lật đật kéo hàng rào qua một bên, đưa tay lên chào nghiêm chỉnh. Năm Mạnh không buồn chào trả lại, vọt xe lên dốc, tống mạnh chân ga. Chiếc xe phóng tới như bay, rẽ gắt về bên phải, chứng tỏ Năm Mạnh không mấy hài lòng về cử chỉ của gã công an ấy. Anh ta sẽ tỏ thái độ ngay nếu bị xét hỏi lôi thôi. Dù không mang cấp bậc gì, anh ta cũng là đệ tử ruột của Tổng Tư lệnh Cảnh sát Bình Xuyên; nếu Bảy "hét ra lửa" thì anh cũng "khạc ra khói". Thuộc hạ của anh Bảy mà không biết anh, chưa biết anh là hỗn láo, "phạm thượng" cần lãnh một vài bạt tai, mội đôi ngày trọng cấm.

Châu hỏi đùa:

- Chắc anh em trong mặt trận ngán anh lắm hả?

Năm Mạnh được dịp phô trương:

- Dạ, anh Bảy cho em quyền "tiền trảm hậu tấu". Thằng nào hỗn với em chỉ còn có nước trốn lên trời thôi. Làm mất mặt em tức là làm mất mặt đại ca em. Em lấy thân che cho anh Bảy thì mọi người phải nể trọng em. Chọc em buồn là ăn bạt tai, chọc em nổi sùng lên là ăn "kẹo đồng" ngay. Trong hàng ngũ Bình Xuyên có nhiều tay chọc trời khuấy nước mà cũng ó đâm lắm, nhưng gặp em là tụi nó ngán sợ như chuột thấy mèo vậy đó!

Châu hỏi dò:

- Tài, Sang có ngán anh không?

Năm Mạnh cười:

- Anh muốn nói La Hữu Tài, La Hữu Sang đó hả? Hai ảnh là quân sư của anh Bảy rất được anh Bảy yêu mến, nhưng riêng em, em cũng không mấy ngán hai thằng chả. Đụng chuyện, em cũng chơi lại liền. Cái gì phải thì thôi. Hai ảnh cứ cho tiền em hoài.

Giọng cười của Năm Mạnh có hột và kéo dài. Đàn bà, con gái nghe anh cười đều nổi da gà. Vậy mà Mạnh có tới ba vợ và ba bà đều ở chung một nhà, trên thuận dưới hòa! "Chính thiếp", "thứ thiếp" rất sợ anh. Chọc anh nổi điên lên là các bà chỉ có nước ôm nhau mà khóc, run lẩy bẩy. Anh rút súng bắn lia lịa, la hét vang dậy như Trương Phi. Mỗi đêm, Năm Mạnh ngủ với một bà. Ba bà đua nhau đẻ năm một. Mới ngoài bốn mươi tuổi đầu, anh đã làm cha tới những mười sáu đứa con, cả gái, lẫn trai! Ngoài ba bà vợ chính thức ăn ở với anh ta, còn nhiều "bà bé" khác nữa đang lén lút liên hệ tình cảm với anh.

*

Dọc hai bên đường vào bản doanh của Bảy Viễn, nhà nào cũng có kẽm gai sát bờ rào, bao cát tấn cao trước cửa. Có nhà được phòng thủ kiên cố: công sự chiến đấu, vọng gác trên cao, dưới đất, họng súng đại liên, trung liên thò ra các lỗ châu mai, lính ăn mặc rằn ri đi tới, đi lui, mặt mày đằng đằng sát khí như lúc nào cũng sẵn sàng tác chiến.

Càng gần tới bản doanh, phòng thủ càng chặt chẽ, nghiêm túc hơn. Có cả thiết giáp xa trì, súng cao xạ chĩa mũi lên trời, xạ thủ thay phiên canh gác. Trên xe Jeep, xe vận tải đậu dài bên đường, lính đứng, ngồi hàng hàng, lớp lớp trông như họ được lệnh chuẩn bị ra trận bất kỳ giờ phút nào.

Năm Mạnh khoe:

- Anh thấy không, tụi nầy đang trong tư thế sẵn sàng chiến đấu. Diệm muốn thử sức lúc nào cũng được hết. Tụi em cùng thề với nhau là chiến đấu tới giọt máu cuối cùng. Tụi em quyết tử thủ chớ nhứt định không rút lui hoặc đầu hàng.

Châu lặng thinh. Đã được Bảy Viễn mời tới tham khảo ý kiến một đôi lần, anh không còn lạ với khí thế sôi sục của lực lượng Bình Xuyên, nhất là tham vọng của Bảy Viễn. Anh đã khuyên Bảy Viễn nên bình tĩnh chờ đợi tình hình biến chuyển, không nên động thủ quá sớm. Anh còn đang chờ quyết định cuối cùng của Diệm do Ngô Đình Nhu chuyển lại anh về sự tham chính của Bảy Viễn và hai quân sư La Hữu Sang, La Hữu Tài.

Năm Mạnh hỏi dò:

- Theo anh, nếu giao tranh nổ ra, bên nào sẽ thắng?

Châu đáp phân hai:

- Bên nào cũng có thể thắng mà cũng có thể thua. Chỉ tội cho dân chúng thôi. Nên tìm một giải pháp hữu hiệu hơn.

- Giải pháp nào?

- Gặp anh Bảy tôi sẽ trình bầy.

Tự biết mình không đủ tư cách tìm hiểu sâu rộng hơn kế hoạch thuộc thẩm quyền của thượng cấp, Năm Mạnh không dám hỏi thêm nữa. Anh ta lái xe chạy thẳng tới trước hai lớp cổng rào dây kẽm gai.

Một đại úy mặc quân phục Binh chủng Dù tiến lại. Thấy

Năm Mạnh, anh ta đưa tay lên chào. Năm Mạnh chỉ mỉm cười, phất tay ra hiệu bảo viên đại úy kéo cổng rào nhanh lên.

Viên đại úy hỏi nhỏ:

- Ai ở trên xe với đại ca vậy?

- Khách của anh Bảy. Kéo cổng rào mau lên.

Hai cổng rào kẽm gai được kéo qua một bên, Năm Mạnh vọt xe tới trước, tiếng bánh xe rít lên, người Châu bị giật ngược về phía sau. Tới trước cửa một ngôi biệt thự, Năm Mạnh thắng đứng xe lại, bước vội xuống đi vòng sang mở cửa cho Châu:

- Dạ, mời anh xuống. Chắc là anh Bảy đang chờ anh ở trong phòng khách.

Hai ba sĩ quan cùng chạy tới đón Châu một cách trịnh trọng. Họ đã quen mặt Châu và đã được lệnh Bảy Viễn túc trực trước cửa tiếp rước anh.

Châu bước vào nhà. Phòng khách sang trọng được trang hoàng theo thời trang với đồ đạc thật đắt tiền. Ở một góc phòng, một bàn tiệc đã được dọn sẵn. Bảy Viễn, trong bộ âu phục màu xám tro, cà vạt xanh nhạt, đeo kính râm đang ngồi giữa sa-lông. Sang, Tài ăn mặc chỉnh tề ngồi hai bên đối diện với Viễn. Cạnh đó, hai cận vệ vạm vỡ võ trang đầy đủ đứng khoanh tay, bất động và im lặng như hai pho tượng đá. Ba bốn thiếu nữ trẻ đẹp mặc áo dài Việt Nam và áo dài Trung Hoa xẻ hai bên đùi đứng ở bốn góc bàn tiệc. Bên mặt phòng khách là chiếc đi-văng, trên đó có mâm thuốc phiện với ngọn đèn dầu lạc, hai gối sành và một chiếc tẩu.

Vừa trông thấy Châu, Bảy Viễn vội đứng lên, đưa hai tay lên, cất tiếng rổn rảng:

- Chào Giáo sư! Mời Giáo sư ngồi. Tụi nầy nãy giờ chờ Giáo sư có hơi lâu!

Châu bước tới trước mặt, bắt tay Viễn tươi cười:

- Chào anh Bảy. Hôm nay tôi có giờ dạy. Nếu biết trước anh Bảy mời tới, tôi đã cho lớp học nghỉ sớm hơn.

Bảy Viễn cười giòn:

- Ồ, cũng không sao, không sao. Tôi muốn anh ngạc nhiên một chút nên không mời trước. "Bắt cóc" anh như vầy, cuộc họp mặt hôm nay mới thú vị hơn. À nầy, chắc anh Châu đã biết hai chú Tài, Sang rồi chứ?

Tài, Sang đứng lên bắt tay Châu:

- Tụi tôi đã gặp nhau đôi lần rồi, thưa anh.

- Giáo sư Châu với anh em tụi em không phải là chỗ xa lạ mới quen.

Bảy Viễn kéo Châu ngồi cạnh mình trên ghế sa-lông dài. Ông quay lại gọi một thiếu nữ:

- Hồng, em rót cho thầy Châu ly rượu Uýt-sky pha soda cho vừa uống. Nhanh lên.

Có tiếng thiếu nữ "dạ" thật ngọt ngào. Châu ngăn lại:

- Dạ, không. Tôi không biết uống rượu. Cho tôi xin ly nước cam được rồi.

Bảy Viễn vỗ lên vai Châu, cười ngất:

- Lâu lâu "thầy tu" phá giới một lần có sao đâu? Uống một ly cho ấm bụng rồi bàn công việc nước non nó mới nẩy ra nhiều sáng kiến.

Châu nhất quyết từ chối. Anh không quen uống rượu. Rượu đối với anh là một loại thuốc độc, một điều cấm kỵ đối với người làm cách mạng. Trong tổ chức, rượu bị anh nghiêm cấm. Người nào uống rượu là vi phạm kỷ luật và bị nghiêm trị.

Nốc một hơi cạn nửa ly rượu mạnh Martell–soda, Bảy Viễn phân trần:

- Tôi đã quen nhậu rồi. Có một tí rượu vào, tôi thấy đời

tươi hẳn ra và đầu óc tôi trở nên minh mẫn, sáng suốt. Tôi chỉ uống tới một mức độ nào thôi chớ không say. Như hút thuốc phiện vậy, tôi chỉ hút năm mười điếu cho vui thôi chớ tôi không ghiền.

Tài, Sang nhìn ông mỉm cười. Viễn hất hàm hỏi:

- Bộ không đúng hay sao mà hai chú cười?

Tài vội vàng đính chính:

- Dạ, dạ anh Bảy nói đúng chớ! Anh hút cho vui và... uống rượu cho tinh thần sáng suốt, minh mẫn.

Sang phụ họa:

- Cái gì cũng vậy, có điều độ thì không hại sức khỏe. Lạm dụng là có hại. Uống rượu, hút thuốc phiện như anh Bảy chẳng những không có hại mà còn có lợi cho công việc cần tới đầu óc, cần suy nghĩ nhiều.

Mũi Bảy Viễn nở phồng lên. Ông khoái chí, nốc cạn ly rượu còn một nửa, đánh "khà" một tiếng ngon lành. Thiếu nữ tên Hồng chạy tới châm rượu và soda đầy ly trở lại. Nàng đẩy ly rượu sủi bọt tới trước mặt Viễn.

Châu uống một ngụm nước cam, mắt không rời "người hùng" đã một thời làm thực dân Pháp khiếp đảm, và giờ đây đang ở trước một tình thế sống mái với kẻ mà ông bất phục, dù ông thừa biết sức mình khó có thể giành lấy thắng lợi cuối cùng.

Ông hỏi:

- Diệm đã cho anh biết ý kiến dứt khoát của hắn chưa?

Châu lắc đầu:

- Chưa có tin tức gì hết. Mấy hôm nay tôi có ý chờ Nhu nhưng chưa thấy Nhu trở lại cho biết như thế nào.

Viễn ngó Tài, Sang:

- Đó, hai chú thấy không? Tôi đoán không sai mà. Hắn cầu

cưa để chuẩn bị đánh úp chúng ta đó. Mình án binh bất động chỉ lợi cho chúng nó thôi.

Tài gật đầu:

- Em cũng thấy như vậy. Tin tình báo mình cho biết Diệm triệu tập các tướng lãnh về họp ở Dinh Gia Long.

Viễn hỏi thẳng Châu:

- Theo anh thì tụi tôi phải hành động như thế nào đây? Không lẽ tụi tôi cứ ngồi khoanh tay chờ chúng nó đem binh tràn qua đây bắt sống?

Châu đã chuẩn bị ý kiến từ mấy ngày qua sau lần gặp Nhu tại nhà chú ruột của mình. Anh biết rồi đây Bảy Viễn sẽ mời anh sang đây để biết anh em Diệm – Nhu trả lời thế nào về ý muốn của ông. Anh cũng đồng ý với Nhu là muốn miền Nam có một chính phủ mạnh đủ sức đương đầu với miền Bắc, thì không thể để yên cho lực lượng Bình Xuyên tác oai tác quái ngay giữa Thủ đô Sài Gòn, và dứt khoát không thể cho Bảy Viễn tham chính giữ Bộ Quốc phòng và Nội vụ. Chỉ có một quân đội và một quốc gia. Viễn muốn lực lượng Bình Xuyên được biệt lập không bị sát nhập vào quân đội dưới quyền Tổng Tư lệnh của Đại tướng Lê Văn Ty. Quân lính Bình Xuyên có hệ thống chỉ huy riêng và một phần đất miền Đông do họ kiểm soát. Nhu, Diệm cho biết thẳng là không thể có một quốc gia trong một quốc gia và một quân đội riêng rẽ như vậy được. Bảy Viễn muốn gia nhập vào chính phủ? Được! Diệm chấp thuận, nhưng lực lượng của ông phải giải tán và sát nhập vào các lực lượng của chính phủ và ông sẽ được phong tướng chỉ huy một đơn vị nào đó do Bộ Quốc phòng chỉ định.

Châu thuật hết lại cho Bảy Viễn, Tài, Sang nghe những đề nghị đó của chính phủ Sài Gòn.

Viễn đập bàn hét vang:

- Khốn nạn! Tụi anh em nhà nó có điên chưa mà buộc tôi làm chuyện trẻ con ấy chớ? Công trình của tụi nầy khổ cực tạo dựng từ lúc cả nhà tụi nó còn ở nước ngoài, bám đít thằng Mỹ rồi bây giờ tan ra thành mây khói à? Tụi Việt Cộng còn ngán, sợ thằng nầy kia mà?

Ông nghiến răng nói tiếp:

- Hừ, từ không ta làm nên có và có thực sự, lớn mạnh như hôm nay. Buộc ta như vậy có khác nào nó biểu ta buông súng đầu hàng. Quân chó đẻ!

Châu cố tình đổ thêm dầu vào lửa:

- Anh Bảy, hai ông Diệm – Nhu có lý của họ khi bác bỏ yêu sách của anh và buộc anh phải làm theo ý muốn của họ.

Viễn trợn mắt:

- Tụi nó có lý gì chớ?

- Sự hợp pháp và sức mạnh. Dù sao ông Diệm cũng là kẻ được Bảo Đại ủy nhiệm lập chánh phủ tiếp quản miền Nam do Pháp giao lại và đang được các tổ chức chánh trị trong nước cùng quần chúng ủng hộ, thừa nhận.

- Nhưng nó là tên phản chúa, làm loạn, truất phế vua. Nó tổ chức bịp bợm cuộc bầu cử tổng thống.

- Dù sao thì quốc tế cũng đã công nhận chánh quyền của ông ta, một chánh thể đại diện cho một nửa nước Việt Nam.

Sang, Tài đang hậm hực muốn tham gia ý kiến nhưng chưa dám mở lời vì Viễn vẫn tiếp tục khạc ra uất hận của ông:

- Nó làm được thì Viễn nầy cũng dư sức làm được. Nó chỉ có cái miệng thôi còn Viễn nầy có quân, có vũ khí trong tay. Tại sao ta lại chịu bó tay để nó giải tán, tiêu diệt ta chớ?

Tài nhào đại vào:

- Thưa anh Bảy, anh rất có lý. Chúng ta đang nắm giữ ngành Cảnh sát – Công an, lính ta có, quân ta có. Chúng ta phải vùng dậy nắm lấy chánh quyền, bầm xác tên phản chúa ấy.

Sang phụ họa:

- Anh truyền lịnh đi. Tụi em thừa sức đảo lộn tình thế ngay. Tức lắm. Mình không thể lót ổ sẵn cho tụi nó đẻ.

Châu can gián:

- Các anh đừng quá nóng mà hư chuyện lớn. Muốn thấy một cuộc cờ, ta nên bình tĩnh xét lại cái thế của mình và của đối phương.

Bảy Viễn nghiêm giọng hỏi:

- Có phải anh muốn biểu tụi tôi phải nhịn thua không?

Châu cười:

- Nhịn là hèn, tôi không muốn các anh chịu hèn. Tôi rất muốn các anh phải thắng, nhưng làm thế nào để thắng, đó mới là vấn đề then chốt. Người làm chánh trị phải biết ba điều căn bản là: thiên thời, địa lợi, nhân hòa. Các anh có thiên thời chưa, ở đây có phải là địa lợi của các anh không, và các anh có được lòng nhân dân không?

Bảy Viễn nói trổng:

- Đợi có đủ ba điều đó biết tới bao giờ?

- Nếu chưa có thì các anh phải chờ, phải kiên nhẫn chờ cho tới bao giờ có đủ cả rồi hãy hành động. Còn thiếu một trong ba điều đó, không nên ra tay.

Sang hỏi đố Châu:

- Vậy chớ anh em Diệm – Nhu có cái gì đâu mà tụi nó vẫn hành động và thành công đó? Nó ở bên trời Mỹ nhảy một phát về Việt Nam và lên làm thủ tướng, tổng thống.

Bảy Viễn tán thành:

- Chú Sang có lý. Tôi cũng thấy như vậy.

Châu nghiêm nghị:

- Các anh đã lầm rồi. Ngô Đình Diệm có đủ ba yếu tố đó,

nhờ vậy mà ông thành công. Về thiên thời, ông là con cờ của Mỹ, nói cho rõ hơn là "con đẻ" của Mỹ. Pháp bại trận rút lui và Mỹ muốn nhảy vào vùng Đông Nam Á mà Việt Nam là bàn đạp. Muốn thay chân Pháp, Mỹ phải đưa tay chân của mình về Việt Nam chớ không thể đem người của Pháp, của Anh về được. Mỹ là một siêu cường đang là thành trì chống Cộng của phe thế giới tự do. Được Mỹ ủng hộ, Diệm có luôn địa lợi. Còn về nhân hòa, Ngô Đình Diệm về nước chấp chánh trong khi nhân dân Việt Nam đã chán ghét chế độ quân chủ thúi nát, căm thù ông vua bất tài, bù nhìn tay sai của thực dân Pháp. Ông Diệm chỉ kêu gọi đại khái toàn dân truất phế Bảo Đại, khai tử chế độ quân chủ, thành lập nền Đệ Nhứt Cộng Hòa là mọi người cùng đứng lên một lượt và Diệm thành công quá dễ dàng.

Viễn, Tài, Sang ngồi lặng thinh, liếc mắt nhìn nhau. Những điều Châu vừa nói làm mòn bớt mũi nhọn tự kiêu, tự đại của ba người, nhất là Viễn.

Châu bồi thêm một đòn cân não:

- Trong khi đó lực lượng Bình Xuyên đang ở trong tình thế ra sao? Các anh không nên nhắm mắt tự cho rằng mình hơn địch thủ của các anh. Quân lính các anh có nhưng có kỷ luật và tinh thần chiến đấu không, hay là còn ô hợp và chỉ là một thứ anh hùng cá nhân như đảng viên của một đảng. Xin lỗi các anh cho phép tôi ví dụ, như đảng viên của một đảng cướp, mặc dù anh Bảy có tinh thần yêu nước, muốn lập công với Tổ quốc. Còn vũ khí các anh hiện có trong tay, có đủ cho một cuộc đụng độ kéo dài hay không? Rồi, nếu các anh thắng, các anh có đủ khả năng lãnh đạo quốc gia không, có được Mỹ công nhận không? Tôi chưa nói tới lòng dân có chịu theo về với các anh không? Các đảng phái chánh trị trong nước như: Hòa Hảo, Cao Đài, Đại Việt, Việt Nam Quốc Dân Đảng,... có chịu hợp tác với các anh không?

Tài bực dọc:

- Vậy là anh chê chúng tôi không có một giá trị gì hết à?

Sang tấn công Châu:

- Chúng tôi mời anh tới đây để tham khảo ý kiến hầu gỡ rối chớ nào phải thỉnh anh tới để nghe anh phê bình, chỉ trích thậm tệ như vậy?

Châu không chút sợ sệt. Anh thản nhiên bảo:

- Tôi thấy cần nói lên sự thật, cho các anh biết thực chất của Bình Xuyên để các anh không lao vào một cuộc phiêu lưu mạo hiểm chỉ đem lại thất bại chua cay mà thôi. Nếu các anh tự ái, phật ý thì tôi không nói nữa và xin phép ra về ngay.

Hai cận vệ nhìn chòng chọc vào người Châu chờ được lệnh sẽ nhào tới bắt trói Châu.

Châu vừa toan đứng lên, Bảy Viễn đưa tay bảo:

- Anh ngồi yên đó!

Tài lớn tiếng:

- Bắt giữ tên nầy lại.

Hai tên cận vệ nhào tới. Tiếng lên cò súng khua động.

Bảy Viễn quắc mắt nạt:

- Tụi bây làm gì đó? Ai ra lịnh bắt giữ khách của tao?

Hai tên cận vệ giật mình, lùi nhanh về phía sau. Tài ấp úng:

- Em tưởng… anh giận… anh muốn…

Giọng Bảy Viễn sắc như dao cạo:

- Có tao ngồi đây, tụi bây không được hỗn. Bao giờ tao ra lịnh hẵng hay.

Châu lại đứng lên, sắc mặt vẫn thản nhiên:

- Nếu lời ngay thẳng của tôi không làm đẹp lòng các anh thì tùy các anh định liệu cho tương lai của mặt trận các anh. Dù các anh có đe dọa bắt tôi, giết tôi, tôi vẫn khuyên các anh nên hết sức cẩn trọng trong việc đối đầu với sức mạnh của chánh quyền.

Nên tránh đổ máu trong nội bộ quốc gia chỉ có lợi cho Cộng sản, nhứt là tránh đổ máu trong các tầng lớp nhân dân đô thành. Tôi xin chấm dứt ở đây và chúc các anh nhiều may mắn.

Anh vừa cất bước, Bảy Viễn đưa tay chặn lại:

- Khoan về đã. Anh ở lại với tôi. Tôi cần nói chuyện nhiều với anh.

Bảy Viễn phất tay bảo La Hữu Tài, La Hữu Sang:

- Hai chú để anh nói chuyện riêng với Giáo sư. Khi nào cần có sự hiện diện của hai chú, anh sẽ gọi.

Anh em Tài – Sang tuân lệnh, rời khỏi phòng khách. Tài quay lại căn dặn Bảy Viễn:

- Tụi em yêu cầu anh đừng nhượng bộ. Thời cơ đã tới, chúng ta nên hành động, nếu không chúng ta sẽ bị tiêu diệt. Kẻ nào ra tay trước sẽ nắm phần thắng lợi.

Bảy Viễn lặng thinh, nụ cười hé nở trên môi. Ông liếc nhìn Châu. Châu ngồi trở xuống ghế. Một cô gái mặc áo dài Trung Hoa tiến nhanh lại rót nước cam đầy ly của Châu. Bảy Viễn nốc cạn ly rượu mạnh, búng tay ra lệnh châm thêm ly khác. Mặt ông hơi tái, hai mắt ông đỏ ngầu.

Châu nghiêm giọng hỏi:

- Anh quyết định như thế nào?

Ngả lưng ra sau, Bảy Viễn thở dài:

- Tôi đã hết sức kiên nhẫn chờ đợi Diệm trả lời dứt khoát yêu sách của tôi, nhưng ông ta vẫn ngoan cố. Ông ta coi tụi tôi không ra gì hết.

- Ông Diệm phải lệ thuộc ý muốn của Mỹ. Là nhân vật do Mỹ nặn lên và đặt ngồi vào ghế nguyên thủ quốc gia, ông ta không thể làm sai ý của quan thầy.

Mắt Viễn đỏ rực như hai cục than:

- Hắn là tay sai của ngoại bang, của đế quốc chẳng khác nào Hồ Chí Minh. Hắn có công lao gì đối với dân tộc nầy, đất nước nầy? Trong những năm máu lửa của lịch sử Việt Nam, hắn lủi trốn ở nước ngoài, liếm gót giầy của Mỹ, ăn bơ thừa, uống sữa cặn của tư bản rồi hôm nay trở về đòi lãnh đạo quốc gia, đè đầu cỡi cổ nhân dân. Hừ, bên kia vĩ tuyến, một tên già muối mặt ôm chân cẳng Nga, Tầu để thực hiện mộng đồ vương; bên nầy vĩ tuyến, một tên quan lại thúi nát bám đít Mỹ mơ tưởng bình thiên hạ.

Ông ta vỗ mạnh lên ngực:

- Chỉ có thằng nầy không làm tay sai cho một tên ngoại bang nào hết. Nó và anh em chiến hữu của nó đã góp xương máu vào lịch sử Việt Nam. Chúng nó đã từ nhân dân mà hình thành, là kết tụ của bao nhiêu bất công xã hội, của gông cùm xiềng xích nô lệ hằng thế kỷ mà ra đời. Vậy tại sao chúng nó không phải là lực lượng lãnh đạo đất nước nầy chứ?

Châu vẫn giữ sắc mặt nghiêm nghị. Anh để yên cho Viễn khạc ra hết ẩn ức của ông ta.

Viễn hất hàm về phía Châu:

- Sao? Giáo sư có đồng ý không? Giữa tôi và bọn kia, ai hơn ai?

- Trên quan điểm dân tộc, kẻ nào chạy theo ngoại bang, lệ thuộc thế lực ngoại nhân đưa đẩy đất nước vào cuộc chiến tương tàn là đắc tội với lịch sử.

Viễn cười phá lên:

- Đúng! Đúng như vậy. Bọn Lê Chiêu Thống, Trần Ích Tắc và luôn cả tên vua già Gia Long đã rước voi về giày mả tổ toàn là bọn phản dân hại nước đắc tội với lịch sử Việt Nam. Ngày nay, hai tên Hồ Chí Minh, Ngô Đình Diệm rước đế quốc Nga, Mỹ, Tầu về đây gây nên cuộc nội chiến đều là những tên tội phạm chiến tranh. Đúng, Giáo sư nói rất có lý.

Châu làm Viễn cụt hứng:

- Nhưng…

- Nhưng sao?

Nụ cười tắt nhanh trên môi Viễn. Mặt ông cau lại, ánh mắt ông chiếu thẳng vào sắc mặt thản nhiên của Châu.

- Tôi muốn nói thế cờ quốc tế đang chi phối các quốc gia nhược tiểu, bán khai và thực chất của lực lượng Bình Xuyên, luôn cả các lực lượng đoàn thể, tôn giáo khác như: Cao Đài, Hòa Hảo, Đại Việt, Việt Nam Quốc Dân Đảng,…

Viễn chồm tới:

- Anh muốn nói gì tôi chưa hiểu kịp? Anh nói rõ hơn có được không?

- Phe Cộng sản muốn xuất cảng Chủ nghĩa Mác–Lê ra khắp thế giới. Họ muốn nhuộm đỏ mặt địa cầu. Đông Nam Á hiện là thị trường tiêu thụ chủ thuyết của họ. Muốn đánh đuổi các chủ nhân ông tư bản ở các thuộc địa, họ dựng lên những nhà cách mạng Cộng sản dưới chân chiêu bài "giải phóng dân tộc, giải phóng đất nước". Ba nước Đông Dương: Việt, Miên, Lào là mục tiêu hàng đầu của Tầu, Nga. Ngọn cờ "giải phóng dân tộc" ở các quốc gia nầy không thể nào không Cộng sản được. Dĩ nhiên, lãnh tụ phải là loại lãnh tụ Cộng sản! Và hẳn nhiên phải là tay sai của Nga, của Tầu. Chắc chắn như vậy rồi. Bên cạnh đó, phe tư bản, trước "làn sóng đỏ", với chiêu bài chống Cộng, bảo vệ tự do, nặn lên những tổng thống, thủ tướng bù nhìn mệnh danh là những chiến sĩ chống Cộng, tiền đồn của thế giới tự do. Hiện thân của những thứ đó là Hồ Chí Minh và Ngô Đình Diệm.

Viễn ngả lưng ra sau, hỏi trống:

- Vậy rồi không còn cách gì thoát ra khỏi hai ảnh hưởng thế lực đó hay sao?

- Có chớ!

Viễn bật ngồi ngay ngắn trở lại hỏi nhanh:

- Có? Giáo sư hiến kế đi!

Châu chần chừ chưa kịp nói, Viễn chồm tới hối thúc:

- Giáo sư nói đi. Tôi sẵn sàng nghe theo "kế Khổng Minh" của Giáo sư. Giáo sư muốn gì cũng được hết, tôi xin đền ơn Giáo sư rất hậu. Tiền bạc, vòng vàng, cái gì và bao nhiêu, tôi cũng sẵn sàng thỏa mãn Giáo sư.

Ông quay lại ra lệnh thuộc hạ chuẩn bị bữa tiệc. Ông phất tay đuổi hai tên cận vệ.

Châu nhìn thẳng vào mặt Viễn, nghiêm giọng:

- Anh có yêu đất nước và dân tộc nầy không?

- Coi kìa, Giáo sư hỏi gì lạ vậy? Viễn nầy không yêu dân tộc, đất nước nầy thì còn ai khác nữa? Tôi rời bỏ hàng ngũ Cộng sản vì tôi đã thấy trước Hồ Chí Minh dối gạt tất cả các đảng phái, phản bội tất cả các chiến sĩ yêu nước như: Tạ Thu Thâu, Nguyễn An Ninh, Nguyễn Bình,... để thực hiện giấc mơ đem đất nước nầy hiến dâng cho Cộng sản. Tôi muốn dân tộc Việt Nam được tự do thực sự, giải phóng thực sự và Tổ quốc Việt Nam độc lập thực sự chớ không phải sẽ bị áp đặt dưới một ách thống trị mới kiểu Nga, Tầu hay Mỹ.

Châu gật gù:

- Lập trường của anh đáng ca ngợi và cần được thực hiện kỳ được để đáp ứng đúng với ước mơ của dân tộc nhỏ bé đau khổ nầy, nhưng liệu lòng yêu nước của cá nhân anh có đủ sức làm nên câu chuyện vĩ đại đó không, bởi vì bên cạnh anh, chung quanh anh chưa có đủ cán bộ tài giỏi, đạo đức để lãnh đạo cuộc cách mạng dân tộc cần thiết đó.

Thiếu nữ mặc áo dài Trung Hoa tiến lại mời:

- Thưa ông Bảy, tiệc đã sẵn sàng rồi. Mời ông Bảy và Giáo sư nhập tiệc.

Viễn không chú ý tới lời mời của thiếu nữ. Đầu óc đang tập trung vào câu nói của Châu:

- Cần gì ai khác nữa? Một mình tôi xét ra cũng đủ rồi. Hàng ngũ cán bộ sẽ tính sau.

Châu mỉm cười, lắc đầu. Viễn sốt ruột thúc giục:

- Sao anh lại cười? Tôi nói không đúng sao?

Thiếu nữ tiếp tục mời. Viễn trợn mắt:

- Đi chỗ khác! Mau lên!

Thiếu nữ giật mình, lùi nhanh về phía sau. Châu nhìn thẳng vào mặt Viễn:

- Lãnh đạo một đất nước không phải việc chỉ huy một tổ chức chánh trị sa-lông hay một hệ phái võ lâm. Sai lầm của một người cha chỉ giết chết hạnh phúc của một gia đình, nhưng sai lầm của một nguyên thủ quốc gia sẽ đưa đẩy cả dân tộc, Tổ quốc vào đường diệt vong. Chung quanh người lãnh đạo đất nước cần có nhiều cố vấn lỗi lạc, đông cán bộ tài ba và chính bản thân người đó phải có tài đức vượt thiên hạ để đem lại độc lập tự do cho đất nước, ấm no hạnh phúc cho nhân dân. Anh nên bình tĩnh và trung thực nhận xét, kiểm điểm hàng ngũ của lực lượng Bình Xuyên. Ngoài anh ra, có ai đủ đức, tài cố vấn anh, trợ giúp anh lãnh đạo một nửa nước Việt Nam nầy không?

Châu không ngần ngại tiến xa hơn nữa:

- Trong thời kỳ toàn dân kháng Pháp, tổ chức các anh còn được đồng bào cảm tình và có rất đông thanh niên yêu nước theo về, nhưng ngay sau khi các anh tách khỏi Việt Minh theo về với Pháp, các anh đã đánh mất tình cảm của quần chúng và trong hàng ngũ các anh, rất đông thành viên làm nhiều việc tác tệ. Nhân dân nhìn các anh với ánh mắt sợ hãi, rẻ khinh. Mọi người xem các anh như là một tổ chức bất lương, trộm cướp. Thiệt là đáng tiếc.

Tự ái của Viễn nổi dậy. Ông trợn mắt lớn tiếng:

- Ai, thằng nào dám đánh giá tụi nầy là lũ trộm cướp, bất lương? Anh chỉ đi. Tôi sẽ bắn bỏ hết.

Châu vẫn bình tĩnh:

- Dư luận chung chớ không riêng gì một ai.

- Cả anh cũng như vậy nữa à?

Châu không nao núng:

- Tôi cũng là một người dân, nhưng tôi nhận xét về các anh một cách tinh tường hơn.

Viễn gằn giọng:

- Nghĩa là sao? Tinh tường hơn là như thế nào?

- Ngoài các tổ chức mang tính tệ đoan xã hội như: sòng bạc, kim chung, số đề, trường đua, nhà chứa điếm Bình Khang; lính tráng của anh hống hách với dân, thậm chí có kẻ giở trò cướp bóc, hãm hiếp nữa. Tất cả những thứ đó đã làm ô uế tên tuổi Bình Xuyên và đã gián tiếp gán cho anh là đảng trưởng một đảng cướp.

Viễn đập mạnh lên bàn, hét:

- Tao bắn bỏ hết. Toàn là bịa đặt và vu cáo. Dám động tới uy danh của Bình Xuyên là tới số rồi. Đừng giỡn mặt vuốt râu hùm, mó dái ngựa chết nát thây.

Mặt bàn lay động, ly tách ngã đổ tứ tung. Châu vẫn ngồi bình tĩnh. Ba thiếu nữ hầu bàn vội chạy tới lau dọn.

Viễn dựa lưng ra sau, thở hồng hộc; đôi mày ông dựng ngược lên, hai mắt ông đỏ ngầu.

Châu mỉm cười nói trổng:

- Nhược điểm lớn của các nhà lãnh đạo, chỉ huy Việt Nam hay của tất cả người Việt chúng ta là đặt tự ái cá nhân trên quyền lợi của tổ chức mình, của đất nước, dân tộc mình. Họ chỉ muốn ai ca tụng, công kênh, hoan hô mình hơn là bình tĩnh, lắng tai nghe sự thật, nghe lời phê bình thẳng thắn khuyết – nhược điểm của chính mình và tổ chức. Người ở trên cao chỉ nhắm mắt nghe theo lời nịnh bợ, các báo cáo láo của cấp dưới. Bao giờ diệt được tiểu khí đó thì mới trở thành anh hùng được.

Viễn vung hai tay:

- Nhưng phê bình suông, chỉ trích một chiều thì được tích sự gì?

- Nhưng, nếu có người phê bình xây dựng, chỉ trích để sửa đổi thì phải nên nghe theo họ chứ?

Viễn chồm tới hỏi:

- Anh là kẻ đó?

- Dĩ nhiên! Nhưng liệu anh có nghe theo không?

- Đúng thì tôi nghe, còn sai thì…

- Đúng hay sai do nơi trình độ hiểu biết và tinh thần trách nhiệm của anh.

Viễn giục:

- Thì anh cứ trình bày ra ý kiến xây dựng của anh cái đã.

Châu lặng thinh, nhìn về phía bàn tiệc. Ba thiếu nữ đứng vòng tay cạnh bên nhau, lo sợ hằn rõ trong ánh mắt. Thấy Châu nhìn mình, ba người gượng cười duyên. Hai bóng vệ sĩ cầm súng tiểu liên lấp ló phía sau cửa phòng. Tiếng đập bàn, quát tháo của Viễn bắt họ lưu ý tới sự có mặt của Châu. Lúc nào họ cũng sẵn sàng động thủ khi có lệnh của lãnh tụ.

Viễn lại thúc giục. Châu phát biểu:

- Nếu thiệt tâm anh yêu nước, yêu dân tộc đã từng thống khổ trong mấy mươi năm chiến tranh thảm khốc, anh nên bình tâm soát xét lại thực lực của các anh và thực chất của Bình Xuyên. Các anh không nên hấp tấp vội vàng đòi tham chánh, tranh hơn thua với chánh phủ hiện hữu. Mỹ chắc chắn không thể thí Ngô Đình Diệm để đưa anh lên ghế thủ tướng, tổng thống. Nếu không có Mỹ bên cạnh, anh đừng hòng lật ngược được tình thế. Hiện nay, ngoài Mỹ ra, anh không thể dựa vào bất cứ một đồng minh nào khác. Pháp, Anh không thể gạt được người Mỹ ra khỏi ảnh hưởng ở Đông Dương và Đông Nam Á. Người Mỹ đang xăng tay áo nhảy vào bán đảo Đông Dương nầy rồi. Theo tôi, các anh nên rút về một căn cứ an toàn nào đó, ví dụ như Rừng Sác chẳng hạn, các anh lấy nơi đó làm căn cứ địa kháng chiến. Các anh tổ chức lại hàng ngũ, đào tạo cán bộ, liên kết với các đảng phái đối lập với chánh phủ như các lực lượng tôn giáo võ trang: Cao Đài, Hòa Hảo; rước các lãnh tụ chánh trị Việt quốc về làm cố vấn; kêu gọi thanh niên yêu nước theo về hợp tác, phụng sự lý tưởng chung. Thời gian là yếu tố cơ bản để các anh trưởng thành mọi mặt. Khi nào xét thấy đã có đủ sức mạnh và nhân tâm, chừng đó, các anh mới nên ra tay đánh và đánh thắng được đối phương.

Viễn lầm bầm:

- Như vậy biết đến bao giờ?

- Dù năm năm, mười năm hay lâu hơn nữa, các anh cũng phải kiên nhẫn chờ đợi ba yếu tố mà tôi đã nói khi nãy, tức là thiên thời, địa lợi, nhân hòa. Muốn Mỹ chú ý và đặt vấn đề để ủng hộ, các anh phải đủ mạnh, đủ khả năng thay thế Ngô Đình Diệm.

Anh nhấn mạnh thêm:

- Các anh nổi dậy lật đổ chánh phủ Diệm trong lúc nầy hoàn toàn chưa có lợi gì hết cho các anh, trong khi đó máu của nhân dân vô tội lại đổ ra. Đánh đã không thắng được mà các anh càng bị đồng bào oán ghét hơn. Tôi nói ra một điều xét thấy hơi thừa: muốn thắng địch, ta nên tìm hiểu địch lẫn cả ta nữa.

Trầm ngâm suy nghĩ một chặp, Viễn đập tay lên đùi trầm giọng:

- Tôi sẽ soát xét lại thiệt kỹ ý kiến của anh. Tôi sẽ triệu tập toàn Ban tham mưu, họp bàn chọn lấy một thái độ dứt khoát.

Châu đứng lên:

- Tùy các anh quyết định. Tôi không còn gì nói thêm nữa. Tôi xin kiếu từ.

Viễn vẫy tay bảo:

- Ăn cái đã rồi hãy về. Tôi mời Giáo sư sang đây là để dự tiệc mà!

Châu thối thoái ra về. Anh đã nói ra hết sự thật về bản chất của lực lượng Bình Xuyên và sự thật đó đã làm phật ý những người trong cuộc; từ đàn anh Bảy Viễn đến đàn em La Hữu Tài, La Hữu Sang. Không khí đã căng thẳng, bữa tiệc dù thịnh soạn đến đâu vẫn không tạo nổi sự ngon miệng cho thực khách. Viễn, Tài, Sang nổi tiếng về tửu lượng. Men rượu thấm vào máu, bốc lên đầu sẽ làm họ điên tiết trước những lời nói thẳng của kẻ khác và hậu quả sẽ đến với Châu ngay giữa buổi tiệc hay sau đó. Anh biết chắc chắn rồi đây binh biến sẽ xảy tới cho đồng bào Sài Gòn, Chợ Lớn và Gia Định. Hai mãnh hổ không thể sống chung trong một vùng đất chật hẹp. Tiểu khí không cho phép Viễn muối mặt âm thầm rút về Rừng Sác theo như ý kiến của Châu. Từ bỏ tất cả những gì đang có trong tay: Tổng nha Cảnh sát – Công an, sòng bạc Kim Chung, ổ điếm Bình Khang, trường đua Phú Thọ, vùng trời thương mại Ba Tàu – Chợ Lớn; sáng bơ sữa, chiều Sâm-banh, Cô-nhắc, Uýt-sky, gái đẹp,… – Viễn, Tài, Sang tự ví mình như những kẻ hèn nhát trốn chạy, đầu hàng đối phương. Họ phải ra tay, dù có thua thì đó cũng là một hành động anh hùng theo định nghĩa của giới giang hồ mã thượng, võ lâm.

Diệm – Nhu không thể kéo dài tình trạng một quốc gia trong một quốc gia, nhất là Mỹ không muốn lực lượng Bình Xuyên hiện hữu như một trở ngại lớn trong ý đồ xây dựng một chính quyền mạnh cho anh em Diệm. Người Mỹ đã biết rõ Cộng sản sẽ không thực thi điều cam kết trong Hiệp định Genève là hai năm sau Tổng tuyển cử giữa hai miền Nam – Bắc. Giấc mơ Cộng sản không dừng lại ở bờ vĩ tuyến 17, và người Mỹ muốn nắm chặt miền Nam Việt Nam, biến nơi đây thành tiền đồn chống Cộng thật kiên cố trong vùng Đông Nam Á.

Trên đường trở về, Châu suy nghĩ mông lung. Anh không biết mình đã thành công hay thất bại trong mưu định của riêng mình. Duy chỉ có một điều anh biết chắc chắn nhất, là máu lửa sẽ tràn lan, nhà tan cửa nát, con số nạn nhân của các tham vọng chính trị điên cuồng sẽ nhân cao hơn nữa!

Chương 3

Sau lần gặp lại Hà, Tuyền rũ rượi suốt ngày, tâm trí bất ổn, biếng nói, biếng cười. Công tác do tổ chức giao phó, nàng không buồn nghĩ tới. An toàn của Hà bị Liên đe dọa khiến Tuyền không còn thiết tha tới chuyện gì khác nữa. Nàng không thể và không dám trách Hà về con đường Hà đã chọn cho đời anh. Mỗi người có một chí hướng. Không vì khác hướng đi với nhau mà Tuyền có thể giết chết mối tình đầu đời của mình. Trước Hà, rất nhiều người đã theo đuổi Tuyền, tha thiết muốn được Tuyền ban tặng tình yêu. Ngân – con nuôi của thi sĩ Đông Hồ và nữ sĩ Mộng Tuyết – cai quản nhà sách Yểm Yểm Thư Trang, trong thời gian Tuyền làm công cho tiệm sách này, Ngân săn đuổi, dụ dỗ, hăm dọa nàng đủ điều với hy vọng chiếm cho bằng được nàng, nhưng Ngân chưa phải là đối tượng của Tuyền. Ngân dùng quyền lực con của chủ, tiền bạc của cha mẹ nuôi, điều đó đối với Tuyền là đáng phỉ nhổ.

Trước áp lực của Ngân, Tuyền dứt khoát rời bỏ chỗ làm về sống với người chị bà con, bà Ngọc – Hiệu trưởng trường Nữ công Mỹ Ngọc, "ổ" chứa chấp cán bộ Cộng sản cao cấp: Võ Văn Kiệt, Trần Văn Trà,… bà Ngọc dạy Tuyền nghề may và một số món ăn, bánh mứt. Vốn thông minh và tháo vát, chẳng bao lâu Tuyền trở thành cô giáo nữ công và gánh vác chương trình huấn dạy của trường. Tiên – em trai một người học trò của Tuyền, lại đến với Tuyền. Đẹp trai, hiền lành, có tư cách; Tiên dễ chiếm được tình cảm của Tuyền, nhưng Tuyền vẫn chưa tìm thấy nơi người con trai đó tổ ấm cho cuộc đời côi cút giá lạnh của mình.

Tiên là con trai duy nhất của một đại thương gia nổi tiếng Sài Gòn, giám đốc một cơ sở nhập cảng đồ phụ tùng và xe hơi danh tiếng Mercedes. Thân phận của Tuyền không thể về làm dâu một gia đình trọc phú. Bản tính Tuyền không thích hợp với giai cấp tư sản đó. Nàng vốn có thành kiến sâu đậm đối với nhà giàu!

Rồi đến lượt Tân, tuy chỉ mới ngoài hai mươi tuổi, Tân đã là chủ một tiệm may thời trang nổi tiếng ở đô thành. Tân nhờ người mai mối đến dạm hỏi Tuyền. Bà Ngọc ép gả, Tuyền cương quyết chối từ. Không phải vì Tân có tật một chân mà Tuyền chê Tân. Tuyền chê Tân ở tâm hồn tầm thường của anh. Có một người chồng tầm thường, tối ngày chỉ nghĩ tới tiền và tiền, chỉ nghĩ tới hạnh phúc cá nhân, hạnh phúc gia đình, con cái, Tuyền cảm thấy cuộc đời mình chẳng khác nào món trang sức, một vật dụng trang trí làm đẹp cửa, đẹp nhà! Còn bao nhiêu chàng trai khác nữa, trong đó có Minh – một người bạn kháng chiến đồng đội với Dục – anh ruột nàng đang chiến đấu ở một khu miền Tây, đổ tới vây lấy Tuyền. Minh được xem là một người gần đúng với sự lựa chọn của Tuyền. Thương anh trai, Tuyền muốn làm vợ của bạn anh mình, nhưng Tuyền thấy hiện tại của Minh – một cán bộ Cộng sản nằm vùng đang hoạt động bí mật trong lòng địch, sẽ dẫn dắt, đưa đẩy đời nàng vào ngõ cụt. Đang côi cút khổ đau, Tuyền không muốn tự mình lôi kéo đời mình vào cảnh khổ đau thêm nữa.

Ngay ở tuổi đời vừa đủ có trí khôn, Tuyền đã nghĩ nhiều đến thân phận con người, nhất là người đàn bà. Con gái lớn lên yêu đương, có chồng, có con, suốt tháng năm bị ràng buộc trong bổn phận làm vợ, làm mẹ rồi già, rồi chết, không làm được một việc gì góp ích cho dân, cho nước; Tuyền thấy đời một người sao tầm thường, vô vị. Nàng muốn làm cái gì khác hơn cái khuôn định chung ấy.

Gặp Hà – một thanh niên vì thời cuộc không thể tiếp tục ăn học tới nơi tới chốn theo sở nguyện của mình và phải ra đời quá sớm, Tuyền bỗng nghe con tim mình rung động. Tính khí ngang bướng, đầy chất nghệ sĩ của Hà, kết hợp với lý tưởng cao đẹp của anh khi Tuyền và anh trao đổi với nhau về quan niệm cuộc đời, đã kéo hai người ngày càng sát gần bên nhau. Tuyền nghĩ rằng mãi cho đến lúc bấy giờ, mình mới chọn được một gã đàn ông lý tưởng cho trái tim.

Gặp Châu rồi theo Châu tranh đấu cho một tương lai tươi sáng, một đường lối đúng đắn cho dân, cho nước, Tuyền vẫn tôn trọng con đường Hà đang rong ruổi trên đó. Nàng thầm nghĩ, cứ để yên cho người yêu thong dong đi trên con đường riêng của anh, mình cứ phục vụ lý tưởng của mình. Đến bao giờ Hà nhận ra được mục tiêu đấu tranh của ai là đúng, chừng đó, anh sẽ đổi hướng theo về, hơn là hành động như Liên, chỉ trích, mắng mỏ và bắt buộc Hà phải từ bỏ ngay mục tiêu Hà đã nhắm thẳng tới mà quay về với tổ chức, đồng bọn của người yêu.

Tuyền tin tưởng nơi Hà tuyệt đối. Nàng không hề nghi sợ Hà sẽ quay mặt lại với thầy, với bạn bè và người yêu, tố cáo những người thân thiết với chính quyền Quốc gia. Con người Hà không tầm thường như Liên đã cáo buộc và muốn diệt trừ.

*

Tưởng lầm Tuyền ngã bệnh, Chương ép nàng uống thuốc, chích thuốc. Anh biết khá nhiều về y dược. Trong thời gian còn ở khu, ngoài khả năng chuyên môn khắc ly-tô in sách vở, truyền đơn, tài liệu, anh còn có nghề tay trái là y tá.

Tuyền từ chối:

- Em có bịnh gì đâu mà anh ép uống thuốc, chích thuốc?

Chương vỗ về:

- Thấy thần sắc của em, anh biết chắc là em đã đau rồi, đừng có nói dối nữa.

Tuyền cười:

- Làm như thể anh là bác sĩ vậy đó.

- Bác sĩ thì anh chưa tới trình độ đó, nhưng y tá thì anh đã có thực hành qua rồi. Thấy ai rũ rượi, có vẻ mệt mỏi, anh biết ngay là đã muốn đau. Con mắt nhà nghề mà!

Đang buồn, Tuyền cũng bắt phì cười:

- Chỉ có vậy thôi thì ai làm lại không được? Không cần tới bác sĩ, y tá hay thầy bói, người ta cũng biết như vậy rồi, nhưng ở trường hợp của em thì hoàn toàn sai. Em chỉ thấy khó chịu trong người một chút thôi. Có lẽ vì thức khuya sau đêm rải truyền đơn ở chợ Bà Chiểu, em bị mệt.

Chương vẫn đứng ở cửa buồng nhìn Tuyền nằm nghiêng trên giường. Ánh sáng chỉ đủ cho hai người trông rõ mặt nhau. Chương bước tới đề nghị:

- Nếu em sợ thuốc, sợ chích, anh cạo gió cho em vậy.

Tuyền vừa trở mình ngồi dậy, chợt nghe đề nghị của Chương, nàng giật mình, khoa tay lắc đầu lia lịa:

- Không, không. Thôi, thôi. Em… em sợ cạo gió lắm.

Nhà chỉ còn hai người. Hưng, Phong, Liên đều đi vắng. Chịu cạo gió, Tuyền phải cởi trần ra trước mặt Chương. Dù chưa hay biết tình cảm sâu đậm của Chương đối với mình, và dù có tin tưởng Chương đến đâu, Tuyền cũng không thể để một nửa lõa lồ trước mặt một người đàn ông trong cảnh nhà trống vắng như vầy. Thay quần áo trước mặt bạn gái, Tuyền còn e thẹn nữa là! Chưa một lần nào nàng lõa lồ trước mắt một người bạn gái.

Chương tiến lại gần hơn:

- Anh cạo không có đau. Anh có kỹ thuật cạo gió êm lắm. Muốn bịnh mà chịu cạo gió sẽ hết ngay.

Tuyền thòng hai chân xuống giường vừa tìm dép vừa thối thoát:

- Dù có bịnh thật sắp chết đến nơi đi nữa em cũng nhất định không cho cạo gió. Em có thử một lần rồi, sau lần đó, cả tháng trời, em còn nghe ê ẩm cả da thịt.

Vuốt tóc, Tuyền nói tiếp:

- Vả lại, em không có bịnh hoạn gì hết. Em nói thiệt mà.

Chương đánh bạo ngồi ghé xuống giường:

- Vậy chớ tại sao mấy hôm rày anh thấy em uể oải, rũ rượi vậy hả?

Tuyền so vai:

- Thì tại vì... như em vừa nói khi nãy đó.

- Tuyền nói láo. Anh nhứt định không tin. Em giấu anh một chuyện gì đây.

Tuyền cau mày nhìn vào mắt Chương:

- Em nói láo? Em giấu anh chuyện gì chớ?

Chương chống hai tay lên đùi, ngó ra cửa buồng:

- Nếu quả thật em không đau ốm gì hết mà thần sắc em như vậy thì chỉ vì câu chuyện gay cấn giữa Liên và Hà. Có phải vậy không?

Tuyền lặng thinh. Nỗi buồn lo của Tuyền như cây mùa đông, mỗi khi có ai nhắc tới thì như một cơn gió thổi mạnh làm lá vàng rơi rụng nhiều thêm. Nàng không muốn ai nhắc tới. Nàng đang sốt ruột chờ Châu đi Hậu Giang trở về để đặt thẳng vấn đề với Châu: Hà có tội lỗi gì đối với tổ chức không và Hà có đáng bị giết không?

Tuyền không rõ chuyến đi công tác ở Hậu Giang của Châu có Đồng và Hải theo không? Nếu hai người ấy đi cùng với Châu thì ý muốn của Liên chưa thể thực hiện được. Còn nếu Đồng, Hải có mặt ở Sài Gòn thì có thể nguy hiểm cho Hà.

Chương giục:

- Tuyền, có phải vậy không em?

Tuyền thở ra:

- Chuyện riêng của em, anh không cần biết tới.

- Ồ, tại sao lại không? Cùng một tổ chức, chúng ta như anh em một nhà. Chuyện của riêng là chuyện của chung. Em đau buồn, anh vui được sao?

- Anh cũng không thể giải quyết được gì.

- Nhưng anh có thể góp ý với em.

Tuyền ôm mặt cúi gầm, nín lặng. Chương nhìn trân trối đôi vai no tròn của người con gái, mái tóc đen nổi bật trên mặt vải trắng mỏng, trải dài trên vòng lưng. Chương nghe mùi da thịt của Tuyền xông nhẹ vào khứu giác mình. Anh thầm mơ ước, thèm thuồng được ôm trọn vòng lưng ấy, đôi vai ấy và áp mũi lên mái tóc mịn màng ấy. Nếu là người yêu của Tuyền thì cảnh nhà vắng vẻ hôm nay sẽ là không gian lý tưởng nhất của đời anh.

Như có một sức mạnh nào đó giữ tay anh lại khi anh vụt có ý muốn táo bạo đặt nhẹ lên lưng Tuyền.

Anh len lén thở ra, giấu kín cơn thất vọng và niềm xấu hổ của mình. Anh hỏi cho đỡ ngượng:

- Em có sợ Hà bị thanh toán không?

Tuyền ngẩng lên:

- Dĩ nhiên là em sợ, nhưng em thấy vô lý quá. Tại sao lại giết anh Hà chớ?

Với giọng quan tòa, Chương phán xét:

- Vì Hà phản bội anh em!

Tuyền trừng mắt:

- Anh Hà phản bội ai? Ảnh phản bội hồi nào? Anh cũng cáo buộc anh Hà như vậy sao?

- Không phải anh. Liên kia mà?

Tuyền lắc đầu, tặc lưỡi:

- Hai người là bạn học cùng trường, cùng lớp, cùng thầy. Liên có thể xử lý với anh Hà như đối với một kẻ thù được sao?

Anh Hà chưa phản bội anh em. Liên ghét anh Hà không phải chỉ vì anh ấy chưa quay về đi chung đường với nó, với chúng ta mà còn vì sợ Hà cướp mất em, đem em ra khỏi tổ chức.

Nàng đặt ngược lại vấn đề:

- Và biết đâu không phải vì Liên thù ghét anh Hà, mà vì anh Hà không chú ý tới nó? Nó học giỏi lại khá đẹp, tại sao anh Hà không yêu nó?

Chương giật mình:

- Em nói gì vậy? Có thể như thế được sao?

Tuyền thản nhiên:

- Tại sao lại không?

Chương ngẩn ngơ một chặp:

- Không, anh hoàn toàn không tin giả thuyết đó. Biết Liên đã lâu, anh không thấy nó có ý nghĩ hay cử chỉ gì chứng tỏ nó vì không được Hà yêu rồi đâm ra thù ghét Hà hết!

- Anh chỉ mới quen biết Liên đây thôi, chớ còn anh Hà với Liên là bạn học của nhau từ năm thứ nhứt lên tới Tú tài. Trước kia hai người thân với nhau lắm. Nhưng thôi, gác chuyện đó qua một bên. Điều làm em thắc mắc không giải đáp được là tại sao anh Hà không đứng hẳn vào hàng ngũ của chúng ta, để rồi bị Liên xem như là kẻ thù của chúng ta? Yêu dân, yêu nước không phải là đặc quyền của bất cứ một ai, của một đoàn thể, tổ chức chánh trị nào. Ta nghĩ ta đúng thì kẻ khác cũng có quyền nghĩ rằng họ đúng. Tại sao ta bắt buộc người ta phải nghĩ và hành động giống như mình?

Chương chống hai tay ra sau, ngửa mặt thở ra:

- Yêu thương Hà, em không thể, hay nói đúng hơn là em không dám nhìn thấy cái sai, trật của Hà. Nếu em có đủ can đảm xem Hà như một người xa lạ, em sẽ thấy rõ, rất rõ Hà là kẻ đang phục vụ cho một chế độ chống lại lập trường và lý tưởng của anh chị em chúng ta. Em có đủ can đảm xem hai anh ruột của em đang theo Cộng sản là kẻ thù của chính em không?

Tuyền cố chống trả:

- Mỗi người có một chí hướng. Nên để mọi người được tự do đuổi bắt mộng đẹp của đời mình. Họ không theo ta, chưa theo ta vì con đường ta vạch ra chưa sáng tỏ. Họ theo bên nào cũng được, miễn là họ thực sự có lý tưởng đấu tranh cho độc lập, tự do cho Tổ quốc và dân tộc. Con người làm cách mạng phải có tình thương bao la, vị tha, bao dung và lòng nhân đạo. Giết một người vì sợ phản bội có đúng với lý tưởng cách mạng hay không?

Nàng nhấn mạnh thêm:

- Anh Hà đã thực sự phản bội anh em chưa, hay mới chỉ là do nơi phán đoán, lập luận của Liên? Em có đủ can đảm nhìn tận mắt cái chết của anh Hà nếu rõ ràng anh Hà đã quay mặt lại, phản bội chỉ trỏ bắt giết anh em, phá vỡ tổ chức của chúng ta.

Chương thấy Tuyền có lý vì chính anh, anh cũng chưa có một chút nghi ngờ gì đó đối với Hà. Hà vẫn gặp gỡ thường xuyên Châu, Hải, Đồng và tất cả anh em trong tổ chức đều mến Hà, trừ mỗi mình Liên. Mọi người vẫn xem Hà là học trò ruột của Châu, tuy Hà chưa bước vào tổ chức. Không ai hiểu tại sao mãi cho đến nay, Châu vẫn chưa quyết định về lập trường của Hà và có ý kiến gì cụ thể về việc Hà đang tiếp tục làm cán bộ cho chế độ Ngô Đình Diệm? Ngay cả Tuyền, nàng cũng chưa rõ tại sao hai thầy trò không cùng đi chung một đường mà vẫn đối xử với nhau như bát nước đầy? Nàng chỉ nghe Hà tâm sự: "... bao giờ thấy đường lối anh Châu sáng tỏ trong tim óc anh, anh sẽ gia nhập tổ chức và chiến đấu bên cạnh anh em đến hơi thở cuối cùng". Tuyền nhận thấy Hà có lý. Nàng không đòi hỏi người yêu làm theo điều mình đang làm, nghĩ theo điều mình đang nghĩ. Dĩ nhiên, Hà có quyền tiếp tục theo đuổi con đường anh đang cho là đúng.

Chương đánh tiếng xa gần:

- Phải chi Hà là người trong bọn chúng ta thì vấn đề đã khác hẳn rồi.

Tuyền cau mày:

- Ý anh muốn nói gì?

Chương hơi lúng túng:

- Anh muốn nói… phải chi em… yêu thương một trong các đồng chí của chúng ta thì… Liên không thắc mắc, lo sợ và… lôi thôi rắc rối gì hết.

Tuyền cười. Nụ cười ấy đã từng làm Chương mất ăn, mất ngủ nhiều đêm. Anh mơ ước được gắn đôi môi mình vào nụ cười quyến rũ ấy, hôn lên làn da mặt mịn màng ấy, đan tay vào mái tóc đen nhánh ấy. Anh vẫn còn quá xa đối với ảo ảnh thật gần. Đời anh vẫn còn là sa mạc heo hút mênh mông.

- Theo ý anh, trong các anh, em phải chọn người nào?

Chương không dám nhìn vào đôi mắt Tuyền. Anh càng thêm lúng túng:

- Làm sao anh… biết được? Ai thích hợp với em thì em… chọn.

Tuyền lắc đầu:

- Em không thể chọn ai hết.

Chương quay sang:

- Tại sao?

- Vì em xem tất cả các anh như là anh ruột của em. Cùng hoạt động bên nhau mà còn bày đặt yêu với đương khó làm việc lắm.

- Vậy chớ còn Hưng với Nguyệt thì sao? Tụi nó yêu nhau thắm thiết mà vẫn hăng say tranh đấu, em không thấy sao?

- Hai ông bà ấy là bạn học cũ của nhau. Họ để ý thương

nhau trước khi bước vào tổ chức.

Chương thở ra:

- Nói như em vậy thì nam nữ cùng chung một tổ chức không có quyền yêu thương nhau, cưới hỏi nhau sao?

- Có chớ sao không? Nhưng riêng em, em vẫn muốn là em gái của các anh. Yêu với đương lộn xộn lắm.

Tuyền đứng lên ra khỏi phòng. Còn lại một mình, Chương ngồi trên giường âm thầm gặm nhấm cơn đau tuyệt vọng, nhưng anh vẫn nghe thèm khát dâng cao ngùn ngụt trong tim. Anh chỏi tay nghiêng người cúi nhìn chiếc gối trắng còn vương vài sợi tóc đen. Anh áp mặt vào gối, hít thật đầy vào hai lá phổi hương vị ngây ngất của người trong mộng. Bàn tay anh siết chặt đầu gối tai bèo.

Tuyền đến tiệm sửa đồng hồ Hừng Đông ở đường Nguyễn An Ninh, bên hông chợ Bến Thành tìm Nguyệt. Ông bà Tám, cha mẹ Nguyệt thương Tuyền như con cháu nhà mình. Ông bà thường khuyên Tuyền: "Con mồ côi cha mẹ, không có anh em, nếu con muốn về đây ở chung với Nguyệt cho có chị có em, con cứ về với hai bác. Hai bác sẵn sàng bảo bọc con. Con gái một mình nay ở chỗ nầy, mai chỗ nọ không có nên".

Tuyền quý ông bà Tám như chú bác ruột của mình. Đôi lần, nàng sống chung với gia đình Nguyệt cả tuần. Ông bà Tám đối xử với nàng không khác đối với con ruột của ông bà. Hai đứa em trai của Nguyệt – Lộc và Sinh, xem Tuyền như chị ruột. Có lần Lộc – cách Tuyền hai tuổi, bông đùa: "Phải chi em lớn hơn chị vài tuổi, em sẽ yêu chị và cưới chị liền. Em thích có một người vợ giống như chị vậy. Có vợ mồ côi, mình khỏi sợ rắc rối lôi thôi với gia đình bên vợ". Tuyền vò đầu đùa lại: "Chị cũng tiếc quá, nếu chị có em gái, chị sẽ gả cho em ngay. Có em trẻ cao bồi như em, chị không sợ bị thiên hạ ăn hiếp".

Nguyệt sắp sửa rời nhà thì Tuyền xuất hiện. Hai người ôm

nhau mừng rỡ như đã cách xa nhau từ lâu.

Nguyệt hỏi:

- Gió nào đưa bà tới đây đúng lúc mình muốn lên Gia Định gặp bà vậy hả? Mới xa bà có một ngày rưỡi mà mình đã thấy nhớ bà thấy mồ!

Tuyền tát yêu vào má bạn:

- Xạo! Dóc tổ! Vậy chớ hổng phải bà mượn cớ lên trển gặp mình để thấy mặt anh Hưng sao?

Nguyệt trề môi:

- Tụi mình không còn thì giờ nghĩ tới nhau nữa. Dạo nầy anh Châu giao công tác hơi nhiều. Ngoài ra, tụi mình còn học tài liệu ảnh mới soạn ra nữa. Phần bài vở ở trường gần tới ngày thi làm mình túi bụi muốn điên lên được. Chắc là tiêu tùng quá! Rớt năm nay nữa, kể như mình phải chuyển ngành.

- Bà tính chuyển qua ngành nào?

- Không đậu, lên năm thứ hai Y khoa, mình định nhảy sang học Y tá Quốc gia cho rồi. Mình cũng thích ngành đó lắm.

Tuyền Cười:

- Học nghề gì cho dễ có chồng một chút. Học bác sĩ, cô mụ khó có chồng lắm. Mình thấy nhiều bà bác sĩ, cô mụ tới già vẫn chưa lập gia đình.

Ôm vai Tuyền kéo ra đường, Nguyệt phì cười:

- Còn làm cách mạng cũng khó có chồng nữa chớ bộ! Người làm cách mạng, chân ngoài đời, chân trong tù, lấy chồng lấy vợ rồi có con, chỉ gặp toàn cảnh khổ thôi. Thấy không, anh Châu cứ ở vậy hoài, ảnh đâu dám cưới vợ. Bà nào gặp ảnh sẽ khổ suốt đời. Con tim của người cách mạng đã hiến dâng trọn vẹn cho lý tưởng, cho Tổ quốc, dân tộc rồi.

Nguyệt gọi xích lô đạp. Ba thanh niên đi ngang qua, huýt gió trêu chọc:

- Tụi bây ơi! Thơm quá chừng chừng! Tụi bây chọn đứa nào?

- Tao chọn hết cả hai.

- Đồ tham ăn. Chừa tao một đứa chớ.

Một tên dừng lại, vuốt tóc dài chấm vai, ngỏ lời:

- Nếu hai em không chê, tụi anh xin mời hai em đi ăn một cái gì rồi đi xi-nê?

Nguyệt trừng mắt nghiêm giọng:

- Hẳn là tụi nầy chê rồi đó. Đi chỗ khác kiếm ăn.

Hai tên kia bật cười chế nhạo:

- Quê quá là quê! Bỏ đi Tám, đụng ổ kiến lửa rồi.

Tên kia cười ngượng, nói rán:

- Em nỡ đối xử với anh như vậy sao? Bọn nầy đủ sức "thỏa mãn" hai em mà!

Nguyệt làm Tuyền ngạc nhiên:

- Mấy người đi vô xóm Bình Khang ở Vườn Lài kia kìa. Vô trong đó mặc sức mà "thỏa mãn". Ở đây người ta chê rồi!

Tiếng cười chộ lại vang lên. Cả ba tên bỏ đi thật nhanh. Vài tiếng chửi thề rơi rớt lại:

- Đ.m.! Bữa nay xui quá! Đ.m.! Tụi nó chua ngoa quá!

Nguyệt quắc mắt nhìn theo ba tên vô lại.

Tuyền thắc mắc:

- Nguyệt! Sao bà bạo quá vậy? Bà dám nói…

Nguyệt rùn vai:

- Đi với Bụt mặc áo cà sa, đi với ma mặc áo giấy. Với bọn vô lại, cặn bã xã hội đó, mình phải ăn nói như vậy mới trừ được chúng nó. Xã hội còn đầy rẫy bọn đó, nước nầy không khá được. Rồi đây, Diệm rước bọn Mỹ, các đồng minh của Mỹ vào, vết thương xã hội sẽ còn lở loét, nhầy nhụa hơn nữa. Hết Tây, tới Mỹ, tới Nga, Tầu; Tổ quốc Việt Nam chúng ta chẳng khác nào một con điếm quốc tế! Đám con lai đủ quốc tịch ngày một thêm đông.

Người phu xe xích lô đạp nhịp nhịp cần thắng giục khách. Ngồi lên nệm xe, Nguyệt bảo Tuyền:

- Lên đi Tuyền. Đừng ở đây thêm nữa. Một bọn khác sắp đến nữa rồi kìa.

Tuyền ngồi kế bên Nguyệt hỏi:

- Bà định đi đâu?

- Rồi sẽ tính.

Người phu xe còng lưng đẩy xe tới. Anh hỏi:

- Hai cô đi đâu, xin cho biết?

- Anh đưa tụi tôi về đường Võ Tánh đối diện cửa Tổng nha Cảnh sát.

- Ok! Ok!

Đôi bạn lặng thinh. Chiếc xích lô lao nhanh trên đường phố đông người. Người phu xe nhảy múa trên yên. Anh chỉ có một chân. Chân bên kia bằng gỗ thả xuôi trên mặt đường. Tuyền lầm bầm:

- Mình thích đi bộ hay đi xe có động cơ hơn là ngồi xe do sức người đẩy hay kéo. Xích lô đạp trông đỡ hơn xe kéo ngày xưa nhưng vẫn làm đổ mồ hôi con người. Mình cảm thấy như thế nào ấy! Nói theo Cộng sản thì đó là "người bóc lột người".

- Người Pháp cai trị xứ mình theo chính sách ngu dân. Rồi đây người Mỹ nhảy vào thay chân ông đồng minh bại trận sẽ cai trị dân mình theo chính sách "hư dân". Bên kia bờ Bến Hải, Nga và Tầu chủ trương theo chính sách "bần dân". Chế độ nào còn lệ thuộc ngoại bang, vẫn còn làm cho dân tộc, đất nước nầy "ngu, hư và bần". Chỉ có dân ta cai trị lấy dân ta thì dân ta, nước ta mới ngóc đầu lên nổi.

Nàng nghiêng đầu nhìn người phu xe đang hùng hục dồn sức mạnh vào chân còn lại xuống bàn đạp, nói tiếp:

- Đôi khi mình cũng nghĩ như Tuyền vậy, nhưng xã hội đã đẻ ra một số nghề không đẹp mắt cho lắm, và người dân muốn sống bị bắt buộc phải chọn lấy để nuôi thân, nuôi vợ, con. Nếu tất cả chúng ta đều từ chối không tiếp nhận thứ nghề nghiệp đó thì họ sẽ khổ sở, đói rách hơn. Nghề nào rồi cũng nuôi sống được một số người. Chỉ có nghề "bán trôn nuôi miệng" là ghê tởm, dơ bẩn đáng diệt trừ nhứt.

Chiếc xích lô len lỏi trong dòng thác người và xe trực chỉ về đường Võ Tánh. Tới ngang rạp Khải Hoàn, Tuyền đề nghị Nguyệt vào Chợ Lớn tìm Hà. Hà ở chung với cha mẹ ở đường Jean-Jacques Rousseau gần bệnh viện Chợ Rẫy. Cùng ở với Hà, có Công – một người bạn gốc miền Trung, cùng làm việc chung với Hà trong Ủy ban Chiến dịch Tố Cộng do Lê Khải Trạch làm Chủ tịch, thuộc Bộ Thông tin dưới trào Bộ trưởng Trần Chánh Thành. Công kết nghĩa huynh đệ với Hà và làm con nuôi cha mẹ Hà.

Nguyệt cười, chế giễu:

- Lại tới cữ nhớ người yêu rồi sao mà đòi gặp đây?

Tuyền lắc đầu:

- Không phải vậy. Mình muốn gặp anh Hà bàn một số vấn đề hệ trọng.

- Vấn đề gì hệ trọng?

- Trước là khuyên ảnh thôi đừng ghé thăm mình nữa. Hai đứa nên xa nhau một thời gian để mình hiến trọn cuộc đời mình cho công tác của tổ chức giao phó. Mỗi lần hai đứa gặp nhau, mình thấy đa số anh em không hài lòng, trong đó có anh Hai. Sau nữa là căn dặn ảnh nên cẩn thận. Liên có thể…

Nguyệt ngắt lời:

- Chuyện trước, mình sẽ góp ý với bà sau, còn chuyện con Liên đòi thanh toán anh Hà, mình tin là anh Hai không cho phép anh Đồng, anh Hải hành động. Giết kẻ thù vì nhu cầu của tổ chức, vì quyền lợi thiêng liêng của dân tộc, đất nước – đó là cái thế "chẳng đặng đừng". Còn giết một người bạn, một người học trò cưng, anh Hai không thể xuống tay.

- Nhưng Liên nó dẫn chứng anh Hà là kẻ thù của tổ chức vì ảnh đang phục vụ cho một chế độ mà anh Hai muốn loại bỏ, tiêu diệt.

Nguyệt khẳng định:

- Không! Mình hoàn toàn không tin anh Hai đã xem anh Hà là kẻ thù, là mối đe dọa của tổ chức.

Nàng vẫy tay bảo ngừng xe lại. Anh phu xe vừa thở vừa hỏi:

- Đã tới rồi hả cô?

Đợi xe ngừng hẳn, Nguyệt đáp:

- Tụi tôi đổi ý. Tụi tôi muốn vô Chợ Lớn lận. Anh có đủ sức chở tụi tôi đi xa không?

Anh phu xe bước xuống đường. Anh mất thăng bằng té ngửa. Nguyệt, Tuyền hốt hoảng, chới với vì chiếc xe chao động lăn bánh về phía trước, cắm đầu vào lề đường.

Hai người cùng nhảy xuống xe một lượt. Anh phu xe đang gượng đứng lên, khập khiễng đi tới, mặt mày nhăn nhó.

Nguyệt hỏi nhanh:

- Anh làm sao vậy, có sao không?

Tuyền tái mặt, đập lên vai bạn:

- Chết rồi… Nguyệt ơi!

- Chuyện gì?

Kề sát vào tai Nguyệt, Tuyền thì thầm:

- Bà thấy gì không?

Nguyệt ngơ ngác:

- Gì?

- Nhìn một chân của ổng kìa.

Hai mắt Nguyệt tròn xoe:

- Một cẳng?

- Ừa! Ổng chỉ có một giò thôi.

- Chết bà! Tội nghiệp biết chừng nào! Nãy giờ tụi mình có hay biết gì đâu. Hèn chi mà xe chạy cứ cà giựt, cà giựt.

Nguyệt che miệng cười, Tuyền thúc nhẹ:

- Ê, đừng có cười. Mình cười được sao trước sự bất hạnh của người khác?

Nguyệt tắt nhanh nụ cười:

- Hổng phải mình cười anh ấy. Mình cười vì tụi mình… vô ý, vô tứ quá mà thôi. Người có hai chân bắt người có một chân chuyên chở. Thiệt là vô nhơn đạo!

Nàng không sao nín cười được. Trong bọn, nàng nổi tiếng là "đười ươi", cái gì, chuyện gì cũng làm nàng cười được. Có khi, nàng cười rất lâu, cười một mình suốt ngày mỗi khi nhớ tới mẩu chuyện vui đã làm nàng cười chảy nước mắt.

Anh phu xe gượng cười:

- Tôi xin lỗi hai cô. Tôi… vô duyên quá!

Tuyền móc tiền trong ví hỏi:

- Anh lấy bao nhiêu từ chỗ hồi nãy tới đây?

- Ủa, hai cô không đi vô Chợ Lớn sao?

Tuyền tươi cười:

- Thôi, tới đây đủ rồi. Tụi tôi không biết anh…

Nàng không dám nói thêm nữa. Hiểu ý khách, anh phu xe bảo đảm:

- Được mà hai cô. Tuy chỉ có một giò, tôi vẫn đủ sức chở khách đi xa. Chân mặt của tôi khỏe ghê lắm. Hai cô ngồi lên xe tôi chở tới nơi tới chốn. Bao xa cũng được hết.

Tuyền, Nguyệt không đủ can đảm ngồi lên xe đi thêm một thước đường nào nữa. Mặc cảm phạm tội đè nặng lên lương tâm hai người. Nài ép không được, anh phu xe đòi tiền cuốc xe cao hơn giá bình thường. Biết mình bị "làm tiền", Tuyền, Nguyệt vẫn thỏa mãn anh ta và xem đó như là một cách "chuộc lỗi bóc lột người" của mình!

Anh phu xe nói với theo bước chân của hai khách:

- Đâu phải lỗi của tôi. Chiến tranh tàn ác đã cướp mất của tôi một chân. Mấy người hãy chống mắt lên mà coi, rồi đây Mỹ tràn sang, chiến tranh sẽ kéo dài, khốc liệt hơn nữa, còn nhiều người Việt Nam mất mạng, mất cẳng, mất tay hơn nữa.

Đi xa dần, Tuyền, Nguyệt không còn nghe rõ lời càm ràm, chửi rủa của anh phu xe.

Tuyền thở ra:

- Tội nghiệp quá!

Nguyệt so vai:

- Đó là hình ảnh trung thực đau thương của dân tộc Việt Nam. Những kẻ tham quyền cố vị cúi đầu làm tay sai cho ngoại bang với chiêu bài tranh đấu cho tự do, hạnh phúc quốc gia, dân tộc, giải phóng con người; đã và đang hủy diệt mầm sống, tương lai của nhân dân.

Nàng vẫy tay gọi chiếc xích lô máy từ xa chạy tới.

Tuyền bông đùa:

- Coi kỹ bác tài còn đủ tay chân không?

Nguyệt cười:

- Xe có động cơ dù gì cũng không sao. Thiếu tay, chân không được phép lái xe có động cơ.

Trên đường vào nhà Hà, Tuyền nhớ lại bác tài và chiếc xích lô máy ân nhân đã cứu mình trong một chuyến chuyển truyền đơn, tài liệu của tổ chức. Nàng ngoái đầu nhìn lại bác tài. Không phải ân nhân. Hoàn toàn xa lạ. Bác tài nhe răng cười. Da mặt bác rám nắng, nhăn nheo, mái tóc bạc phơ bay lồng lộng trong gió.

Ngang qua ngã tư, góc nhà thương Chợ Rẫy, Tuyền trỏ tay vào một quán bán sách báo bên đường, bảo:

- Nguyệt, quán sách báo vợ tương lai của anh Hà kìa.

Nguyệt trợn mắt:

- Vợ tương lai của anh Hà? Bà nói gì kỳ vậy?

- Bà già anh Hà đã hứa làm sui với ba má cô Luận ấy.

- Thiệt vậy sao? Rồi… anh Hà có chịu cưới Luận không?

- Phải chi ảnh chịu thì không thành vấn đề. Ảnh nhứt quyết từ chối.

Nguyệt tát yêu vào má bạn:

- Tại mầy mà anh Hà dám cãi lại "lịnh" song thân.

Giọng Tuyền thật buồn:

- Mình khuyên ảnh nên vâng lời ba má ảnh để làm tròn bổn phận của người con hiếu thảo, nhưng ảnh nói: "Người mình không hiểu, không yêu làm sao cưới làm vợ được?" Cãi lại ý muốn của ba má, ảnh đặt mình trước hoàn cảnh nghịch thường. Chắc chắn là ba má ảnh sẽ phản đối cuộc hôn nhơn do chính ảnh định đoạt.

- Dĩ nhiên. Nhưng, cô Luận có đẹp lắm không?

- Bù vào sắc vóc, Luận được lợi điểm hơn mình là con nhà

khá giả.

Nguyệt bình luận:

- Anh Hà có máu nghệ sĩ. Tiền bạc, danh vọng không lung lạc được lòng ảnh đâu. Mình hiểu rõ con người ảnh.

Câu nói của Nguyệt vô tình nhắc nhở Tuyền cuộc tình giữa Nguyệt và Hà trước đây. Một thoáng ghen nhẹ nhàng như tơ trời len nhanh vào hồn Tuyền. Bàn tay Nguyệt nắn bóp đùi Tuyền làm nàng cảm kích vội xua đuổi "sợi tơ trời" ấy ra khỏi hồn.

*

Xe dừng lại trước tiệm đánh bi-a, banh gỗ và ping-pong. Nguyệt trả tiền cuốc xe. Tuyền len lén nhìn vào trong. Lũ trẻ đang la hét bên cạnh các trò chơi. Ông Bảy – cha ghẻ của Hà – đang nằm võng, đọc truyện Tàu. Bà Bảy đang nấu ăn dưới bếp.

Nguyệt giục:

- Vào đi. Sao còn đứng chết trân đó?

Tuyền e ngại:

- Bà vô nhà hỏi xem có anh Hà không rồi mình... liệu sau.

- Ồ! Anh Hà có ở nhà hay không thì mình cũng cứ vô. Đã đến đây rồi thì cứ liều. Bà sợ ba má anh Hà ăn thịt hả?

- Gặp người không thích gặp, mình cảm thấy... ngỡ ngàng lắm! Lỡ má anh Hà nặng lời rồi mình nóng nảy cầm lòng không được cãi lại chỉ tội nghiệp anh Hà thôi.

Nắm tay Tuyền, Nguyệt kéo bạn vào tiệm:

- Còn có mình đây. Bà đừng sợ. Bác ấy nói gì, dù có nặng nề, bà hãy vì anh Hà mà nhịn nhục.

- Nhưng... nếu không có anh Hà ở nhà... mình vào gặp ba má ảnh để... làm gì?

Mặc cho Tuyền tìm cách rút lui, Nguyệt nắm chặt tay nàng

kéo đi thẳng vào cửa tiệm. Thằng Quít – nhân viên tí hon của ông bà Bảy – đang theo dõi trận đá banh bàn ăn tiền quyết liệt của hai thanh niên Trung Hoa, trông thấy khách phụ nữ vào tiệm, vội vàng chạy ra nhíu mày hỏi:

- Hai chị chơi loại nào? Ping-pong, bi-a hay đá banh bàn?

Nguyệt cười:

- Đàn bà con gái ai lại chơi những thứ đó mà em hỏi?

Thằng Quít cười tủm tỉm:

- Có chớ! Lâu lâu cũng có khách con gái đánh ping-pong hoặc thụt bi-a. Nhiều tay đánh banh bàn ăn đứt tụi con trai.

*

Ông Bảy có biệt tài vừa xem truyện Tàu vừa theo dõi sát mọi diễn biến trong, ngoài tiệm. Tiếng ông rổn rảng, mỗi lần có chuyện cãi vã của khách con nít, ông hét ầm lên, ngăn chặn lại ngay. Ông rất có uy với lũ trẻ cùng xóm, nhưng ông lại có cảm tình với chúng nó. Đang lỡ ăn thua, chúng nó được ông tặng thêm mươi phút không tính tiền hoặc lỡ kẹt thiếu chút đỉnh, chúng nó có thể ghi sổ nợ trả sau.

Trong vùng có nhiều "câu lạc bộ" thể thao, giải trí loại "bỏ túi" như ông, nhưng chỉ có tiệm ông đắt khách nhất. Dù thế, vẫn không cạnh tranh, không thù ghét ông. Ông là một nhân sĩ trong vùng. Bà Bảy là ân nhân của bà con, lối xóm. Ai có chuyện gì cần, bà sẵn sàng giúp đỡ, ngay cả chuyện tiền bạc. Ông bà được dân địa phương tặng cho mỹ danh "Ông Bà Bảy Nhân Đức". Muốn tìm nhà ông bà, người ta chỉ cần hỏi tên "Ông Bà Bảy Nhân Đức" là kiếm ra ngay. Ngày nào cũng có từ ba đến năm ăn mày đến xin cơm, gạo, tiền ông bà Bảy. Thằng Quít nạt nộ ăn mày, bị ông bà rầy la: "Còn nhỏ mầy nên tập tánh nhân từ, bác ái. Kẻ có lòng sẽ được Trời Phật nghĩ tới giúp cho khá giả".

Thấy khách lạ, ông Bảy hỏi vọng ra, át cả tiếng đá banh bàn:

- Ai vậy Quít?

Quít đáp:

- Dạ, hổng biết.

Ông Bảy nhướng mắt nhìn Nguyệt, Tuyền qua gọng kính lão xệ thấp trên sống mũi. Ông bước khỏi võng, tiến ra cửa quán.

Tuyền lùi ra sau. Nguyệt nắm tay nàng giữ lại:

- Chuyện gì bà sợ? Cứ ở lại đây. Bà để tôi đối phó.

Nàng hỏi Quít:

- Có anh Hà ở nhà không em?

Quít lắc đầu:

- Ít khi ảnh ở nhà lắm. Tối ảnh mới có mặt ở nhà.

- Ảnh đi làm hả?

- Đi làm hay đi chơi ai mà biết được. Có đêm anh đi mất tiêu luôn.

Tuyền nói nhanh:

- Anh Hà vắng mặt, thôi, mình về đi Nguyệt.

Ông Bảy ra tới:

- Hai cháu muốn kiếm ai?

Nguyệt cúi đầu chào:

- Dạ, thưa bác, tụi cháu muốn gặp anh Hà! Ảnh có nhà không, thưa bác?

Tuyền không dám nhìn thẳng mặt ông Bảy. Ông Bảy nhìn Nguyệt rồi nhìn Tuyền. Ông không trả lời câu hỏi của Nguyệt:

- Trong hai cháu, cháu nào là cháu Tuyền?

Tuyền giật mình. Nàng không hiểu tại sao ông Bảy lại biết tên mình và đặt câu hỏi như vậy?

Nguyệt nắm tay Tuyền tươi cười đáp:

- Dạ, đây là Tuyền, bạn cháu.

Tuyền muốn lủi nhưng Nguyệt đang nắm chặt tay nàng.

Ông Bảy nói nhanh:

- Vào, vào trong nhà đi hai cháu. Dữ ác, tới hôm nay, bác mới biết mặt cháu Tuyền.

Nguyệt kéo Tuyền theo ông Bảy, kề vào tai Tuyền thì thầm:

- Bà thấy không, ba anh Hà cởi mở lắm, có gì đâu mà bà sợ?!

Tuyền nhìn sâu vào nhà tìm bóng dáng bà Bảy. Nàng chỉ ngại mẹ Hà thôi vì nàng biết rõ ông Bảy chỉ là cha ghẻ của Hà. Tình cảm, thái độ của bà Bảy mới đáng kể. Hà yêu và kính mẹ, theo Tuyền, liệu anh có thể chống lại quyết định của mẹ tới cùng hay không?

Ông Bảy căn dặn Quít:

- Tao có khách, mầy coi cẩn thận nghe không? Có việc gì cần lắm mới gọi tao ra.

Ông đưa Tuyền, Nguyệt thẳng ra nhà sau.

Nguyệt đãi bôi:

- Thưa bác, dạo nầy công việc làm ăn của hai bác có khá không?

Ông Bảy tươi cười:

- Đỡ lắm cháu, nhưng thuế má lại tăng. Sở thuế cử người xuống kiểm soát rất chặt. Hơn nữa, bác còn phải đóng thuế cho…

*

Ông muốn nói tới phần thuế bí mật đóng cho phe "cách mạng". Hằng tháng, có cán bộ kinh tài từ trong khu Hóc Môn – Bà Điểm về thu thuế các thương gia ở đô thành. Ông là người đóng thuế bí mật đầy đủ và đều đặn nhất. Từ ngày đầu kháng chiến đến giờ, ông nhận rất nhiều giấy ban khen của "cách mạng". Trong "tuần lễ vàng" trước đây, ông hiến gần một nửa tài sản. Những ngày sôi động nhất của lịch sử, nghe Pháp quay trở lại khi đồng minh đánh bại phát xít Đức và Ý, Nhật; ông huy động lối xóm và các công nhân trong vựa củi của ông lớn nhất vùng Chợ Lớn, dùng búa tài sồi, cưa tay hạ hàng loạt cây dầu dọc hai bên đường để chặn lính Pháp từ hướng Sài Gòn kéo vào Chợ Lớn.

Ông bị Pháp bắt giữ, đánh khảo gần chết. Nhờ bà Bảy khéo chạy chọt, ông được thả ra. Bà Bảy ngăn cấm ông liên lạc với "cách mạng", nhưng ông vẫn lén gửi tiền bạc, thuốc men, giấy bút vào khu "giải phóng". Ông cho đó là một thái độ phải có, phải làm của một người dân yêu nước. Không đóng góp trực tiếp vào đại cuộc, ông bèn tỏ một chút lòng ái quốc trước nhu cầu khẩn thiết của Tổ quốc, dân tộc.

Ông gọi bà Bảy:

- Bà nó ơi! Có khách đây nè!

Đang nấu ăn, bà Bảy quay lại hỏi:

- Ai vậy?

Tuyền, Nguyệt cúi đầu chào.

- Tuyền, cháu Tuyền đó bà.

- Tuyền nào?

- Thì Tuyền… bạn của thằng Hà đó!

Bà Bảy nhìn trân trối Tuyền, Nguyệt. Bà chưa biết ai là Tuyền. Ông Bảy đến sát bên vợ thì thầm. Ông quay lại bảo:

- Hai cháu ngồi chơi đi. Cứ tự nhiên.

Giọng bà Bảy thật lạnh:

- Ông trở lên trên coi tiệm đi. Để mọi việc dưới nầy cho tôi.

Vừa quay trở lên tiệm, ông Bảy vừa căn dặn:

- Nhẹ nhàng thôi nghe bà. Đâu còn có đó. Bà đừng nóng nẩy.

Bà Bảy vẫn giữ nét mặt bình thản:

- Ông khéo dặn thì thôi. Tôi già rồi chớ không còn là con nít.

Tuyền hơi bối rối. Đã từng mạo hiểm rải truyền đơn ở các chợ, các đường phố, nhét tài liệu bí mật vào kẹt cửa từng nhà, qua mặt nhân viên công lực dễ như trò đùa,... Tuyền chưa có cảm giác lo sợ như lúc đối diện với mẹ của Hà.

Hiểu rõ tâm trạng của bạn, Nguyệt bấm nhẹ vào tay Tuyền ngầm khuyên Tuyền bình tĩnh.

Nguyệt mở lời:

- Thưa bác, bác vẫn khỏe chứ?

Giọng bà Bảy trầm trầm:

- Nhờ Trời Phật, tôi vẫn mạnh khỏe. Xin lỗi, trong hai cô, ai là cô Tuyền?

- Dạ, cháu là Nguyệt, bạn cháu đây là Tuyền.

- Mời ngồi!

Bà Bảy chỉ chiếc bàn tròn, một nửa mặt bàn hạ xuống sát tường.

Nguyệt kéo Tuyền:

- Bác cho ngồi, bà ngồi xuống đi. Dạ, xin phép bác.

Bà Bảy vừa lau tay, vừa bảo:

- Cứ tự nhiên.

Mắt bà dán chặt vào mặt Tuyền, từ đầu đến chân Tuyền. Tuyền vẫn đứng trong khi Nguyệt đã ngồi xuống ghế. Tuyền nghe chừng như đang bị gai nhọn châm chọc lên khắp thân thể.

Nàng hối hận đã dẫn xác vào đây, trình diện với mẹ Hà. Nàng hình dung mình đang đứng trước một biện lý và sắp sửa nghe lời buộc tội nghiêm khắc.

Bà Bảy lặng thinh, bình tĩnh têm trầu, đưa vào miệng nhai.

Nguyệt kéo nhẹ Tuyền:

- Ngồi xuống đi. Bác gái đã cho phép ngồi rồi.

Bà Bảy bảo:

- Cô ngồi xuống đi. Cứ tự nhiên. Tôi không bắt lỗi phải gì đâu.

Tuyền ngồi xuống ghế sát bên Nguyệt.

Nguyệt giải tỏa không khí nặng nề:

- Bác ăn trầu khỏi phải ngoáy. Má con, chắc nhỏ tuổi hơn bác mà đã ăn trầu ngoáy rồi.

Bà Bảy nhổ cổ trầu vào ống nhổ bằng đồng bóng loáng:

- Tới một tuổi nào đó, ai cũng phải ăn trầu ngoáy. Nhờ Phật, Trời, răng cỏ tôi còn chắc.

Tuyền muốn nói một câu gì đó cho đỡ ngượng nghịu nhưng nàng không biết nên mở lời như thế nào.

Nguyệt gợi chuyện:

- Thưa bác, cháu nghe nói quê hai bác ở Cần Giuộc mà ở huyện nào, xã nào vậy thưa bác?

Ngừng nhai trầu, bà Bảy hỏi lại:

- Cô hỏi quê quán tụi tôi chi vậy? Có ăn nhập tới cuộc gặp gỡ nầy không?

Nguyệt khéo léo:

- Dạ thưa, vì quê cháu cũng ở Cần Giuộc. Giòng họ cháu ở tại chợ huyện. Chắc hai bác ở xã Mỹ Lộc hoặc Tân Thành hay Mỹ Phụng, cầu Mồng Gà?

- Chúng tôi ở xã Phước Lâm.

- Phước Lâm? Dạ, cháu có biết xã ấy. Ở đó có chùa Cao Đài khá lớn, có phải không thưa bác?

Bà Bảy gật đầu. Mắt bà vẫn dán lên người Tuyền. Tuyền cúi đầu, ngồi cứng đờ như pho tượng. Nàng moi óc tìm cách đối phó với sự tra vấn, hành hạ của mẹ Hà chút nữa đây. Lời nói của Nguyệt và bà Bảy chỉ loáng thoáng trong tai nàng.

Bà Bảy đổi chiều câu chuyện, nghiêm nghị hỏi Tuyền:

- Cô Tuyền vào đây gặp chúng tôi để làm chi vậy? Có chuyện gì quan trọng không?

Tuyền chỉ "dạ" một tiếng nhỏ rồi nín lặng. Nguyệt đỡ lời:

- Dạ thưa bác, tụi cháu muốn gặp anh Hà có chút việc cần, chẳng may, anh Hà lại đi vắng.

Bà Bảy nhổ cổ trầu, cười mỉm:

- Thằng Hà, con tôi, phải đi làm kiếm cơm chớ đâu có ở không nằm nhà chờ gặp người thương nó.

Tuyền biết ngay bà Bảy đã bắt đầu cuộc tra khảo. Nàng ngước lên nhìn bà:

- Thưa bác…

Không để Tuyền dứt câu, bà Bảy cắt ngang:

- Nếu tôi không lầm thì Hà nó đã nói cho cô biết ý định của chúng tôi về tương lai gia đình vợ con của nó rồi? Nếu nó nói rồi thì có lẽ không còn cần tôi phải lặp lại và dài dòng nữa.

Nguyệt định can thiệp để giải cứu Tuyền nhưng Tuyền đã chống đỡ:

- Thưa bác, cháu đã biết tất cả. Anh Hà không giấu cháu chuyện gì hết.

- Vậy cô nghĩ sao, tính sao?

- Dạ, cháu đã khuyên anh Hà nên vâng lời bác.

- Thiệt vậy?

- Dạ, thật vậy thưa bác.

Nguyệt ngó Tuyền tỏ ý hoài nghi điều Tuyền vừa nói. Chưa bao giờ Nguyệt nghe Tuyền nói tới chuyện Hà bị cha mẹ bắt ép cưới một người khác. Nàng vẫn tin Hà và Tuyền quyết kết hợp với nhau. Bao giờ hai người cưới hỏi nhau? Ngay cả Hà hoặc Tuyền cũng chưa biết tới.

Nguyệt xen vào:

- Nhưng, thưa bác, anh Hà…

Bà Bảy lại ngắt lời:

- Cô nói vậy chớ cô còn cứ đeo đuổi theo nó hoài thì làm sao nó chịu cưới người do chúng tôi lựa chọn xứng đáng cho nó?

Tuyền nghiêm nghị:

- Thưa bác, cháu không hề đeo đuổi theo anh Hà. Chính anh Hà cứ tìm gặp cháu và mỗi lần gặp ảnh, cháu đều khuyên anh nên dứt khoát với cháu để làm vui lòng bác.

Bà Bảy nhả miếng trầu, lau miệng:

- Cô ăn nói khéo lắm nhưng bằng chứng trước mắt là cô đang tìm kiếm thằng Hà. Vậy tôi hỏi cô, đây có phải là một sự đeo đuổi không?

Nguyệt tươi cười:

- Thưa bác, Tuyền và cháu muốn gặp anh Hà để bàn với ảnh một chuyện quan trọng liên quan tới an ninh của đời ảnh. Mong bác đừng hiểu lầm.

Bà Bảy ngăn Nguyệt:

- Tôi muốn bàn riêng với cô Tuyền. Cô hãy để cho cô ấy trả lời các câu hỏi của tôi.

Bà châm biếm:

- Làm đàn bà, tôi hiểu tâm tánh, tình cảm của đàn ông, con trai, hơn nữa, tôi đẻ thằng Hà, tôi càng hiểu bản tánh của nó hơn ai hết. Nó đa tình, đa cảm và chung thủy. Gặp một người đẹp đẽ như cô, ăn nói khéo léo như cô và... dễ dàng như cô, thằng Hà không mê mệt làm sao được? Dù nó có thực sự muốn xa cô, quên cô để làm tròn chữ hiếu đối với mẹ cha mà cô khéo ăn khéo nói quá thì làm sao nó dứt khoát cho đặng? Đàn bà làm xiêu lòng đàn ông, con trai lắm!

Hai chữ "dễ dàng" như tên nhọn cắm vào tim Tuyền. Máu nóng dội ngược lên đầu, Tuyền nghe mặt mũi mình cháy bỏng:

- Bác, bác dùng hai chữ "dễ dàng" để ám chỉ chuyện gì?

Bà Bảy rùn vai:

- Tôi muốn thằng con trai út của tôi có một người vợ đứng đắn, đàng hoàng, con gái nhà tử tế, khá giả để tạo hạnh phúc cho đời nó. Có vợ mồ côi, đời thằng Hà sẽ khổ.

Nguyệt thấy cần bênh vực cho bạn:

- Thưa bác, Tuyền tuy mồ côi nhưng không thiếu giáo dục. Anh Hà yêu Tuyền, có lẽ ảnh cũng thấy được điều đó. Bác nên tìm hiểu Tuyền hơn để khỏi ngộ nhận.

Bỗng ông Bảy xuất hiện:

- Bà sao kỳ cục quá! Ăn nói nhẹ nhàng một chút có được không?

Bà Bảy trợn mắt:

- Ông lên trển coi tiệm đi. Ai mượn ông can thiệp vào chuyện riêng của đàn bà tụi tôi?

Ông Bảy lấm lét:

- Tôi nói nghe chơi vậy thôi còn quyết định là ở nơi bà. Nhưng tôi dám cá với bà là thằng Hà không nghe bà đâu. Nó lớn khôn rồi, hôn nhơn đời nó do nó quyết định.

Bà Bảy đứng lên vung tay:

- Ông đi khuất mắt tôi. Vô duyên vừa vừa vậy.

Đợi ông Bảy khuất dạng, bà ngồi trở xuống, nghiêm giọng:

- Ngoài bao nhiêu điều khác, tôi không muốn con tôi dính vào chính trị, chính em. Tôi nghe nói cô đang hoạt động bí mật chống chánh phủ, có phải vậy không?

Tuyền thắc mắc:

- Tại sao bác hỏi cháu như vậy?

- Hà nó nói cho tôi biết hết.

Tuyền nhìn Nguyệt. Nguyệt nhướn mày, so vai.

Bà Bảy tiếp luôn:

- Nó tán tụng cô là người yêu nước, cô đang phụng sự một lý tưởng cao đẹp,... Cô Tuyền à, xin cô buông tha cho thằng Hà, con trai tôi. Dính líu với cô, có ngày nó ở tù mọt gông. Để nó yên thân cho cha mẹ nó sống thêm vài tuổi nữa.

Từ trên gác lửng, Công đi xuống. Anh hỏi ông Bảy:

- Ai vậy ba?

Ông Bảy thở ra:

- Bạn bè, người thương của thằng Hà. Má tụi bây cay cú quá! Nói xiên nói xáo làm gì cho đau lòng tụi con nít.

Công nhìn xuyên qua song cửa sổ:

- Có phải Tuyền không?

- Ủa, mầy cũng biết con Tuyền nữa hả?

- Dạ, Hà có giới thiệu với con. Con gặp Tuyền đôi lần. Tuyền dễ thương lắm đó ba.

Ông Bảy nghiêm nghị:

- Mới gặp nó lần đầu, tao có cảm tình ngay. Có con dâu như vậy má tụi mầy còn muốn gì nữa chớ?

- Nhưng lỡ kẹt là má đã lỡ hứa làm sui gia với ba má cô Luận rồi. Con tin chắc chắn là Hà nó nhứt định không chịu cô Luận đâu. So với Tuyền, Luận thua xa.

Ông Bảy bảo đùa:

- Hổng ấy mầy cưới con Luận đi Công. Mầy chịu, ba má hỏi cưới cho.

Công nhăn mặt:

- Ý dà! Ghê quá ba ơi! Xúi con cưới cô ấy, ba muốn giết chết đời con đó ba ơi!

- Tại sao vậy? Con Luận nó có xấu xí lắm đâu mà con chê dữ vậy?

- Hổng phải chê. Con chỉ sợ bạn bè chúng nó kiêu ngạo thôi. Có vợ như cô Luận, con sẽ mất hết bạn bè, anh em. Mặt cố hãm tài lắm! Đàn bà, con gái gì mà tối ngày không hé môi cười được một lần. Hỏi gì đáp nấy còn lời lẽ thì xẵng lè!

Ông Bảy xua tay:

- Thôi, con coi xuống dưới lựa lời can gián má tụi mầy đi. Để bả hành hạ con Tuyền, tao thấy bất nhẫn lắm!

Công xuống nhà sau. Anh cúi chào Nguyệt, hỏi Tuyền:

- Tuyền mạnh khỏe hả?

Tuyền đứng lên, dịu dàng:

- Cảm ơn anh, tôi vẫn mạnh.

Bà Bảy hất hàm hỏi Công:

- Có chuyện gì cần không con?

- Dạ có, thưa má!

- Chuyện gì?

Công kéo ghế ngồi sát bên bà Bảy. Tuy là con nuôi nhưng Công được bà Bảy yêu quý như Hà. Anh được đối xử như con ruột của gia đình này. Lớn tuổi và nhiều kinh nghiệm sống hơn Hà, Công biết cách làm ông bà Bảy hết mực tin yêu anh. Anh săn sóc cha mẹ từ miếng ăn, giấc ngủ. Áo quần của ông bà Bảy thảy ra, anh tự tay giặt ủi. Khi rảnh rỗi, anh nhào xuống bếp phụ nấu nướng với mẹ nuôi. Bổn phận và trách nhiệm của Hà trong gia đình, anh gánh vác hết. Anh thương Hà như một đứa em ruột.

Anh ôm vai bà Bảy, nhỏ nhẹ:

- Má, má có thương Hà không?

Bà Bảy giật mình:

- Con hỏi gì kỳ vậy?

- Thì má trả lời cho con biết đi.

Nguyệt nhìn Công rồi quay sang hỏi khẽ bên tai Tuyền:

- Anh ấy là ai vậy bà?

Tuyền đáp khẽ:

- Bạn thân và cũng là anh nuôi của anh Hà. Anh Công làm việc chung với anh Hà ở tỉnh Phú Yên rồi khi anh Hà chuyển công tác vào Nam, ảnh đi theo. Hiện giờ, hai ảnh cùng làm chung một sở. Ảnh là con nuôi của ba má anh Hà.

- Ủa, làm chung một sở mà sao anh Hà đi làm còn anh ấy lại ở nhà?

- Mỗi người phụ trách một khu phố. Hội đồng Trung ương Chiến dịch Tố Cộng phân công cho từng người một. Anh Hà trông coi vùng Phú Thọ, còn anh Công coi vùng Phú Lâm. Anh Công làm thơ hay lắm. Có đôi bài hay như thơ của T.T.Kh.

Nguyệt mỉm cười, lắc đầu:

- Lại thêm một văn nghệ sĩ nữa rồi. Hai người có chung một tâm hồn yêu thi, văn nên chắc hợp nhau lắm.

Công ôm vai bà Bảy dìu đi tới cuối bếp. Anh lặp lại câu hỏi:

- Má có thương Hà không? Má nói cho con biết đi.

Bà Bảy nhìn sững thằng con nuôi:

- Bữa nay nó lên cơn rồi sao mà hỏi gì kỳ cục vậy há? Không thương nó thì thương ai khác nữa?

- Má thương nó mà má làm như vậy, theo con thì mà ghét nó không bằng.

- Tao làm gì mà mầy nói vậy chớ?

Nhìn về phía Tuyền, Công lý luận:

- Má làm khổ người con gái ấy tức là má làm khổ thằng con cưng của má. Xin lỗi má nghen, chẳng hạn như ba, nếu có ai làm khổ ba, má có vui được không? Dĩ nhiên là không rồi. Mình yêu ai, người khác làm người đó đau khổ, mình sẽ cảm thấy như chính bản thân mình bị làm đau khổ. Má sống nhiều bằng tình cảm, má nên đối xử với Tuyền cũng bằng tình cảm.

Bà Bảy cười gằn:

- Hổng lẽ tao nói tao yêu thương nó trong lúc lòng tao nghĩ khác hay sao? Tao không thể gian dối như vậy được. Con còn lạ gì ý muốn của má về chuyện hôn nhơn, hạnh phúc của thằng Hà?

Bà dồn tình yêu giữa Hà và Tuyền vào sát chân tường. Hà, vì ngây thơ hay quá chân thật, đã khai cho mẹ biết hết đời tư của người mình yêu. Nào là Tuyền mồ côi cả cha lẫn mẹ, hiện sống bơ vơ côi cút; nào là hai anh của Tuyền theo "kháng chiến"; nào là Tuyền hiện đang hoạt động bí mật chống lại chính quyền,... Anh càng đề cao người con gái ấy bao nhiêu, bà Bảy càng sợ cho đời anh bấy nhiêu.

Bà hỏi đố Công:

- Con tự đặt con vào địa vị của má, con có thể cưới vợ cho

con trai của con một người vợ như vậy không? Nguy hiểm quá mà! Lấy nó, thằng Hà phải đi theo lập trường, tư tưởng của nó rồi có ngày hai đứa vào khám ăn cơm tù. Hà và con đang làm việc cho Quốc gia, Hà nó lại yêu thương, cưới hỏi một người chống lại Quốc gia hay sao? Chuyện gì kỳ cục vậy con?

Công nhìn về phía Tuyền, Nguyệt. Bắt gặp ánh mắt Nguyệt, anh chợt thấy lòng mình như cánh đồng bị lay động bởi luồng gió trốt cuồn cuộn thổi qua. Anh vội trốn chạy ánh mắt bén ngót ấy. Đời anh đã một lần dao động dữ dội vì ánh mắt tương tự của một người con gái tên Ngọc Trầm – hoa khôi thị xã Tuy Hòa, tỉnh Phú Yên. Ngọc Trầm đã đến với anh cũng bằng ánh mắt như thế và để lại trong sâu thẳm tâm hồn anh mối tình đầu tan vỡ.

Anh cố thuyết phục bà Bảy:

- Cưới một người vợ có tâm hồn cao đẹp, có lý tưởng yêu nước thương dân, con tưởng vẫn hơn làm chồng một người đàn bà tầm thường, tối ngày chỉ biết chồng con, bếp núc, tiền bạc, ghen tuông. Hà nó là hạng người không tầm thường, dĩ nhiên phải chọn lựa người yêu hợp với bản chất của nó. Má phải hãnh diện có một con dâu như Tuyền.

Bà Bảy nói lẫy:

- Nếu con nhỏ ấy hợp với nó thì nó cứ lấy, tao không thể ngăn cấm nó, riêng tao, tao không cưới hỏi gì hết. Tao không thừa nhận nó là con dâu của tao.

Tuyền nói khẽ với Nguyệt:

- Nên về ngay, đừng ở lâu thêm nữa. Nói gì thêm chỉ vô ích thôi.

Nguyệt vẫn nhìn Công không chớp mắt:

- Anh ấy đang thuyết phục bác ấy kìa.

- Không ăn thua gì đâu. Vả lại, mình thấy… nên để yên anh Hà làm tròn bổn phận làm con đối với cha mẹ.

Tuyền đứng lên. Nguyệt nắm tay nàng lại:

- Bình tĩnh đi bà. Chuyện đâu còn có đó.

Tuyền tiến lại cúi đầu chào bà Bảy. Bà Bảy lặng thinh.

Công khẽ hỏi:

- Tuyền không ngồi nán lại chờ Hà nó về sao?

Tuyền thối thoát:

- Tôi có việc phải về. Vả lại, tôi không cần gặp anh Hà nữa.

Nàng quay gót đi nhanh lên nhà trên. Bà Bảy nói nhỏ với Công:

- Coi bộ con nhỏ đó cũng không vừa đâu. Cứng đầu lắm đó con.

Công so vai:

- Dù cho cô nào mềm đầu cũng làm như vậy thôi, thưa má. Đàn bà, con gái ai cũng hành động như vậy hết. Tự ái và tự trọng là bản chất của đàn bà.

Nguyệt chào bà Bảy, đuổi theo Tuyền. Công hấp tấp theo sau. Ông Bảy dịu dàng hỏi Tuyền:

- Sao hả cháu? Có giải quyết được gì không?

Thái độ của ông Bảy bỗng dưng làm Tuyền xúc động. Nàng cố nén lòng để không bật khóc, nhưng giọng nàng vẫn run run:

- Thưa bác… cháu đã suy nghĩ kỹ rồi… cháu dứt khoát… để yên anh Hà làm vui lòng… hai bác.

Ông Bảy rối rít:

- Ồ, đừng nói vậy không nên đâu cháu. Chuyện đâu còn có đó. Để bác nói với bác gái tính lại cho.

- Xin bác đừng bận tâm về chuyện ấy nữa.

Tuyền ngước lên nhìn ông Bảy. Nàng không muốn khóc nhưng nước mắt vẫn ứa ra:

- Và… cháu xin hai bác… hiểu cho một điều là… nếu anh Hà không chịu cưới vợ theo ý muốn của hai bác thì… đó không phải là… tại nơi cháu. Được hiểu cho như vậy… cháu cũng đủ vui rồi… kính chào bác.

Nàng bước nhanh như muốn trốn khỏi gia đình Hà. Nàng tự trách mình đã tự dẫn xác vào đây gặp mẹ Hà. Đã biết từ trước thái độ và phản ứng của bà Bảy, nàng nên tránh mặt thì hơn. Chọn lấy một thái độ khi mình đã biết trước kết quả sẽ không ra gì quả là một lỗi lầm và dại dột. Đọc tiểu thuyết tình cảm xã hội, Tuyền thường thắc mắc, tự hỏi tại sao lại có những cảnh trái ngang trong tình yêu giữa trai và gái? Thực tế ở cuộc đời có như vậy không? Tại sao tác giả lại thêu dệt quá nhiều tình tiết và đặt để người đàn bà vào cảnh huống đau lòng làm đổ lệ độc giả? Và tại sao nhân vật nữ trong những chuyện tình ấy lại quá khổ đau đến đỗi có người phải tự tử, cắt tóc đi tu, ngã bệnh tương tư…?

Thế rồi bây giờ nàng, chính bản thân nàng, lại là nhân vật chính trong cuộc tình hôm nay của Hà, của nàng. Không, Tuyền cương quyết chối bỏ vai trò của nhân vật ấy. Nàng không tầm thường như các nhân vật tiểu thuyết. Nàng là nàng. Nàng là một người làm cách mạng, một người yêu nước đang đấu tranh, theo đuổi một lý tưởng cao đẹp. Tình cảm riêng tư, cá nhân có đáng gì đối với hạnh phúc của cả một dân tộc đau khổ triền miên này! Nàng phải tỏ ra xứng đáng với chính nàng.

Nguyệt chào ông Bảy rồi đuổi theo Tuyền.

Ông Bảy giữ Công lại hỏi:

- Công, má tụi bây làm tan nát rồi phải không?

Công nhún vai:

- Con cũng không hiểu nổi ý muốn của má nữa.

- Sao con không nói vô dùm tụi nó?

- Con hết lời lẽ để thuyết phục má rồi ba ơi! Má nhứt quyết chọn con nhỏ bán sách kia cho thằng Hà.

Nhìn xuống bếp, ông Bảy càu nhàu:

- Đời nay rồi mà bả còn giở thói ép duyên, ép phận. Con cái nó thương ai thì làm cha mẹ cứ việc cưới cho nó. Hạnh phúc ở vợ chồng chúng nó, tụi nó chịu lấy trách nhiệm với nhau. Ép gả, ép cưới sau nầy tụi nó có chuyện xích mích, hục hặc với nhau, tụi nó đổ thừa, đổ lỗi cho cha mẹ. Riêng tao, tao chịu con Tuyền lắm! Coi nó dễ thương lắm, phải không con?

Công mỉm cười:

- Con thì mến Tuyền lắm. Phải chi Tuyền gặp con, thương con thì không có vấn đề gì hết. Má con viết thư biểu con nên sớm lập gia đình, con cưới bất cứ ai, má con cũng bằng lòng hết.

Ông Bảy nói nhanh:

- Để chuyện nầy tao lo. Tao sẽ làm dữ với bả xem sao. Con theo nói với con Tuyền đừng buồn, đừng khổ nhứt là nó đừng nản chí. Ba sẽ dàn xếp để hai đứa tụi nó nên duyên chồng vợ với nhau.

Công lách mình qua đám trẻ đông nghẹt trong tiệm tiến nhanh ra ngoài. Gặp thằng Quít đang nghiêng người nhìn theo bóng Tuyền, Nguyệt; Công vỗ lên vai nó hỏi:

- Họ đâu rồi Quít?

Quít trỏ tay về cánh trái:

- Hai chỉ đang kiếm xe kia kìa.

Công chạy nhanh tới gọi lớn:

- Tuyền! Tuyền!

Nguyệt nắm tay Tuyền giữ lại:

- Anh Công gọi mình kìa Tuyền.

Tuyền lặng thinh. Nguyệt gửi đến Công nụ cười thật tươi.

Tới trước mặt nàng, Công nhìn đăm đăm vào mắt nàng.

Nguyệt dịu dàng hỏi:

- Có chuyện gì không anh?

Như vừa được gọi tỉnh giấc mơ, Công khẽ giật mình lắp bắp:

- Tôi… tôi muốn nói chuyện riêng… với Tuyền.

- Chỉ riêng với Tuyền thôi à?

Công lúng túng:

- Dạ… dạ cả với cô… Nguyệt nữa.

- Thiệt không?

- Thiệt không là… là sao?

- Là cả với tôi nữa?

Công cười mơn trớn:

- Dĩ nhiên! Dĩ nhiên! Nói chuyện riêng với Tuyền… chỉ là một cách nói vậy thôi. Hổng lẽ Nguyệt đi chung với Tuyền mà tôi lại…

Nguyệt đùa:

- Mà anh lại cho tôi ra rìa hay sao, có phải vậy không?

Công bật cười:

- Tôi nào tàn nhẫn và vô duyên đến đỗi như vậy? Vả lại… tôi rất muốn…

Anh tắt tự, không biết phải kết câu nói của mình như thế nào cho hợp tình, hợp cảnh.

Nguyệt hỏi đố:

- Anh rất muốn sao?

Công nhìn Tuyền như muốn cầu cứu. Tâm tư đang rối bời, tan nát, Tuyền không giúp gì được cho Công. Công đánh bạo:

- Tôi muốn được quen và… kết thân với Nguyệt.

Nguyệt tươi cười:

- Tưởng chuyện gì khó chớ còn chuyện đó có gì khó đâu. Tôi rất hân hạnh được quen với anh.

Công mừng rỡ:

- Vậy tôi xin mời Tuyền và Nguyệt một chầu để đánh dấu ngày hôm nay.

Tuyền từ chối, muốn về. Công nài ép mãi, nàng mới chịu ở lại. Công đưa hai người tới một quán cà phê Tàu ở đầu một con hẻm cách nhà không xa lắm. Anh là thân chủ ruột của quán này. Ngày nào anh và Hà cũng một lần ngồi ở đây vừa uống cà phê hoặc trà vừa tán gẫu với nhau. Có khi hai người ngồi bên nhau hằng giờ không ai nói với ai một lời, nhưng trong sâu thẳm tâm hồn, cả Hà lẫn Công, đôi bạn tưởng chừng đã, đang nói với nhau hàng nghìn lời.

Cũng tại quán này, Công dệt nên một chuyện tình thơ mộng cho đời cô quạnh của mình. Anh để ý một nữ sinh Trung Hoa xinh đẹp ngày nào cũng ngang qua quán. Anh nhìn nàng đăm đăm, nhìn theo mãi cho đến khi bóng nàng chỉ còn là cái chấm trên đường. Cứ gần đến giờ nàng đến trường, Công lại ra ngồi quán và gần đến giờ nàng từ trường trở về, anh lại có mặt. Một tháng, hai tháng rồi cả năm trôi qua, Công kiên nhẫn chờ đợi và nhìn cô gái Trung Hoa ấy, không một lời trêu ghẹo, tán tỉnh. Thoạt đầu nàng không chú ý tới gã con trai ngoại quốc ấy, nhưng lâu dần, nàng bắt đầu để ý tới cái nhìn và sự có mặt thường trực của anh. Đến một ngày, Công hơi khẽ cúi đầu chào nàng kèm theo một nụ cười. Mấy lần đầu, nàng giữ nét mặt thản nhiên, nhưng sau đó, nàng chào trả lại Công kèm theo cũng một nụ cười.

Hà trêu Công:

- Mầy làm tao nhớ lại cuốn phim "Sayonara" quá! Trong phim, tài tử Marlon Brando làm giống như mầy bây giờ vậy đó. Anh ta chú ý một cô gái Nhật, anh cứ canh đúng giờ nàng đi ngang qua ngôi vườn công cộng là có mặt chỉ để nhìn nàng một cái rồi lặng thinh không mở một lời trêu chọc. Mãi cho đến một ngày, anh ta thử xem cô gái ấy có để ý tới anh hay không, bèn lẩn trốn không để nàng thấy mặt. Hôm đó, theo thói quen, nàng nhìn vào gốc cây nơi anh thường đứng nhìn nàng. Không thấy anh đâu, nàng dừng bước đảo mắt nhìn quanh tìm kiếm. Biết là "cá đã cắn câu", anh xuất hiện và mở lời tán tỉnh. Thế rồi hai người dính cứng với nhau và một chuyện tình đẹp nẩy sinh làm xao xuyến mọi người.

Công gật gù:

- Đẹp! Đẹp tuyệt!

- Chắc mầy phô-tô-cọp-pi truyện phim đó quá!

Công cự nự:

- Bậy! Tao thề với mầy là tao chưa xem phim đó.

- Vậy sao mầy làm giống Marlon Brando dữ vậy?

Công so vai:

- Ai biết đâu? Hắn là hắn, tao là tao. Biết đâu chừng những tư tưởng lớn gặp nhau?

Hà bật cười:

- Chuyện tình lẩm cẩm mà cho là "tư tưởng lớn gặp nhau"! Mầy cứ thần thánh hóa hành động o mèo kỳ quặc của mình.

Hà hỏi:

- Ê, sao mầy không bắt chước Marlon Brando mở cuộc tấn công đi? Trái đã chín rồi, không hái ăn để nó thúi hoặc bị chim ăn uổng lắm!

Công cười đắc chí:

- Tao không tầm thường như nhân vật của truyện phim. Tao vẫn là tao!

- Vậy chớ mầy làm như vậy để làm gì?

- Để thơ mộng hóa cuộc đời chơi cho vui vậy thôi. Tao lớn tuổi rồi, nàng còn ngây thơ quá, vả lại, nàng là gái Trung Hoa, tao trai Việt Nam, trai gái khác quốc tịch khó nên chuyện vợ chồng!

Hà trố mắt:

- Mầy ra-xít, kỳ thị chủng tộc?

- Không phải như vậy! Chính người Trung Hoa mới ra-xít. Trai Tầu có thể được gia đình chấp nhận lấy vợ Việt Nam, còn gái Tầu bị cấm yêu và lấy trai Việt. Mầy còn lạ gì tập quán của người Trung Hoa nữa?

- Biết không lấy, không cưới được, vậy mầy theo đuổi con xẩm đó làm gì?

Công so vai, nghiêm nghị:

- Tình yêu thiệt hùng vĩ và cũng thiệt bí hiểm. Nó có tiếng nói riêng của nó. Không ai đủ tài thông dịch nổi thứ ngôn ngữ huyền diệu nầy. Khi yêu ta không cần được yêu. Giòng sông êm ả chảy xuôi ra biển, không một giòng nước nào chảy ngược lại cho giòng sông ấy giao tình, nhưng giòng sông vẫn nên thơ, vẫn quyến rũ. Tao sùng bái sắc đẹp và duyên dáng. Tao sống với chính tao bên cạnh người trong mộng. Đủ rồi!

Hà bật cười:

- Thế giới loài người lại có thêm một tên ngông và lâu đài tình ái có thêm một tên làm vườn điên điên, khùng khùng; tối ngày chăm sóc, nâng niu từng đóa hoa hương sắc mà chẳng bao giờ dám hái một cành hoa!

Hà nói hết cho Tuyền nghe cái ngông tính của Công, bản chất nghệ sĩ gàn của anh; những thứ đó là keo hồ gắn bó hai người trong nhiều năm qua. Tuy chưa kết thân với Công, Tuyền cũng đã mến anh.

Sau khi gọi thức uống cho Tuyền và Nguyệt, Công vào chuyện:

- Tuyền cũng không nên cố chấp hành động của má Hà. Đó không phải là sự đố kỵ hay khinh miệt gì mà chỉ là một thứ tình mẫu tử thông thường. Hà nó là con út của bà cụ. Bà thất vọng về con dâu cả và thằng rể đầu. Hà là hy vọng, niềm tin còn lại của bà. Bà muốn chọn vợ, con nhà đàng hoàng, tử tế cho Hà.

Nguyệt cướp lời:

- Vậy chớ bác ấy cho Tuyền là hạng gái con nhà bất lương hay sao?

- Có thể như vậy, nhưng tại vì bà cụ chưa hiểu Tuyền. Bà nghĩ rằng cô Luận kia là nơi đáng cho bà tin tưởng. Bà đã lỡ hứa làm sui với ba má cô Luận từ lâu rồi, từ lúc Hà vừa mới ra trường.

- Nhưng điều quan trọng là anh Hà có yêu cô Luận đó hay không?

Công búng tay:

- Đó, đó là điều quan trọng. Đúng vậy. Hà nó thường tâm sự với tôi, nó chỉ yêu có mỗi mình Tuyền thôi. Nó nhứt quyết chọn Tuyền, không ai có thể làm nó đổi thay.

Tuyền nghe lòng mình thêm tan nát. Lời nói của Công hay là tiếng nói của con tim Hà, không đẩy nổi khối đá nghìn cân chắn ngang lối đi vào khu vườn tình ái của nàng và Hà. Mây mù dông bão vẫn vần vũ đè nặng bên trên.

Nguyệt nắm tay Tuyền vỗ về:

- Nghe anh Công nói không Tuyền? Anh Hà mới là động lực chính.

Tuyền chán chường:

- Nhưng anh Hà là người con có hiếu. Mồ côi cha từ nhỏ, ảnh dồn hết tình thương vào mẹ. Ảnh không thể, đúng hơn là... mình không muốn vì mình, ảnh trở thành một đứa con bất hiếu.

Công phủ dụ:

- Tuyền, chữ hiếu của một đứa con ở thời đại nầy không còn gói trọn trong việc định chọn vợ hay chồng nữa. Định nghĩa chữ hiếu theo quan niệm cổ xưa, phong kiến là bất công, sai lầm và giết chết tình yêu của tuổi trẻ. Tôi, bản thân tôi, là hậu quả chua xót, đau đớn của thứ hiếu thảo được định nghĩa theo quan niệm hôn nhơn đó.

Anh dẫn chứng cụ thể điều anh nói qua câu chuyện đời anh: Huyền, mẹ Công – nữ sinh áo tím trường Đồng Khánh, gặp Định – sinh viên Y khoa, lúc hai người học năm thứ nhất Đại học Y khoa. Hai người yêu nhau đắm đuối thệ nguyện sẽ cưới hỏi nhau sau khi đã tốt nghiệp. Huyền đuối sức ở năm thứ hai, bỏ ngành y bước sang trường Nữ hộ sinh Quốc gia. Định tiếp tục bước lên cao. Gần gũi nhau luôn, Huyền không giữ được lòng để người yêu tiến sâu vào cuộc đời con gái của mình. Hay tin Huyền đã thọ thai, Định hốt hoảng chọn ngay một thái độ dứt khoát. Ông thú thật với gia đình và xin cưới Huyền.

Ông chạm trán ngay sức mạnh ngăn cấm của mẹ cha. Thuộc dòng dõi một gia đình quý tộc, cha Định là một cựu thần của triều đình Huế, mẹ Định là một tiểu thư đài các Công Tằng Tôn Nữ; Định không thể cưới một người con gái thường dân như Huyền. Để ngăn chặn bước tiến của Định và cũng để giết chết ngay cuộc tình giữa Định và Huyền, cha mẹ Định bắt ép ông phải cưới vợ tức khắc. Vợ Định là con gái của một gia đình ngang hàng với gia đình ông. Trước sức mạnh của gia đình và cũng do nơi quan niệm cổ lậu về chữ hiếu, Định đành phải chia tay Huyền trong khi bào thai trong người Huyền đã được năm tháng.

Dù quá khổ đau, tuyệt vọng, Huyền không hủy diệt dòng máu của người phụ tình bất đắc dĩ. Bà cắn răng, can đảm chịu đựng búa rìu dư luận tiếp tục học cho tới mãn khóa và tiếp tục mang thai cho tới ngày khai hoa nở nhụy, cho ra đời một đứa trẻ vô thừa nhận.

Một người đàn ông can đảm, nghĩa hiệp xuất hiện cứu vớt cuộc đời thiếu phụ dang dở tình duyên. Ông Trương Xuân Minh – một thương gia góa vợ không con, xin cưới Huyền dù ông thấy rõ bụng Huyền đã lớn. Bất chấp dư luận, ông Minh sẵn sàng nuôi con thiên hạ. Ông chỉ cần Huyền thực sự yêu ông và sau này cho ông nhiều con. Gia đình, dòng họ ông gần như tuyệt tự.

Một đứa bé trai chào đời mang họ Trương thay vì họ Hoàng. Qua năm sau, bà Huyền lại sinh nở và bé Trương Xuân Công phải về sống với ông bà ngoại. Nó cam phận mồ côi từ lúc vừa được một tuổi đầu. Nó lớn lên giữa vòng tay thương yêu chăm sóc của ông bà ngoại. Nó đã biết ai là cha ruột của nó nhưng nó bị cấm gặp mặt ông Định. Bao nhiêu lần ông Định tìm nó, nó đều lẩn trốn. Đời nó như loài thảo mộc giữa sa mạc trống trải, đìu hiu…

Công thở ra kết luận:

- Đó là hậu quả của thứ quan niệm hôn nhơn và hiếu thảo ghê tởm! Tôi xem tôi như là một thứ cặn bã của một xã hội trong đó còn đầy dẫy hạng người cổ lậu, phong kiến.

Đôi mắt Tuyền ướt lạnh. Nguyệt chặm nước mắt:

- Tội… nghiệp quá!

Công rùn vai:

- Ối, hơi sức đâu Tuyền và Nguyệt thương cảm cho cuộc đời của một thằng con trai lãng tử! Nó đã chai đá trước tình đời và nỗi quặn đau từng cơn của dân tộc nhỏ bé khổ đau nầy. Con người đã là một sinh vật yếu đuối nhứt trong muôn loài của tạo hóa, mà làm thân con người Việt Nam, chúng ta càng yếu đuối, thua nhục trước lòng tham không đáy của bao nhiêu thế lực siêu cường bẩn thỉu.

Nguyệt ngước lên nhìn Công với ánh mắt trìu mến:

- Thì ra là anh cũng thấy được điều đó?

Công đáp nhanh:

- Là người Việt có tâm hồn và yêu nước, ai cũng có mặc cảm đó cả. Chỉ có bọn đầy tham vọng chánh trị, lũ tham quyền cố vị, muối mặt liếm gót giầy đế quốc để vinh thân phì gia mới giả câm, đui, điếc trước vận mệnh của dân tộc nầy! Hà, nó cũng đau tương tự hạnh phúc của đất nước, dân tộc Việt Nam.

Nguyệt càng thấy mến gã đàn ông mới quen này hơn. Nàng thấy nơi Công có đặc điểm của một thằng con trai đầy nhiệt tình ái quốc.

Nàng hỏi dò:

- Xin lỗi, anh và anh Hà muốn làm một cái gì đó cho Tổ quốc, dân tộc khổ đau nầy?

Công so vai, thở ra:

- Không biết phải làm gì bây giờ! Đôi khi soi mặt mình trong gương, tôi tự hỏi lấy tôi: Công ơi, mầy có bổn phận và trách nhiệm gì đối với vận mệnh của dân, của nước mầy? Tôi câm nín chẳng biết phải trả lời sao? Mộng ước quá cao nhưng tài thì mọn, chí thì hèn; tôi chỉ còn biết tự nhiếc mắng, nguyền rủa mình trong những đêm dài mất ngủ.

- Có lẽ anh Hà cũng có cảm nghĩ như anh!

- Phải! Hà nó, có lẽ, còn hơn tôi nữa, đôi khi hai đứa ngồi hằng giờ ở quán nầy, chúng tôi đem chuyện dân tộc, đất nước ra bàn luận, cả hai đứa chỉ còn biết thở dài. Nó mệt nhoài trong mưu tìm một hướng đi cho chính bản thân nó và cho cả thế hệ

Việt Nam ở tương lai. Tôi thường bắt gặp mắt nó ướt lệ.

Nguyệt nói khẽ bên tai Tuyền:

- Bà thấy không, anh Hà có bằng lòng hiện tại của ảnh đâu? Con Liên nó đánh giá sai tâm hồn ảnh.

Tuyền chỉ gật đầu. Tình cảm càng dâng cao ngất trong lòng nàng. Hình ảnh Hà hiện rõ trong tâm trí. Một thoáng, trở lực của bà Bảy khỏa mờ trước tầm mắt nàng; một kẽ hở tràn đầy ánh sáng rọi chiếu thẳng tuột về cuối nẻo đường tình của hai người.

Nguyệt hơi chồm tới sát Công:

- Nếu có người rọi đuốc cho hai anh đi tìm một giải pháp thích hợp cho đất nước, dân tộc Việt Nam thì hai anh nghĩ sao?

Công nhìn Nguyệt với ánh mắt ấp ủ ước mơ vụng dại. Nguyệt không né tránh, nàng đón nhận cái nhìn ấy với nụ cười nở kín trên môi. Công hơi rúng động, ngước mặt ngó lung lên cao. Mây đen nặng trĩu vần vũ che kín lưng trời. Gió thổi mạnh rung chuyển hàng cây dầu bên hai đường. Lá vàng rơi rụng lao xao. Người, xe gấp rút xuôi ngược tránh cơn mưa lũ.

Tuyền nói bâng quơ:

- Mưa lớn lắm! Ướt hết!

Bà Tàu chủ quán thu gọn lại bàn ghế, căng thêm mấy tấm ny lông che mưa tạt.

Công phụ tiếp với bà. Chủ và khách như đã quen thân nhau từ lâu. Công hết sức tự nhiên, trong lúc bà Tàu cười cười nói bằng một giọng Việt Nam lơ lớ.

Nguyệt cười khúc khích, Tuyền hỏi:

- Bà cười chuyện gì vậy?

- Anh ấy dễ thương quá. Nếu cuộc đời của ảnh đúng như lời ảnh kể thì... tội nghiệp thiệt!

- Anh Hà biết rõ đời tư của ảnh. Ba má ảnh có nhiều nhà đất ở Tuy Hòa nhưng ảnh không chịu quản lý tài sản đó. Ảnh không muốn sống sung sướng bằng tiền của không do chính sức lao động của mình tạo nên. Tuy là dân Huế, ảnh ăn xài to lắm nên quanh năm suốt tháng thiếu hụt luôn. Anh Hà cũng vậy nên hai người hợp nhau dữ lắm!

Nguyệt cười:

- Ai mà làm vợ hai ông ấy chắc là đói dài dài!

Nàng nhìn Công, sắc mặt nàng nghiêm lại:

- Nhưng anh ấy là người có tâm hồn. Hạng người xem tiền bạc, vật chất không quan trọng mới thực tâm nghĩ tới hạnh phúc của người khác và có thể sẵn sàng hy sinh cho quyền lợi thiết thực của dân, của nước. Mình nên giới thiệu ảnh với anh Châu. Biết đâu ảnh sẽ trở thành một cán bộ tài ba của tổ chức?

Tuyền nói nhanh:

- Nhưng anh Công, cũng như anh Hà, chưa hiểu rõ hoặc chưa tán đồng đường lối đấu tranh của bọn chúng mình.

Nguyệt so vai:

- Chuyện đó có gì khó đâu. Gặp anh Châu một đôi lần là ảnh sẽ hiểu ngay và…

Công trở lại chỗ ngồi, mỉm cười:

- Quý vị đang nói lén gì về tôi đó?

Nguyệt pha trò:

- Tụi nầy hỏi với nhau về sự liên hệ giữa anh và bà chủ quán. Tụi tôi không biết anh có lãnh lương hoặc chia lời với cái quán nầy không?

Công ngồi xuống ghế, phì cười:

- Lương với lời khỉ khô gì đâu. Chỉ có thể khi nào kẹt tiền tôi "à-la-ghi" được mà thôi. Tôi với Hà thiếu bà chủ ắp lắm. Tới tháng thanh toán một lần.

- Các anh ăn xài lớn quá rồi làm sao cưới vợ, lập gia đình được?

- Chừng nào cưới vợ hãy hay. Tự nhiên khi có bổn phận và trách nhiệm, đàn ông, con trai tức khắc tu tỉnh trở lại và xài tiết kiệm để lo cho vợ, cho con.

Nguyệt dò hỏi:

- Nói vậy, anh cũng có ý định cưới vợ, lập gia đình nữa sao?

Công rút cổ, đưa hai tay ra:

- Ồ, là người ai tránh khỏi cảnh tù tội chung thân khổ sai đó. Chỉ có điều… sớm hay muộn thôi.

- Anh đã có đối tượng nào chưa?

Công lắc đầu:

- Chưa! Rất tiếc! Chắc số tôi "mồ côi" suốt đời.

Từ xa, Công đã nhận ra người con gái Trung Hoa mộng tưởng của mình đang đi tới. Anh hơi bàng hoàng, xoay lưng ra đường. Bộ tịch anh lúng túng buồn cười.

Tuyền vụt hỏi:

- Có chuyện gì vậy hả anh?

Công lắp bắp:

- Không… không có chuyện gì… hết. Gió… thổi mạnh quá, bụi cát bay tứ tung, tôi… núp gió ấy mà!

Nguyệt bông đùa:

- Anh Công, tôi giới thiệu cho anh một người đẹp nghen? Anh chịu không?

Hơi nghiêng người nhìn về cánh trái, Công đáp:

- Nếu Nguyệt có lòng như vậy, tôi hết sức cảm ơn. Tôi chỉ sợ người ta chê tôi thôi. Nói chuyện với đàn bà, con gái, tôi vụng về, vô duyên lắm.

Mưa bắt đầu rơi. Nước mưa tạt mạnh vào quán. Công dời mọi người vào một góc vừa để tránh mưa vừa để tránh mặt cô gái Trung Hoa.

Xuyên qua kẽ hở hai tấm ny lông, Công theo dõi diễn biến bên ngoài. Ngang qua quán, cô gái Trung Hoa đi chậm lại, liếc nhìn vào trong. Không trông thấy gã đàn ông hằng theo đuổi mình bằng đôi mắt, nàng dừng bước đảo mắt tìm kiếm. Công vụt nhớ lại chuyện phim "Sayonara" Hà đã kể. Nếu không có Nguyệt, Tuyền bên cạnh, anh đã nhảy sổ ra ngoài, đóng vai trò của tài tử gạo cội Marlon Brando ngay. Anh đã và đang bị cuốn vào giữa một cơn lốc tình cảm mới hình thành; trong trái tim anh lấp lánh một hình ảnh nửa hư, nửa thực.

Anh chồm tới trước, tì hai tay trên đầu gối, đưa lưng ra ngoài. Cô gái Trung Hoa ngập ngừng một phút rồi cất bước. Nước mưa thấm ướt mái tóc nàng. Công xoay người lại, nhìn theo. Tà chiếc jupe tung bay trong gió. Công kịp trông thấy làn da đôi ống chân nàng trắng mịn!

Suốt trận mưa lũ kéo dài cả tiếng đồng hồ, Nguyệt, Công và Tuyền nói với nhau rất nhiều chuyện; từ cuộc tình ngang trái giữa Hà và Tuyền, quyết định dứt khoát của Tuyền, sự an ủi, vỗ về của Công, Nguyệt, đến lập trường, tư tưởng của Công và dự kiến giới thiệu Công với Châu, với tổ chức…

Giữa Công và Nguyệt có sự tâm đắc và hai người, tuy mới gặp nhau, quen nhau, đã thấy mến nhau như đôi bạn thân thiết.

Từ giã Công ra về, Tuyền vẫn thấy lòng mình trĩu nặng khổ đau. Ngoài miệng nói là sẽ tìm cách dứt khoát với Hà mà trong tâm hồn, nàng vẫn yêu Hà hơn bao giờ hết.

Trong khi đó Nguyệt lại thấy đời mình có thêm một niềm

vui mới. Tuyền nhạy cảm đọc thấy được lòng bạn. Nàng cảnh cáo nhẹ nhàng:

- Nguyệt ơi, bà đừng giỡn chơi như vậy không nên. Anh Hưng biết được, ảnh buồn lắm! Chỉ nên yêu một người thôi. Làm cách mạng, mình nên có tâm hồn trong sạch và cứng rắn.

Nguyệt phì cười đính chính:

- Bà làm như thể mình lãng mạn lắm vậy đó. Mới gặp, mới quen, mình đã thương anh ấy được sao? Đâu có đơn giản, dễ dàng như vậy được?

Mặc cho Nguyệt cải chính, biện hộ, Tuyền vẫn thấy hoài nghi và lo sợ. Quý và thương Hưng, nàng không muốn bất cứ một ai làm Hưng đau khổ. Nếu phải lựa chọn giữa Hưng và Công cho hạnh phúc của đời Nguyệt, Tuyền sẽ chọn Hưng mặc dù Công vượt trội hơn Hưng về mọi phương diện.

Chương 4

Anh Đào giao mọi việc trong quán cho Việt – thằng con trai lớn, ngay sau khi Tuyền ra về. Anh rất đỗi ngạc nhiên trước thái độ của Liên đối với Hà, và anh không thể nào tin được Hà có thể phản bội anh em theo sự cáo buộc của Liên, vì anh rất mến Hà, xem Hà như một đứa em. Lúc còn đi học, Hà thường ghé quán Anh Đào chơi đùa, chuyện vãn với anh và mãi về sau, dù không còn lui tới thường xuyên với anh nữa, Hà vẫn còn được anh quý mến. Anh vỗ về trấn an Tuyền và hứa sẽ can thiệp trực tiếp vào câu chuyện đáng tiếc này. Là một cán bộ trung kiên của tổ chức, Anh Đào rất được Châu và toàn thể anh em nể mến. Quán Anh Đào – vừa làm cơ sở kinh tài cho tổ chức, vừa là địa điểm liên lạc, là một thứ hộp thơ của cả bọn.

Dưới thời Pháp thuộc, Anh Đào đã bao nhiêu lần vào tù ra khám. Gặp Châu, nghe Châu dẫn giải về cái thối thân của cuộc cách mạng dân tộc làm đổ máu nhân dân trong chín năm kháng chiến là Cộng sản, là lá bài của một chủ thuyết Đế quốc mới, Anh Đào chấm dứt ngay mọi hoạt động bí mật của mình và xoay lại chống đối tập đoàn đã lợi dụng và khai thác anh đến tận cùng.

Anh tự nguyện hiến cho tổ chức năm mươi phần trăm tiền lời trong tháng. Anh chỉ cần đủ tiền cho vợ con sống qua ngày. Tấm lòng cao đẹp và tinh thần ái quốc của anh gặp sức kháng cự mãnh liệt của Duyên – vợ anh. Duyên không quan tâm tới chính trị, tâm hồn chị đơn giản như số đông phụ nữ Việt Nam, chỉ thích sống an phận lo cho chồng, cho con cơm no, áo ấm là đủ thỏa mãn rồi. Hai tâm hồn không hòa hợp nhau, vợ chồng thường hay bất hòa, cãi vã nhau nhưng con cái cứ tiếp tục chào đời. Ăn ở với nhau mười lăm năm, hai người đã có chín mặt con!

Duyên cứ hăm dọa:

- Tôi nói ông không nghe, có ngày tôi tố cáo ông với chánh quyền cho ông ở tù rục xương.

Anh Đào lầm lì thách thức:

- Nếu bà có can đảm làm chuyện động trời đó thì tôi cũng thừa can đảm đi ở tù. Ở tù có nhà nước nuôi, tôi cứ cà nhỏng ở không khỏi cực khổ làm dân thiên hạ!

Duyên quát tháo:

- Bọn mấy người chỉ là châu chấu mà đòi đá với xe, trứng chọi với đá. Chọc cứt không nên lỗ!

Anh Đào cười gằn:

- Dù chẳng ăn thua gì, dù châu chấu đá xe, dù trứng chọi với đá nhưng còn hơn phường vá áo túi cơm, chỉ biết an hưởng trên xương máu của đồng bào, đồng loại đáng phỉ nhổ. Đất nước ngửa nghiêng, dân tộc đói khổ bị bọn đế quốc và tay sai xiềng xích, cùm gông, ta có thể khoanh tay ngồi ngó, mưu tìm hạnh phúc cá nhân và cho gia đình mình được sao?

Luận điệu như thế cứ lặp đi lặp lại không biết bao nhiêu lần và mặc cho Duyên phản đối, hăm dọa, Anh Đào cứ bình tĩnh tiếp tục đi theo con đường mình đã chọn. Duyên chán ngấy anh, nhưng rồi chị vẫn tiếp tục chửa đẻ và sống bên cạnh anh.

Đang làm món ăn cho khách, thấy Anh Đào thay quần áo, Duyên bỏ bếp lửa chạy vào buồng, nhăn nhó hỏi:

- Ông định bỏ tiệm đi nữa hay sao vậy?

Anh Đào thản nhiên đáp:

- Tôi đi có chút việc hệ trọng. Xong việc tôi trở về ngay.

- Hệ trọng?! Tối ngày ông cứ lo chuyện ngoài đường, không lo gì cho tiệm hết. Khách khứa đang đông ông không thấy sao? Để tôi lo một mình làm sao kham?

- Thì có thằng Việt, thằng Nam thay thế tôi rồi. Tụi nó đủ sức thay thế thằng cha nó mà.

Duyên hậm hực:

- Ông hò hẹn với con Tuyền phải không?

Anh Đào nạt:

- Đừng nói bậy! Nó là em út của mình.

- Vậy chớ sao nó vừa ra về là ông đi theo liền?

- Em nó tới báo cho tôi biết một tin quan trọng. Tôi phải đi kẻo trễ mất.

Anh rời khỏi quán. Duyên nhìn theo chồng nghiến răng:

- Đừng có chọc gan tôi. Có ngày cả lũ vào tù. Chán ơi là chán! Chồng với con!

Gò lưng trên chiếc xe đạp cũ, Anh Đào chạy lên Đất Hộ – Đa Kao tìm Đổng. Phía sau anh, một công an cưỡi mô-bi-lết đuổi theo. Sở Công an theo dõi quán Anh Đào từ lâu. Chính quyền nghi đây là địa điểm liên lạc của cán bộ Cộng sản nằm vùng. Lúc nãy Tuyền ra về cũng bị theo dõi, nhưng công an chỉ theo nàng một đoạn đường rồi bị bỏ rơi. Lẩn tránh nhân viên công lực là nghề của Tuyền. Nàng chỉ cần lủi vào chợ đông người là đánh lạc hướng đối phương ngay.

Đuổi theo Anh Đào tới nhà thờ Đức Bà, công an viên mất dấu con mồi. Ngay từ lúc rời khỏi nhà, Anh Đào đã biết mình đang bị theo dõi. Anh cứ gò lưng đạp xe, lúc chậm lúc nhanh. Tới gần nhà thờ Đức Bà, anh rẽ vào bưu điện. Công an viên bám theo. Anh Đào dựng xe sát tường rào, chạy nhanh vào trong. Công an viên lại đuổi theo bén gót.

Anh Đào chen vào đám đông trước quầy gửi thư bảo đảm. Công an viên chạy tới lui tìm kiếm. Anh Đào len lén trở ra ngoài, phóng xe qua bên kia đường Morodom, bọc theo hãng Jean Conte, trở ra đường Hai Bà Trưng.

Vừa đạp vừa ngoái đầu nhìn ra sau. Không còn ai theo đuổi mình nữa. Anh mỉm cười lầm bầm: "Gặp tao thì công tác của tụi mầy kể như tiêu tùng. Tao mà cỡi xe có động cơ thì mầy đã mất dấu từ lâu rồi!"

Tới trước nhà Đồng, Anh Đào trông thấy một đám đông con nít tụ tập la hét inh ỏi. Anh ngạc nhiên không biết chuyện gì đã xảy ra? Anh xuống xe dẫn bộ.

Tới bên bọn trẻ, anh hỏi trổng:

- Có chuyện gì vậy?

- Đánh lộn, chửi lộn – Một thằng bé đáp.

- Ai đánh lộn và ai chửi lộn?

Dựng xe vào vách, Anh Đào chạy nhanh vào nhà. Tiếng chửi thề ỏm tỏi:

- Đ.m. con tụi bây dám đánh con tao là tới số rồi. Tao về lấy súng bắn vỡ sọ tụi bây ra.

Vừa bước vào trong, Anh Đào chạm trán với một người đàn ông mặc quần đùi, áo thun lá, sắc mặt đằng đằng sát khí đang huơ tay múa chân giữa nhà. Hiền – vợ Đồng, đang ngồi khóc bên chiếc đi-văng.

Anh Đào hỏi:

- Có chuyện gì vậy thím Đồng?

Thằng Dũng – con Đồng vẫn ngồi lặng yên, mặt mày lem luốc máu, tóc tai rối nùi, mình mẩy đầy bụi cát.

Người đàn ông hất hàm hỏi Anh Đào:

- Anh là ai? Có phải là chủ nhà nầy không?

Anh Đào dịu dàng:

- Xin ông hãy bình tĩnh. Chuyện đâu còn có đó.

- Tôi hỏi anh là ai? Trả lời mau đi để tôi tính!

Hiền trông thấy Anh Đào càng mủi lòng khóc muồi hơn. Đôi tay chị siết chặt vạt áo như đang đè nén lòng mình.

Anh Đào điềm tĩnh:

- Tôi là bạn của chủ nhà nầy. Chuyện gì đã xảy ra, xin ông cho biết.

Người đàn ông lạ mặt trợn mắt:

- Tôi chỉ muốn gặp thằng chồng của con mẹ kia và thằng cha của thằng nhỏ chó đẻ đó. Anh người vô can đừng can dự vào mà mang họa vào thân.

Anh định lách qua người Anh Đào ra ngoài nhưng Anh Đào đè tay lên ngực anh ta, chồm tới hỏi Hiền:

- Chú Đổng đâu rồi thím?

Hiền uất ức:

- Em đã nói… anh Đổng đi khỏi… đợi ảnh về rồi tính mà ổng… nhứt định không chịu đòi phải… giải quyết ngay. Tự nãy giờ… ổng chửi mẹ con em…

Gã đàn ông đẩy tay Anh Đào ra, quay lại quát tháo:

- Đ.m. mới chửi có mấy câu là may đó nghen. Chút nữa mấy người ăn "kẹo đồng" mới sướng. Vuốt râu hùm, mó dái ngựa là tụi bây tàn đời rồi.

Anh Đào hơi bực. Anh nghiêm giọng:

- Chuyện gì đã xảy ra ghê gớm đến nỗi ông đòi bắn giết vậy chớ? Không có đàn ông ở nhà, ông nên bình tĩnh chờ chú ấy trở về rồi ăn thua không được sao?

Nhìn thẳng vào mặt kẻ đối diện, anh tiếp:

- Nếu tôi không lầm thì ông không phải là dân. Quân đội hay công an, xin ông cho biết?

- Công an!

- Công an bên nào?

- Công an xung phong!

Anh Đào mỉm cười:

- A, thì ra là lực lượng của anh Bảy. Tưởng ai lạ chớ còn đàn em của anh Bảy thì dễ giải quyết quá mà!

Nghe nhắc tới thủ lĩnh của mình, gã đàn ông nọ dịu lại:

- Anh biết… anh Bảy của tụi tôi nữa sao?

Anh Đào rùn vai:

- Giữa Bảy Viễn và tụi nầy không xa lạ gì với nhau hết. Anh qua bên kia cầu Chữ Y, tới Bộ Tham mưu Lực lượng Bình Xuyên hỏi anh Bảy, à hay là, anh về hỏi La Hữu Tài, La Hữu Sang thì coi có biết tôi là ai không?

- Là… là ai?

- Giáo sư Nguyễn Phan Châu.

Gã công an lắp bắp:

- Nguyễn… Phan Châu! Nguyễn Phan… Châu! Tôi không hề nghe tên…

Anh Đào vỗ lên vai gã, mỉm cười:

- Làm sao ông biết và nghe nói tới tên họ của tôi. Xin lỗi, ông chỉ là đệ tử nhỏ bé của anh Bảy thôi. Cỡ sếp trực tiếp của ông hoặc là thủ lãnh của ông mới quen biết được với tôi. Nói tóm lại, tôi là một thứ cố vấn, nói nôm na là quân sư của anh Bảy Viễn.

Anh đánh luôn một đòn cân não làm gã công an tái mặt:

- Tôi sẽ trình lên anh Bảy câu chuyện đáng tiếc nầy và yêu

cầu anh Bảy xử lý. Xin lỗi, ông tên họ là chi?

Gã công an làm mặt tươi vui:

- Dạ... dạ thôi, tôi xin bỏ qua chuyện nhỏ nầy. Tưởng ai đâu xa lạ chớ còn chỗ quen biết với cấp chỉ huy tôi thì... mình xem nhau như một nhà. Ông về nói lại với bạn ông nên là rầy con ổng một chút để nó đừng theo đánh thằng con tôi nữa. Nó lớn hơn con tôi nhiều.

Anh Đào thừa thắng, xông lên:

- Không được đâu. Tôi cần phải trình lên anh Bảy chuyện đáng tiếc nầy mới được. Biết đâu ảnh vì ông mà bắn giết cả nhà nầy?

Gã cười xã giao:

- Thôi, thôi, ông bỏ qua cho. Quá nóng giận mất bình tĩnh tôi nói quá lời như vậy chớ còn...

Gã hơi nghiêng người nói với Hiền:

- Thông cảm bỏ qua nghen bà chị. Dù sao mình cũng bà con xóm giềng với nhau. Bà con xa không qua láng giềng gần...

Gã cúi đầu chào Anh Đào, rút lui thật nhanh.

Anh Đào phì cười. Sau khi giải tán đám trẻ, khép kín cửa, anh trở lại với Hiền:

- Thím phục tài tôi đội da sư tử nhát beo hùm chưa? Nó sợ xanh mặt, không dám hiếp đáp gia đình chú thím nữa đâu.

Hiền chặm nước mắt:

- Anh không đến kịp thời thì chắc là... có chuyện không lành xảy tới cho mẹ con em rồi. Hồi nãy nếu em không nhịn nhục năn nỉ hết lời, nó đã đánh hai mẹ con em. Nó hăm về xách súng bắn giết tụi em.

Anh Đào khẳng định:

- Nó dám làm như vậy lắm! Thời buổi kiêu binh nầy, tụi

công an Bình Xuyên dám làm chuyện động trời lắm! Hai bên đang căng thẳng với nhau, luật pháp không còn được tôn trọng nữa. Mạnh ai nấy giải quyết chuyện riêng của mình.

*

Cả Hiền lẫn Anh Đào đều đồng ý với nhau là nếu có Đổng ở nhà thì chuyện đáng tiếc lớn lao sẽ không tránh khỏi. Đổng, tuy nhỏ thó, ốm yếu nhưng lại rất nóng nảy. Là một võ sĩ Bình Định, anh thừa sức đánh ngã ba người lực lưỡng tay ngang. Ngón đòn ruột của anh là đá vào hạ bộ khi đến lúc cần giải quyết chiến trường nhanh chóng. Địch thủ chỉa súng trước mặt anh, chỉ cần sơ sẩy một chút là bị anh đá văng súng và hạ đo ván ngay.

Trước khi lấy Hiền, Đổng rất nổi danh tại quê anh ở xã Lương Nông tỉnh Bình Định. Đánh nhau với các tay anh chị đứng bến xe đò, tìm kiếm các tay côn đồ, cướp giật để trừng trị, anh nổi danh là "hiệp sĩ trừ gian, diệt bạo". Lúc còn theo Mặt trận Việt Minh, anh phụ trách một lớp dạy võ nghệ cho Biệt đội Đặc công tỉnh bộ.

Theo về với tổ chức cách mạng của Giáo sư Lộc, anh đã từng thủ tiêu các cán bộ Cộng sản "đầu sỏ" huyện và tỉnh. Nhờ võ nghệ, lanh lẹ, anh đã "hộ giá" Nguyễn Phan Châu trốn thoát cuộc vây bắt của Cộng sản và không bị xử tử tập thể cùng với Lộc và mười hai chiến sĩ chống Cộng khác.

Hiền lấy anh, luôn luôn sống trong nỗi lo sợ và cô đơn thường trực. Ít khi anh có mặt ở nhà. Anh đi đi về về như cánh bướm. Thỉnh thoảng anh đem về cho vợ con chút đỉnh tiền do những người yêu nước tặng riêng cho anh. Suốt tháng năm, Hiền buôn tảo bán tần nuôi gia đình, con cái. Chị chấp nhận số phận vì chính chị cũng cùng lập trường với chồng. Phần lớn dòng họ, gia đình chị đã bị hai phe Quốc gia – Cộng sản bắt bớ, đày ải, giết chết. Con đường Đổng hiện đang theo đuổi chính là con đường chị thấy đúng, là con đường lý tưởng của dân tộc Việt Nam, của Tổ quốc điêu tàn này.

Đổng yêu nước nồng nàn nhưng thái độ ái quốc của anh không bình tĩnh, đúng hơn là không bình thường. Anh sốt ruột mong mỏi một sự đổi thay, một thành công nhanh chóng của tổ chức cách mạng và anh sẽ được tham chính. Cơ quan anh mê nhất, lý tưởng nhất của Đổng là Tổng nha Cảnh sát – Công an.

Mỗi lần gặp người thân, anh nghiêm chỉnh khoe:

- Sắp có biến chuyển lớn. Tình hình rất thuận lợi cho chúng ta. Bọn mình sẽ thắng và chánh quyền sẽ lọt vào tay ra. Anh em nên chuẩn bị tư thế để tham chánh. Nắm ngành Cảnh sát – Công an, tôi sẵn sàng giúp đỡ tất cả anh em.

Anh cười gằn tiếp luôn:

- Rồi đây mấy thằng chó đẻ sẽ biết tay nhau. Hiếp đáp dân lành, bắt bớ đánh đập, tù đày anh em mình sẽ lãnh đủ với thằng Đổng nầy. Giết sạch bọn lang sói đó, Đổng không biết gớm tay.

Ai hỏi anh:

- Nắm ngành Cảnh sát – Công an ít nhất là phải có chuyên môn chớ đâu phải ai muốn làm thì làm được?

Anh cười mai mỉa:

- Hừ! Vậy chớ bọn nắm giữ ngành Cảnh sát – Công an kia có học trường chuyên môn nào đâu? Tụi nó cũng là thứ tay ngang thôi, cũng ngu như bò vậy thôi. Bên trong đã có các chuyên viên rồi, mình cần gì cứ gọi bọn đàn em dâng kế, hiến kế cho mình.

Niềm tin hay là ước mơ đó đã giúp cho Đổng sống, tiếp tục đấu tranh và can đảm chấp nhận một phần ba cuộc đời vào tù ra khám. Hết Tây bắt đến Việt Cộng bắt rồi vào nằm ấp của Quốc gia. Thuở còn hoạt động trong khu, Đổng cũng đã đôi lần bị kiểm thảo, cảnh cáo và giam cầm. Tính anh ngang tàng, thấy bậy là chỉ trích, thấy trái là phản đối. Từ ngày gặp Châu, theo Châu dấn bước trên đường chiến đấu cho lý tưởng chung, Đổng đã thay đổi rất nhiều và tiến bộ rõ rệt về mặt lý luận.

Anh Đào cho Hiền biết lý do mình tìm Đồng. Hiền giật mình, mặt tái ngắt.

Nàng phản đối:

- Không được, không thể như vậy được. Chú Hà hiền lắm, em biết chú ấy không thể nào hành động tắc trách như vậy được đâu.

Anh Đào đưa giả thuyết:

- Dù sao tôi vẫn sợ chú Đồng và chú Hải bị Liên lung lạc, Liên nó khéo ăn nói lắm dễ làm cho Đồng, Hải tin theo lập luận của nó.

Hiền quả quyết:

- Em sẽ nói cho nhà em biết Liên nó hiểu lầm Hà. Dù chưa nhập vào tổ chức, chú ấy vẫn là học trò, là em út của anh Châu. Anh Đồng cũng mến Hà lắm. Nếu anh em có ý định gì đe dọa mạng sống của chú Hà, em sẽ quyết liệt ngăn cản. Anh hãy yên tâm.

Anh Đào căn dặn:

- Không biết bao giờ Đồng trở về, tôi còn phải lo cái quán nữa. Khi nào chú ấy về, thím nói liền với chú ấy là tôi cần gặp thiệt gấp, càng nhanh càng tốt. Vả lại, tôi còn muốn bàn với Đồng một vài việc quan trọng khác.

*

Từ giã Hiền ra về, Anh Đào vẫn thấy chưa yên tâm về sự an toàn của Hà. Tình cảm đối với Hà bắt anh làm một thứ lăng khiêng chống đỡ tất cả tên đạn bắn thẳng vào Hà. Anh dứt khoát không tin một mảy may nào về điều Liên cáo buộc Hà.

Anh nghĩ thầm: "Làm cách mạng dân tộc khác hơn hẳn Cộng sản. Cộng sản chủ trương 'giết oan hơn thả lầm'. Còn ta, ta giết lầm một người, ta hối hận và cảm thấy mình vừa gây nên một tội ác. Giết lầm một người bạn, ta càng hối hận và tủi nhục biết bao nhiêu! Làm cách mạng là làm chuyện cao đẹp cho dân cho nước chớ không phải gây nên máu lửa, hận thù giữa người với người".

Trong bao nhiêu buổi học tập, Châu đã nhấn mạnh luôn luôn quan điểm cách mạng đó để các đồng chí của mình đừng nhầm với chủ trương sắc máu của con người Cộng sản.

Anh Đào đạp xe trở về nhà, tâm hồn anh dệt gấm thêu hoa với Chủ nghĩa Dân tộc đã thấm nhuần trong trái tim anh, đã vẽ ra trước mắt anh con đường lý tưởng của dân tộc quá đau khổ vì ảnh hưởng ngoại lai, vì bao nhiêu nhân vật chính trị "xôi thịt", những kẻ lợi dụng lòng yêu nước nhiệt thành của toàn dân để thực hiện ý đồ đen tối, tham vọng chính trị của mình mà cam chịu làm tay sai cho đế quốc. Anh Đào điều khiển chiếc xe đạp bằng trực giác né tránh bên mặt bên trái, còn tâm tư anh đang dõi theo Hà, bay bổng trên ngàn hoa thơm, cỏ lạ của lý tưởng đời anh.

Nghe tiếng xe Jeep rít phía sau, Anh Đào hoàn hồn ngoái đầu nhìn lại. Chiếc xe Jeep đã sát bánh xe sau. Anh linh cảm chuyện chẳng lành sắp xảy đến, anh nhấn mạnh bàn đạp. Thay vì quẹo mặt ra đường Narodom, anh chạy thẳng xuống Sở Ba-son, theo lối đi dành cho xe không động cơ. Anh hơi nghiêng đầu nhìn lại thấy chiếc Jeep vẫn đuổi theo phía sau. Không còn nghi ngờ gì nữa. Rõ ràng người ta muốn bắt anh. Phen này khó trốn thoát.

Anh đang tìm cách thoát thân, hoặc bất thình lình quay xe lại hoặc rẽ vào một ngõ hẻm nào đó. Đường rộng lớn thẳng tắp, không có một con hẻm nào hai bên.

Chiếc Jeep rồ ga vượt qua. Anh Đào thắng xe đứng lại, chống một chân xuống đường lấy thế quay xe lại. Chiếc xe hơi lỡ trớn lướt khỏi vài thước. Anh Đào vừa quành nửa vòng xe thì có tiếng quát:

- Đứng lại. Đứng lại ngay. Chạy tao bắn chết liền.

Chiếc Jeep lùi trở lại thật nhanh và đậu sát người Anh

Đào. Dù muốn tiếp tục đào tẩu, anh cũng đã hết đường. Một bên là xe Jeep, bên kia là lề đường khá cao, Anh Đào đành chịu phép.

Một người trên xe nhảy xuống đường, chỉa súng lục vào mặt anh:

- Định chạy trốn hả? Chạy đàng trời cũng không thoát đâu!

Anh Đào ngơ ngác:

- Tôi làm tội gì các ông bắt tôi?

Một người thứ hai lại nhảy xuống xe nắm vai Anh Đào, kéo anh ngã xuống xe đạp:

- Lên, lên xe, mau lên!

Anh Đào chống trả:

- Các ông là ai? Tội gì bắt tôi?

Một cái tát nẩy lửa giáng lên mặt anh. Anh bật sang một bên nhưng vẫn không rời khỏi bàn tay hộ pháp của người lạ mặt.

- Đ.m. ném xe đạp của nó lên đi!

- Cần gì cái xe cà khổ đó. Bỏ cha nó ở đây đi.

- Không được. Sau nầy nó sẽ kiện thưa lôi thôi lắm.

- Tao chịu trách nhiệm hết. Chở xe đạp, tụi mầy không có chỗ ngồi đâu.

Anh Đào bị lôi xếch lên xe. Họ đẩy phía sau, lôi phía trước anh như áp tải một con vật. Giữa cơn đau thân xác này, anh vẫn còn nhớ tới lần những người mệnh danh là đồng chí với anh trong một khu đã trói anh, đánh đập anh, lôi kéo anh về Ủy ban An ninh xử anh về tội chống lại lệnh của Trung ương. Tây bắt anh, tra khảo anh tàn nhẫn thiếu điều anh đã chết ngay giữa cuộc hỏi cung, nhưng sau đó, anh không mảy may buồn tủi. Anh nghĩ: mình chống lại người ngoại quốc, họ bắt bớ, đánh đập, tù đày mình, đó là chuyện đương nhiên, dễ hiểu. Còn người Việt tàn ác với người Việt, anh cho đó là một tủi nhục, đau đớn của dân tộc Việt Nam. Cả hai chủ nghĩa, chế độ bên này hay bên kia đều làm phương tiện, tay sai cho đế quốc, ngoại nhân. Thân phận con người xứ nhược tiểu, nhất là Việt Nam, từ thế hệ này đến thế hệ khác chỉ là vật hy sinh cho các siêu cường tranh tài cao thấp, bán buôn vũ khí và chủ nghĩa của họ!

Anh Đào bị kẹp giữa hai khối thịt. Mũi súng ấn mạnh vào sườn anh. Họ không cho anh biết lý do luôn cả họ là ai, thuộc lực lượng an ninh của chính phủ hay của Bình Xuyên.

Anh ấp úng khi xe vừa chuyển bánh:

- Còn… chiếc xe đạp… của tôi?

- Đ.m. mạng sống không lo, ở đó lo cho xe với cộ. Lẩm cẩm vừa thôi tía!

Chiếc Jeep mang Anh Đào đi xa. Chiếc xe đạp nằm trơ trọi bên đường. Không một bóng người qua lại. Một vài xe hơi vút ngang. Tiếng còi hụ Sở Bason hú vang báo hiệu giờ tan việc buổi chiều. Từng đàn chim bay về tổ. Có một cánh chim vừa sa vào bẫy rập!

Chương 5

Hà vừa rời Tuyền ra về thì trời đổ mưa to. Tuyền thu dọn mền chiếu xếp ngay ngắn trên giường. Hai người nằm bên nhau cả giờ, vuốt ve, âu yếm nhưng cả hai cùng chung ý chí phấn đấu chống lại dục vọng cám dỗ.

Tuyền đã khóc nhiều. Nàng chân thành đề nghị Hà nên xa nàng, cố quên nàng để Hà làm vui lòng mẹ và để nàng dâng hiến cuộc đời cho đại cuộc.

Hà không ngăn trở bước đường của Tuyền đang rong ruổi, nhưng anh không chấp nhận cuộc hôn nhân theo kiểu "tiền chế" đó. Yêu kính mẹ, anh có thể làm bất cứ chuyện gì khác, ngay cả mạng sống của anh; nhưng anh không thể nghe lời mẹ cưới xin một người anh chưa quen, không yêu.

Anh cam kết với Tuyền: đến khi nào nàng cảm thấy mệt mỏi không còn muốn hoạt động cách mạng nữa, anh sẽ cưới nàng. Bao lâu cũng được miễn là Tuyền vẫn còn yêu anh. Đời anh chỉ có mỗi hình ảnh Tuyền thôi.

Nằm bên nhau, thân xác hai người cọ sát vào nhau, lửa dục tình dâng cao chất ngất nhưng cả Tuyền lẫn Hà cố ép lòng chịu đựng, lủi trốn chuyện ái ân vụng trộm. Hà yêu và kính Tuyền, cố giữ cho Tuyền vẫn trong trắng, trinh nguyên. Một lần lầm lỡ buông trôi theo dục tình, hậu quả tai hại sẽ đổ dồn vào đời Tuyền. Tuyền không cần ngăn cản Hà và Hà không hề mở lời đòi hỏi. Tuyền càng kính yêu Hà hơn bao giờ hết.

Hà nói thẳng cho Tuyền hiểu lập trường của mình khi Tuyền đề cập chuyện nên gia nhập tổ chức của Châu:

- Anh đang tìm hiểu con đường anh Châu đang mở ra cho dân tộc, đất nước. Anh cần thảo luận nhiều với ảnh. Anh thấy con đường ấy hao hao giống với chủ thuyết của Hồ Hữu Tường. Anh thì không thích ông Tường. Sách của ông toàn là chuyện tưởng tượng và đường lối của ông là không tưởng, không có luận cứ vững chắc, nhứt là không có đề cương, lý thuyết gì cả.

Tuyền cải chính:

- Anh Châu không thuộc nhóm của ông Tường. Đường lối của hai người hoàn toàn khác nhau. Thoạt đầu em cũng tưởng như anh, em hỏi thẳng anh Châu có phải ảnh theo đường lối chánh trị của ông Tường không, ảnh cười, bảo em đừng xem thường tư tưởng, lập trường của ảnh. Anh Châu nói: "Ông Tường là ông Tường, Châu là Nguyễn Phan Châu, là Tạ Chí Diệp. Tường đưa ra thuyết trung lập để 'đẻ' ra một đảng phải đối lập với chánh quyền Quốc gia, với chánh quyền Cộng sản, với hậu ý tham chánh và làm lãnh tụ. Còn anh, anh chủ trương một đường lối đặc thù của dân tộc Việt Nam. Anh cương quyết và kiên trì chống lại mọi ảnh hưởng ngoại lai chi phối quyền tự quyết của dân tộc. Anh không nuôi mộng cướp chánh quyền, nắm chánh quyền, anh chỉ làm cách mạng, cách mạng thực sự cứu đất nước nầy, dân tộc nhỏ bé đau khổ nầy luôn luôn làm vật hy sinh cho tham vọng điên cuồng của các siêu cường muốn chia thế giới để trị vì…"

Hà cười khẩy:

- Đó chỉ là ước mơ mà thôi! Muốn thực hiện ước mơ đó, anh Châu phải có thuật trường sanh bất tử. Thế giới nầy đã bị chia ra làm đôi: Cộng sản và Tự do. Hoặc dựa vào bên nầy, hoặc sát cánh với bên kia. Khó lòng mà đứng giữa được lắm.

Tuyền không muốn tranh luận chính trị với bạn bè thân, nhất là đối với người yêu. Cãi nhau về tôn giáo cũng như về chính trị, Tuyền cho rằng sẽ làm phật lòng nhau, mất bạn bè vì không ai chịu thua ai, nhường bước cho ai và chỉ càng đào sâu thêm sự bất đồng ý kiến mà thôi. Vấn đề tôn giáo hay chính trị thường không có kết thúc.

Nàng đánh giá Châu:

- Dù sao thì anh ấy vẫn là một người yêu nước chân chính, một chiến sĩ dân tộc đáng yêu, đáng kính!

Hà so vai:

- Anh Châu là người chiến sĩ cô đơn!

*

Những chiếc hôn đắm đuối, hơi thở dồn dập, nhịp đập gấp rút của con tim, hơi ấm, mùi hương da thịt... đã cắt đứt mẩu chuyện dân tộc, nước non. Hà, Tuyền đã sống trọn vẹn cho mỗi lần gặp gỡ có giới hạn, cố nốc cạn thật nhanh men say tình ái. Các đồng chí của Tuyền sẽ về tới. Mỗi phút trôi qua thật quý báu đối với hai người.

Còn lại một mình trong căn nhà trống trải, Tuyền nằm quay mặt vào vách lắng nghe tiếng lòng thổn thức và tiếng mưa rơi ngoài trời, tiếng gió rít từng cơn, tiếng nước tạt mạnh bên vách hè. Càng yêu Hà bao nhiêu, nàng chua xót bấy nhiêu cho cuộc tình của hai người chưa có lối thoát.

Chợt có tiếng the thé của chị Giỏi từ nhà sát vách vọng sang:

- Bữa nay anh mắc chứng gì mà mới giờ nầy đã đòi rồi vậy? Tụi con nó còn thức kia kìa!

Anh Giỏi cười mơn trớn:

- Làm việc sớm ngủ sớm. Sáng mai anh còn đi làm mà má nó.

Tuyền chưa hiểu chuyện gì xảy ra bên kia vách ván. Nàng lắng tai nghe tiếp.

Chị Giỏi cằn nhằn:

- Con cái cả đống rồi mà cứ đòi hỏi. Tui đẻ chớ anh có đẻ đâu mà biết đau với đớn.

- Lần nầy anh xài "áo mưa". Không có sao đâu. Bảo đảm lắm.

- Áo mưa với áo nắng! Lần có chửa thằng cu út, anh cũng bảo đảm không sao. Đó, thêm một đứa nữa đó, thấy không?

- Lần đó tại vì... "áo mưa" cũ, nó có lỗ mọt nên mới bị ắc-xi-đăng. Anh mới mua "áo mưa" mới, còn nguyên trong hộp.

Giọng chị Giỏi ngạc nhiên:

- Anh mua tới cả hộp lận hả? Chi nhiều dữ vậy trời? Bộ tính giết người ta đó hả?

Anh Giỏi cười giòn. Tuyền liên tưởng tới cảnh anh Giỏi sẽ dầm mưa đi đâu vào giờ này. Nàng không hiểu chuyện gì cả. Bên kia vọng sang tiếng người vật nhau ngã trên giường, tiếng chân chà đạp vào vách, tiếng hôn kéo dài, tiếng cười khúc khích rồi tiếng rên se sẽ.

Tuyền đã đoán ra chuyện gì đang diễn ra bên kia vách ván. Nàng bật ngồi dậy, bước ra khỏi buồng, ngồi vào bàn giữa nhà, cố xua đuổi hình ảnh đã gợi lên trong đầu nàng cảm giác là lạ. Tiếng mưa ngoài trời vẫn đều đều. Bên kia vách ván không còn tiếng động nhỏ. Im lặng hoàn toàn.

Tuyền vặn nhỏ ngọn đèn dầu. Bóng tối ngập kín các góc nhà. Tuyền càng thấy đời mình thêm cô đơn, lạnh lẽo. Lúc nãy có Hà bên cạnh, nàng thấy cuộc đời đỡ quạnh hiu. Sự có mặt của Hà, hơi ấm từ thân thể Hà toát ra, tiếng nói của Hà, đôi tay Hà ghì chặt người nàng với những chiếc hôn đắm đuối,... tất cả như những vỗ về, an ủi quý báu, như ánh lửa giữa đêm đông sưởi ấm khách lữ hành lạc lối về.

Hà ra về, rời xa nàng, nàng trở lại với trống vắng, với hiện tại cô liêu. Các bạn đồng chí hướng kia không thể giúp Tuyền thôi không nhìn thấy nữa bóng con thuyền đơn độc bềnh bồng giữa biển cả mênh mông. Chỉ có Hà là người duy nhất cùng chắp cánh với đời chim cô độc bay bổng trong cuộc đời nàng. Nhưng Hà vẫn còn nhảy nhót bên ngoài cửa đời Tuyền. Lòng thì muốn xa Hà để bản thân mình trọn vẹn với chí hướng, để Hà làm vui lòng mẹ, nhưng trái tim nàng lại thổn thức với ý nghĩ và ước muốn đó.

*

Mưa vẫn còn tầm tã. Gió vẫn chưa ngơi. Tuyền chợt nghe có tiếng chân người và bánh xe khua động bên ngoài, sát cửa nhà. Nàng vội vàng rời ghế, tiến nhanh lại cửa sổ, vén màn ny lông nhìn ra ngoài.

Một bóng người lướt ngang qua và tiếng xe dựng lên chống, Tuyền hỏi:

- Ai đó? Anh hả anh Hai?

Không nghe trả lời, Tuyền hỏi tiếp:

- Phải anh không, anh Hai?

Cùng với tiếng gõ cửa, giọng Châu cất lên:

- Tuyền, mở cửa cho anh. Mau lên em!

Tuyền mừng quýnh, mở nhanh cửa. Châu bước vào, người anh ướt sũng.

Tuyền kêu lên:

- Trời ơi! Sao… áo quần anh… ướt nhem vậy hả?

Châu cười, hàm răng giả trắng nuột lộ ra:

- Anh dầm mưa đi về thì dĩ nhiên quần áo ướt hết chớ sao? Có gì đáng ngạc nhiên đâu!

Tuyền ấp úng:

- Sao anh không đụt mưa đợi… mưa tạnh rồi hãy về? Dầm mưa kiểu nầy đố anh khỏi… cảm cho coi!

- Mưa nổi bong bóng lâu tạnh lắm! Về đại cho rồi chớ biết chừng nào ông trời ổng thôi rơi lệ?

Anh bụm mặt hắt hơi liên tiếp. Tuyền chạy vào buồng lấy khăn đem ra trao cho Châu:

- Anh lau khô lẹ lên. Chết rồi thế nào anh cũng cảm cho coi. Để em đi lấy thuốc cho anh uống ngay mới được.

Châu gục đầu vào khăn xoa mạnh hai tay. Anh rùng mình nghe lạnh buốt châu thân. Tuyền, một tay cầm ly nước, một tay đưa hai viên thuốc cảm tới trước mặt Châu:

- Thuốc đây, anh làm ơn uống ngay dùm em cái đi. Uống thuốc xong em cạo gió cho.

Châu đón hai viên thuốc từ tay Tuyền:

- Bụng đói uống thuốc được sao em!

- Ủa, vậy chớ anh chưa ăn cơm chiều à?

- Chưa! Anh đang đói meo!

- Khổ thân anh chưa? Tới giờ nầy mà anh chưa cơm nước gì hết. Cứ nhịn đói hoài như vầy, anh sẽ đau bao tử cho coi. Để em dọn cơm cho anh ăn.

Tuyền chạy bay xuống bếp, lòng càng đầy ắp thương yêu đối với người anh nuôi hy sinh gần trọn đời thanh xuân cho một lý tưởng hãy còn quá xa trước hạnh phúc miên viễn của dân tộc đau khổ này.

***

Ngày tạm biệt Hà lên xe đò ở Phú Lâm đi Cao Lãnh đưa hai anh tập kết ra Bắc, Tuyền không dám hứa chắc với Hà sẽ trở về. Ở ngày hôm ấy có Kiểm và Hưng cùng Hà tiễn đưa Tuyền lên đường.

Kiểm nói nửa đùa nửa thật với Tuyền:

- Có đi thì phải trở về nghen cô. Không được nghe lời dụ dỗ của mấy cha nội đó rồi xuống tầu đi luôn ra Bắc đó!

Tuyền cười:

- Chuyện đó em không dám bảo đảm đâu nghen. Tùy theo tình cảm của em lúc gặp hai anh của em. Anh em đã mười mấy năm rồi không gặp nhau, em nhớ hai ảnh lắm. Ruột thịt mà anh.

Hưng chen vào:

- Em nên nhớ ở Sài Gòn có một người trông ngóng em từng giờ, từng ngày. Em không trở về, tên đó tự tử ngay.

- Có cái gì tồn tại mãi với thời gian đâu. Chuyện gì quan trọng đến đâu cũng trở thành dĩ vãng, lùi vào quá khứ. Anh Hà rồi sẽ quên em, ảnh sẽ gặp một người khác rồi yêu, rồi thương, rồi lấy nhau và rồi sanh con đẻ cái.

Hà lặng yên nhìn Tuyền. Dù nghe rõ lời Tuyền nói, anh vẫn không tin lần tiễn đưa này hai người sẽ vĩnh viễn xa nhau, Tuyền sẽ theo hai anh cùng tập kết ra Bắc. Tuyền mỉm cười nhìn Hà như muốn dò xét ý người yêu về điều mình vừa nêu thành giả thuyết. Hà so vai ngầm bảo rằng: đi luôn ra Bắc hay trở về, Tuyền trọn quyền quyết định.

Bông – người bạn gái cùng trường Nữ công Mỹ Ngọc với Tuyền, đi với Tuyền chuyến này, không phải để tiễn đưa ai đi tập kết mà chỉ để gặp mặt một trong hai người anh của Tuyền. Tuyền thương Bông như chị em ruột, nàng muốn Bông biết mặt Vinh – anh nàng, để rồi theo như mọi người tin tưởng, sau hai năm có Tổng tuyển cử, Vinh trở về Nam và sẽ cưới Bông. Bông, tuy xấu, nhưng tâm hồn rất đẹp. Nàng yêu nước và tôn thờ những người kháng chiến. Dù chỉ mới thấy ảnh Vinh và nghe Tuyền tha thiết muốn chọn mình làm chị dâu, Bông đã mơ mộng, đã tương tư người đàn ông mình chưa gặp, chưa quen.

Sẵn dịp này, Bông tình nguyện đi cùng với Tuyền cho có bạn. Nàng trấn an Hà:

- Anh Hà đừng có lo. Sức mấy mà Tuyền bỏ rơi anh theo luôn hai anh của bả! Vắng anh đôi ngày là bả thơ thẩn như kẻ mất hồn, ngồi đứng không yên.

Tuyền phản đối:

- Xí, bà chỉ giỏi vu cáo. Để rồi bà coi, tôi có dám đi luôn không cho biết.

Bông cười hỏi đố Hà:

- Anh có sợ không?

Hà lại so vai:

- Tất cả đều do Tuyền hết. Tôi sợ hay không, một khi Tuyền muốn theo anh không trở về nữa thì… tôi hay bất cứ ai cũng không thể giữ Tuyền lại được.

Tuyền tô đậm thêm:

- Tình anh em ruột thịt thiêng liêng, gắn bó hơn nhiều thứ tình cảm khác! Chưa có gì đáng gọi là ràng buộc, níu kéo tôi, bắt tôi phải đắn đo, chọn lựa ở ngã ba đường!

Hưng trừng mắt nạt:

- Thôi đi, đừng có xạo nữa. Cứ nói tướng hoài. Tôi đố cô theo hai ông anh đi luôn đó!

Tuyền cười khẩy:

- Để coi em có dám đi luôn không cho biết.

Lơ xe đò thúc giục hành khách lên xe. Đoàn xe thúc còi inh ỏi. Giờ khởi hành bắt đầu.

Tuyền từ giã mọi người cùng Bông lên xe. Hà nắm tay Tuyền âu yếm dặn dò:

- Em đi mạnh giỏi. Đến chỗ lạ, em cẩn thận giữ gìn sức khỏe. Anh gởi lời hỏi thăm hai anh Vinh – Quang. Dù có ra sao chăng nữa, anh vẫn tỏ ra xứng đáng với em. Thôi, em đi!

Tuyền siết chặt tay Hà:

- Nếu em không quay về, anh hãy cố cảm thông em. Theo các anh của em đi luôn, em nghĩ đó là do tình cảm thiêng liêng chớ hoàn toàn không phải em phụ anh. Em vẫn yêu anh và anh hãy chờ… ngày Tổng tuyển cử em sẽ trở về.

Hà ngậm ngùi nhìn theo bàn tay Tuyền vẫy chào càng lúc càng xa, nhỏ dần và mất hút.

Xuống tới địa điểm tập kết, Tuyền và Bông lặn lội đi tìm Vinh, Quang khắp nơi; từ khối hành chính đến các cơ quan quân sự. Người bảo chỉ có Vinh còn sống, kẻ nói Vinh đã chết rồi. Đến một nơi khác, tin tức ngược lại. Tuyền hoang mang, than khóc hết nước mắt, nhưng nàng vẫn kiên nhẫn cố tìm gặp cho bằng được một trong hai người anh trai. Mãi đến ngày thứ ba, Tuyền mới gặp được người anh cả. Quang – tính nết trầm lặng, dù đã xa em gái gần mười năm, gặp lại em, anh chỉ vuốt tóc Tuyền, âu yếm:

- Em mau lớn quá! Lúc anh bỏ nhà ra đi, em mới 6 – 7 tuổi nhỏ xíu!

Tuyền khóc muối. Tình đệ huynh như dòng thác gầm thét đổ xuống vực sâu tràn ngập vào hồn đơn côi của đời người con gái không còn cha, mẹ, anh em bên cạnh mình.

Nàng báo tin cha chết và một trong nhiều nguyên nhân thúc đẩy ông quyên sinh, có sự ra đi của hai anh nàng.

Quang trầm giọng:

- Ba chết tức tưởi không phải lỗi của anh lẫn thằng Vinh. Em đừng ngộ nhận và cho đó là điều bất hạnh của gia đình ta. Hai anh của em đi theo tiếng gọi thiêng liêng của Tổ quốc để mưu cầu tự do cho đất nước, hạnh phúc của toàn dân. Ba theo Đệ Tứ chống lại Đệ Tam Quốc tế, ba đã chọn sai con đường phụng sự lý tưởng ái quốc của ba. Ba thất vọng không phải vì các con của ba theo kháng chiến, ba tự tử vì tổ chức của ba đuổi theo một ảo tưởng, đi theo một con đường không có lối thoát. Cộng thêm vào đó, bệnh lao của ba đã tới thời kỳ thứ ba, ba chết để tự giải thoát.

Trình độ của Tuyền không đủ cho nàng hiểu và hoàn toàn tán thành luận điệu của người anh đã bị đào luyện, nhồi nhét đầy cứng vào đầu lý thuyết của một chủ nghĩa chỉ biết tôn thờ lãnh tụ và xóa bỏ biên giới quốc gia, tổ chức gia đình và tình cảm cha mẹ, anh em. Tuyền vẫn yêu anh tha thiết và kính anh, xem anh của mình là một chiến sĩ đáng tôn thờ. Cái tang cha – niềm đau đớn mất người thân yêu quý, đang được sự gặp lại một người anh; sự hiện diện của một người anh xóa mờ, sưởi ấm và an ủi, vỗ về.

Và thêm một ngày nữa, Tuyền mới gặp được Vinh. Khác hơn Quang, Vinh ôm chầm em gái, siết thật chặt trong vòng tay và khóc ngất. Tính tình Vinh giống Tuyền, cũng tình cảm và cũng rất nhạy bén trước mọi đối tượng vui, buồn. Thuở nhỏ, hai anh em quấn quýt bên nhau suốt ngày, cũng tổ chức nhiều cuộc chơi tuổi thơ: cất nhà chòi, vợ chồng giả, đứa làm cha, đứa làm mẹ, nắn đất thành búp bê làm con, dạy chúng nó học, đánh phạt chúng nó; hoặc Vinh giả làm Quang Trung cầm quân đánh nhau với bọn trẻ khác làng; Tuyền làm y tá chiến trường tải thương, cứu thương các chiến sĩ,... Mỗi khi anh bị cha mẹ đánh đòn, Tuyền van lạy xin tha cho anh và rủi Tuyền bị phạt, Vinh xin "lĩnh án" thế cho em gái. Nhưng lúc có chuyện xích mích nhau, hai anh em lại quyết ăn thua đủ với nhau không ai chịu nhịn thua ai. Lúc đó, Quang mới xuất hiện can gián hai em. Tình anh em gắn bó, thắm thiết, dù anh em xa cách nhau, vẫn gợi nhớ không phút nào nguôi hình ảnh thân yêu của nhau trong tâm tưởng của mỗi người, đêm cũng như ngày.

Vinh gục đầu lên tóc em, nghẹn ngào:

- Hai anh không thể ở bên em để chăm sóc, lo lắng cho em được, vì hai anh còn phải lo chuyện lớn lao, quan trọng hơn. Chắc em đã đến tuổi hiểu được nhu cầu khẩn thiết của Tổ quốc và dân tộc, trong đó, sự đóng góp của hai anh vẫn còn phải tiếp tục và tích cực hơn nữa. Hai năm sau, chỉ hai năm nữa thôi, hai anh sẽ trở về sum họp với em. Sống giữa một xã hội mục rữa, đầy rẫy thúi tha, bẩn thỉu, cạm bẫy giăng mắc khắp nơi, em rán giữ lấy thân. Trước khi muốn sa ngã hay sắp bị sa ngã, em hãy định tâm trở lại nghĩ và nhớ tới hai anh. Em nên hãnh diện có anh em hiến dâng cuộc đời cho nhu cầu của Tổ quốc, dân tộc. Vì ai, vì đâu, tụi anh phải xa em và phải hy sinh đời sống, hạnh phúc cá nhân? Nếu em hiểu được vì ai và vì đâu thì em hãy sống trong sạch và xứng đáng với niềm tin của hai anh.

Tuyền chỉ biết khóc. Bông khóc theo bạn và thấy mộng mơ làm chị dâu của Tuyền càng nảy nở trong tim. Gã con trai, ngày nào chỉ thấy qua khung ảnh, giờ đang hiện hữu bên cạnh mình bằng xương bằng thịt; đối với Bông, sao mà vĩ đại, cao cả, đáng yêu kính quá! Vinh như một gã thanh niên đứng trên bờ, còn lũ trai trẻ ở các thành thị miền Nam, nhất là giữa Sài Gòn, chẳng khác nào đang lặn ngụp giữa ao bùn hôi tanh, ghê tởm. Nàng liếc nhìn trộm Vinh, thấy anh vẫn dán mắt vào khuôn mặt đứa em gái thân thương, Bông tưởng chừng như Vinh không chú ý tới nàng. Nàng muốn Tuyền nói xa gần tới điều nàng hằng ấp ủ, mộng mơ, nhưng rồi nàng lại sợ. Bông sợ Vinh từ chối và nàng sẽ rơi tõm xuống vực sâu tuyệt vọng hun hút. Thà đừng nói gì cả. Thà để nàng tiếp tục dệt mộng và nuôi mơ. Trước mắt Bông, gã con trai yêu nước kia vĩ đại như biển cả, sa mạc rộng lớn, mênh mông; còn nàng chỉ là cánh chim nhỏ bé trơ trọi, chênh vênh!

Vinh hôn lên trán Tuyền, căn dặn:

- Về, em tìm cách bồi đắp mồ mả ba má hằng năm, đừng để thời gian làm hao mòn đất cát, cỏ cây mọc um tùm rồi mất dấu không tìm ra được nữa. Ngày về, anh sẽ tìm đến thăm ba má và tạ lỗi với ba. Anh vẫn tin hồn ba theo bên anh che chở cho anh. Là một đặc công vào sanh ra tử, anh vẫn còn sống và chưa hề bị tù tội hay thương tích.

Tuyền gục đầu lên vai anh, tức tưởi:

- Không, em… em không về nữa!

Vinh tròn mắt, đẩy Tuyền ra:

- Cái gì? Em nói sao?!

Tuyền gục mặt, mếu máo:

- Em không muốn trở về… xã hội thúi nát, tanh hôi đó nữa. Em muốn theo anh, hai anh…

- Không, không được đâu em. Không nên!

- Tại sao không được? Không nên nghĩa là sao?

Tuyền ngước lên nhìn thẳng vào mặt người anh yêu quý. Vinh bối rối, lúng túng. Anh cố tìm cách giải thích cho Tuyền hiểu điều anh muốn nói.

Tuyền khẽ hỏi:

- Anh và anh Quang muốn bỏ rơi em nữa hay sao? Đã chín, mười năm hai anh không biết em sống chết ra sao, em đã ra thế nào rồi với thân phận côi cút, bơ vơ. Ngày nay, anh em đã gặp lại nhau, để rồi… hai anh lại tiếp tục bỏ rơi em nữa. Em chưa hẳn là… một người cô thân, độc mã, không còn anh em ruột thịt gì nữa hết. Em còn có… hai người anh, anh ruột của em kia mà!

Tuyền ôm mặt khóc ngất. Vinh càng thêm bối rối. Anh ngó Bông như muốn cầu cứu nàng.

Bông thở ra:

- Tuyền tha thiết muốn theo hai anh cùng tập kết ra Bắc để được sống gần hai anh. Tội nghiệp Tuyền lắm, mỗi lần thấy ai còn cha, còn mẹ, có anh chị em bên cạnh, Tuyền khóc vì tủi thân. Mỗi lần nhắc tới hai anh, Tuyền không cầm được nước mắt.

Vinh kéo tay em gái áp vào ngực, trầm giọng:

- Anh cũng không hơn gì em. Mỗi lần thấy một cô gái nào hao hao em là anh liên tưởng tới em gái của anh và anh cũng đã từng khóc thầm trong những đêm nằm một mình giữa nghĩa địa hoặc tại căn cứ bí mật chờ đến giờ đánh vào sào huyệt địch. Anh ước mong kháng chiến sớm thành công, hòa bình vãn hồi, anh còn sống, em còn sống, anh trở về gặp lại em, sống bên em, chăm lo cho em, bõ những năm tháng anh em mình vì chinh chiến phải sống xa nhau, thương nhớ nhau, khóc thầm.

Nước mắt Tuyền giàn giụa:

- Vậy sao anh không chịu… dẫn em theo anh, sống gần bên nhau?

- Anh sắp sửa xuống tầu tập kết. Ra Bắc chưa phải để hưởng thanh bình, tụi anh còn phải tiếp tục chiến đấu và chiến đấu hăng say, gian khổ hơn nữa. Chiến tranh chưa hẳn đã kết thúc mà chỉ tạm dừng lại đây thôi. Đất nước chia đôi. Muốn thống nhất Tổ quốc Việt Nam, các anh còn phải hy sinh nhiều hơn nữa. Em theo hai anh sẽ là…

- Em sẽ không là gánh nặng cho hai anh. Em muốn được cùng hai anh chiến đấu cho lý tưởng của toàn dân.

- Nhưng Đảng có chịu cho em gái theo các anh tập kết hay không?

Tuyền quả quyết:

- Em đã trông thấy tận mắt nhiều gia đình xuống đây để đi với cha, mẹ, anh em tập kết ra Bắc. Em là em ruột của anh, em muốn đi theo hai anh ruột của em để cùng đi chung trên đường tranh đấu cho dân, cho nước thì Đảng lại từ chối hay sao?

Vinh lặng thinh. Anh mềm lòng trước nguyện vọng chính đáng của em gái. Bông bắt đầu lo sợ. Nếu Tuyền theo hai anh, nàng sẽ phải quay về Sài Gòn một mình. Dù tin tưởng sau đấy hai năm sẽ có Tổng tuyển cử và chắc chắn miền Bắc sẽ thắng, chừng đó Tuyền sẽ theo hai anh trở về Nam. Bông vẫn thấy xa Tuyền là xa một cái gì thân yêu nhất trong đời. Còn đối với Vinh, tuy chỉ mới biết mặt và quen nhau ngắn ngủi, nàng vẫn thấy hai năm chờ đợi là chuỗi thời gian dài vô tận. Nàng vẫn nghe trong đáy sâu tâm hồn mình một nỗi tiếc nhớ mênh mông dâng trào làm cay đôi mắt.

Vinh tạm biệt em gái trở lại đơn vị hỏi thăm cách thức xin thượng cấp đem Tuyền cùng theo mình tập kết.

Bông lắc vai Tuyền:

- Bà dứt khoát theo hai anh ra Bắc sao?

Tuyền gật đầu:

- Phải! Mình không thể sống xa hai anh mình được nữa. Bà thấy không, chung quanh tụi mình toàn những người yêu nước chân chính. Họ đã hy sinh trọn đời cho độc lập, tự do và hạnh phúc của nhân dân. Người nào cũng đáng cho mình thương và kính. Nhìn về các thành thị, mình ghê tởm và khiếp sợ quá. Chỉ toàn lũ vô lại, đầu trộm đuôi cướp, tay sai, bù nhìn của đế quốc, thực dân. Mình muốn đóng góp với những người yêu nước tuổi xuân của mình vào đại cuộc giải phóng toàn diện nước Việt mến yêu nầy. Tuy hơi muộn nhưng chưa phải là vô ích.

- Còn anh Hà thì sao? Bà nỡ bỏ rơi ảnh sao?

Tuyền thở ra:

- Phải vĩnh biệt Hà, mình cũng buồn lắm và chắc anh ấy cũng sẽ khổ đau một thời gian. Nhưng, mình nên nặng việc nước non, xem nhẹ đi tình cảm riêng tư. Thời gian sẽ giúp ảnh quên mình và ảnh sẽ gặp một người con gái khác trẻ đẹp hơn mình. Ở đời có ai trung thành mãi với một người muốn quên mình và người đó chưa có gì sâu đậm với mình, không có gì gắn bó với cuộc đời mình? Và lại, mình và Hà chỉ mới bắt đầu yêu nhau thôi. Quá trình tình yêu chỉ mới là trang mở đầu của một chuyện tình!

Bông không dám khuyên Tuyền nên ở lại hay nên theo anh tập kết. Cả hai việc đó đều không thuận lý. Tình yêu và lý tưởng, Tuyền đã chọn lý tưởng bên cạnh tình cốt nhục, và nàng muốn chấm dứt, xóa bỏ kiếp sống côi cút, bơ vơ. Nàng có cái lý của riêng nàng. Trong sự lựa chọn của Tuyền, Bông cảm thấy lòng mình bâng khuâng, chua xót với nỗi khổ đau, thất vọng của Hà. Hà chống lại chủ nghĩa và lý tưởng mà Tuyền muốn đuổi theo phụng sự, tôn thờ. Hai anh của Tuyền, dù Hà không muốn nghĩ như vậy, đương nhiên những kẻ đứng bên kia chiến tuyến, là kẻ thù của Hà. Tuyền theo về với hai anh, nàng có bị Hà xem là kẻ thù, là đối phương của anh không? Bông bứt rứt, xốn xang với luận xét của chính mình. Đang là tình nhân của nhau, Tuyền và Hà bỗng trở thành thù địch lẫn nhau, nghịch cảnh này do ai tạo nên? Tuyền ư? Chưa hẳn đúng! Chiến tranh ư? Chỉ đúng một phần. Tham vọng chính trị của một thiểu số người lạm dụng lòng yêu nước nồng nhiệt của một dân tộc khổ đau để bành trướng chủ nghĩa ngoại lai, có phải đó là nguyên nhân tạo nên nghịch cảnh này không? Bông hãy còn quá non trẻ, nàng chưa đủ trình độ chính trị để quy định trách nhiệm và tội ác.

*

Hôm sau, Vinh trở lại gặp Tuyền, Bông. Anh nói thẳng cho em gái biết quyết định dứt khoát của tướng Trần Văn Trà – Tư lệnh các Lực lượng Vũ trang Miền Đông Nam Bộ tập kết ra Bắc. Mặc dù anh hết lời van xin, Trà vẫn từ chối không cho Vinh, Quang mang em gái theo. Vinh xin ở lại miền Nam nằm vùng, Trà cũng không cho. Lệnh của thượng cấp, đảng viên không làm khác được!

Tuyền khóc nhiều. Vinh cũng đã mềm lòng khóc theo em vì anh nghĩ tới thời gian ngăn cách anh em, không phải chỉ hai năm mà sẽ dài lâu hơn nữa. Anh hoài nghi sự thực thi những điều khoản ghi trong Hiệp định đình chiến Genève và Tổng tuyển cử chỉ là cái cớ để thực hiện trước mắt sự chia đôi đất nước; từ đó, các siêu cường tranh nhau biến nước Việt Nam thành con vật hy sinh để thí nghiệm các loại vũ khí chiến lược và chủ nghĩa của họ! Bông bất giác nghe lòng mình nhẹ bổng. Nàng vui mừng thay Hà.

Đêm giã từ, Vinh nằm bên Tuyền, anh em hàn huyên, tâm sự đến gần sáng. Vinh hỏi em gái đã để ý thương yêu ai chưa? Tuyền khai thật mối tình giữa mình và Hà. Nàng không giấu anh thực chất con người Hà, kể cả con đường Hà đang đeo đuổi phụng sự.

Vinh ngạc nhiên không hiểu sao Tuyền lại chọn và yêu một

người đứng đối diện với hai anh mình ở bên kia chiến tuyến? Anh không trách em gái. Anh chỉ khuyên dỗ Tuyền:

- Em lớn rồi, em có quyền yêu và lập gia đình. Con người, dù cao đẹp hay xấu xa, dù hiền lành hay độc ác; nói trắng ra, dù ái quốc hay phản quốc, nếu không phải là bậc chân tu, đều có một ngày nào đó nghe rõ tiếng đập mạnh của con tim trước đối tượng của đời mình. Nhưng, anh chỉ xin em một điều cơ bản trong sự chọn lựa người bạn đời của em là, đừng bao giờ và không bao giờ chọn một tên phản quốc, bán nước, hại dân. Em rể của anh, dù dốt nát, nghèo xơ xác cũng được, miễn là có tâm hồn đẹp, biết thương người. Nó là Hà, thôi cũng được đi nhưng Hà có thực sự yêu dân tộc, Tổ quốc Việt Nam hay không? Nếu nó nghĩ rằng nó đúng, được, cứ cho là nó đúng, nhưng nó phải nghĩ rằng các anh vợ của nó không phải là những kẻ phản dân, hại nước. Lịch sử sẽ chứng minh cái đúng và cái sai của một giai đoạn, trong đó người bên nầy, kẻ bên kia đã chọn lý tưởng cho đời mình. Nhân loại khác hơn súc loại, chiến đấu không ngừng để trường tồn và thăng hoa. Có kẻ chống và người thuận để tìm ra con đường trường tồn và thăng hoa đó.

Vinh, Quang lên tàu Pháp rời bãi. Tuyền khóc hết nước mắt. Bông tưởng mình là thân nhân của người đi, cũng tan nát cõi lòng ở giờ phút ly biệt ấy. Bãi bến tập kết hôm ấy không mưa mà lũ lụt nước mắt của rừng người đưa tiễn kẻ ra đi!

Gặp Châu, một người suốt đời chỉ nghĩ tới hạnh phúc của người khác còn bản thân mình không ra chi, Tuyền tìm thấy ở Châu hình ảnh thân yêu của hai anh. Châu thương Tuyền như em gái, và Tuyền xem Châu như Quang, Vinh.

***

Tuyền dọn cơm lên bàn. Chỉ có món mắm ruốc xào mỡ, đĩa măng chiên tỏi và tô canh mồng tơi. Châu vuốt tóc đẫm nước mưa, áo quần anh ướt sũng. Anh run se sẽ. Tuyền trao khăn bông của mình cho anh:

- Anh lau khô người đi rồi em lấy áo quần cho anh thay.

Châu ngạc nhiên:

- Áo quần đâu mà thay? Anh có để quần áo của anh ở đây đâu?

- Em kiếm áo quần của anh Chương, anh Hưng cho anh thay.

Châu nói với theo:

- Quần áo tụi nó dơ lắm đó nghen. Thà anh mặc đồ ướt còn hơn!

Chặp sau Tuyền trở ra trao Châu bộ đồ, mỉm cười bảo:

- Đây, quần áo khô và sạch đây. Anh thay đi.

Cầm bộ đồ trên tay, Châu cau mày hỏi:

- Của ai đây? Hình như là…

- Của em.

- Của em?

- Chỉ có của em là sạch thôi. Áo quần anh Chương, anh Hưng dơ và hôi muốn ói. Mai em sẽ giặt cho hai ông nội ở dơ có tiếng ấy. Ông nào cũng mồ hôi dầu hết, quần áo dơ, hôi chịu không nổi.

Châu phì cười:

- Quần áo của em nhỏ xíu làm sao anh mặc cho vừa?

- Thì anh mặc đỡ chớ bộ. Còn hơn là mặc quần áo ướt!

Căng bộ đồ ra trước mặt, Châu cố nín cười, dọa:

- Anh mặc vào, áo quần em sẽ tét ra hết đó nghen. Anh không có tiền đền cho đâu!

Tuyền khoát tay:

- Rách bỏ! Em không cần, miễn anh được ấm là em vui

rồi. Anh đi thay đồ ướt đi. Lẹ lên kẻo bị cảm lạnh bây giờ.

Châu nhìn Tuyền với ánh mắt đầy trìu mến. Đang lạnh, anh nghe cõi lòng mình như đang được sưởi ấm với ngọn lửa tình cảm thân thương của người con gái diệu hiền ấy. Nhìn theo Châu đi vội vào buồng, Tuyền cảm thấy tình thương kính của mình đối với Châu nở lớn ra, phồng to thêm trong trái tim mình. Nàng tự hỏi: tại sao anh ấy sống khổ sở, thiếu hụt suốt đời như vậy trong khi anh có thừa khả năng, điều kiện trở thành giàu sang, sung sướng như bao nhiêu người khác? Thông minh, học cao, đẹp trai, đầy đủ sức khỏe, trình độ kiến thức, chính trị hơn người, anh dư sức chiếm giữ quyền cao, tước cả và thụ hưởng ưu thế của xã hội; trong đó, giai cấp thống trị được luật pháp che chở, bảo vệ tối đa, tạo mọi điều kiện cho họ vinh thân, phì gia trên mồ hôi nước mắt của dân chúng, trên xương máu của chiến sĩ. Một con người như Châu, nếu muốn, sẽ có vợ đẹp, con ngoan, nhà cao cửa rộng, xe cộ, tôi tớ, tiền của và được mọi người nể sợ. Vậy mà Châu vẫn là Châu, một gã đàn ông cô đơn, không vợ không con, nghèo khổ, mạng sống bị đe dọa thường xuyên. Anh chỉ có mỗi thứ hơn người là tình yêu Tổ quốc và dân tộc. Suốt đời cô độc mò mẫm đi tìm con đường lý tưởng cho một nước Việt Nam mãi chìm đắm trong vòng vây của thế lực ngoại bang, mãi hôn mê trong tham vọng của bọn chính khách tay sai của đế quốc.

Tuyền đã được Châu giác ngộ về lập trường yêu nước, thương dân. Anh dẫn giải cho Tuyền hiểu rõ hơn về lý tưởng của hai anh nàng. Kháng chiến rõ ràng khác hơn Cộng sản. Cách mạng Giải phóng Dân tộc khác hẳn Cách mạng Cộng sản xích hóa, nhuộm đỏ toàn cầu. Đảng Lao động ẩn mình dưới ngọn cờ Đảng Cộng sản, quyến rũ toàn dân lao đầu vào đại cuộc kháng chiến giải phóng dân tộc, đánh đuổi xâm lược thu hồi độc lập, tự do cho đất nước để rồi sau đó, các chiến sĩ yêu nước sẽ trở thành đảng viên Cộng sản. Trong guồng máy chính trị Việt Nam sẽ không còn một đảng phái nào khác hơn là Đảng Cộng sản và Việt Nam sẽ trở thành một thành viên trung kiên của Cộng sản

Nga, một thứ vệ tinh của hành tinh Cộng sản Quốc tế không thể tách ra khỏi quỹ đạo của Liên Xô được!

Lâu ngày chầy tháng, Châu níu kéo Tuyền ra khỏi lý tưởng đấu tranh của hai người anh mà trước đây, Tuyền kính yêu và tôn thờ. Đối với hai anh, giờ đang ở miền Bắc, Tuyền chỉ còn thương nhớ với tình cốt nhục mặn nồng. Nàng bắt đầu chua xót cho hai anh dưới vòm trời miền Bắc Xã hội Chủ nghĩa ấy.

Nhìn mâm cơm nguội lạnh trên bàn, Tuyền bất nhẫn quá! Châu được đối xử, đền bù với lòng ái quốc nồng nhiệt của anh chỉ bằng thứ thực phẩm quá tầm thường như thế sao? Tuyền mủi lòng muốn khóc.

Châu trở ra, hai chân khúm núm bị bó cứng trong chiếc quần đen, ống cao lên tới đầu gối. Anh dang rộng hai tay, gấu áo bà ba hàng nội hóa giật ngược lên để lộ da bụng.

Anh cố nín cười hỏi:

- Đây nè, em thấy anh có giống con gì trong 12 con giáp không?

Tuyền bụm mặt, ngoặt người ra cười. Châu cà nhắc tới bên mâm cơm:

- Ăn mặc như vầy mà ló mặt ra đường, anh sẽ bị lính thộp cổ chở vô nhà thương Chợ Quán ngay. Trông giống một thằng điên quá!

Tuyền cố nín cười:

- Mai mốt anh đem áo quần về đây cho em giặt ủi để sẵn. Gặp trường hợp như bữa nay, anh còn có mà đổi.

- Gia tài anh chỉ có hai bộ thôi. Một bộ đang mặc, bộ kia để ở nhà cụ Cử – chú anh. Anh thấy như vậy cũng tạm đủ rồi.

Tuyền trêu:

- Nếu không mắc mưa thì hai bộ cũng đủ quá thừa đối với anh rồi phải không?

Châu gượng cười ngồi vào mâm cơm:

- Gần đúng như em nói. Lúc còn chiến đấu trong một khu ở quê anh, anh chỉ có mỗi một bộ đồ dính da. Dơ quá hôi hám chịu không nổi, anh cởi ra giặt giũ rồi ngồi trần truồng chờ áo quần khô lại mặc vào. Vậy cũng xong!

Tuyền giục:

- Thôi, anh ăn cơm đi, đừng ở đó nói liều mạng nữa. Để rồi tụi em mua vải về may cho anh vài bộ đồ thay đổi.

Châu cười:

- Bọn em may đồ cho anh mặc thì… anh sẽ ế đến suốt đời.

Tuyền lên mặt:

- Anh đừng có khi dễ nghen. Dù gì em cũng là cô giáo mỹ công chớ bộ. Để em biểu diễn cho anh ngán tài may vá của em.

Châu ăn ngon lành. Cơm nguội lạnh, anh nuốt trọn dọc hai mắt. Tuyền cười, nhưng khóe mắt nàng ươn ướt lệ.

Châu ngừng nhai, cau mày hỏi:

- Chuyện gì vậy? Hình như em… muốn khóc?

Tuyền ngồi xuống ghế đối diện với Châu, cúi đầu lặng thinh. Châu chồm tới nắm tay nàng lay hỏi:

- Tuyền, có chuyện gì vậy em. Nói cho anh biết đi.

Tuyền nghẹn ngào:

- Tội nghiệp… anh quá! Anh… khổ cực quá!

Châu buông đũa thở phào:

- Ồ, em làm anh hết hồn. Có gì đáng cho em phải xúc động đến đỗi. Anh xem thường hết mọi việc trên đời ngoại trừ lý tưởng của đời anh. Đừng nghĩ tới thân ta. Hãy nghĩ tới muôn triệu người khác chung quanh ta hãy còn đau khổ như ta hoặc nhiều hơn ta. Anh đã từng hướng các em quan điểm cách mạng đó rồi.

Anh lại tiếp tục bữa cơm.

Tuyền nhìn anh đăm đăm. Nàng tưởng như mình đang đối diện với con người thứ hai của Châu bằng xương bằng thịt; còn con người khác của Châu đang lẩn khuất trong trái tim của các đồng chí thân yêu của anh, trong hồn thiêng của dân tộc, Tổ quốc anh.

Nàng đã từng nghe thiên hạ ca tụng, thêu dệt gấm hoa cuộc đời Hồ Chí Minh lúc ông ở nước ngoài cũng như khi ông ở hang Pác Pó. Người ta thần thánh hóa ông đủ thứ và xem ông như một vị thánh sống. Tuyền chỉ nghe mà không thấy tận mắt những gì thiên hạ tán tụng ông Hồ. Ở đây, trước mắt nàng kia, một con người nồng nàn yêu nước đang gian khổ cùng cực trên đường đấu tranh cho quyền tự quyết của dân tộc Việt Nam.

Kẻ đã thành công, dù thành công dưới một chiêu bài chính trị nào, cũng được ca tụng, tán dương và thần thánh hóa. Đời tư của họ được gọt dũa, đánh bóng, chọn lọc để người đời sau chỉ thấy dĩ vãng toàn đẹp của họ thôi. Những xấu xa, phàm tục của họ đều được đẽo gọt đi. Còn người đang âm thầm chiến đấu chưa thành công hay không bao giờ thành công, tại sao, cuộc đời họ không được tôn vinh, thần thánh hóa? Tuyền cho đó là sự bất công, một thiếu sót của các sử gia. Nàng thấy giữa Châu và ông Hồ, hay bất cứ một nhà ái quốc nào khác, tình yêu nước thường nòi cần được các sử gia ghi chép cẩn thận để thế hệ mai sau đánh giá công bằng và nghiêm chỉnh.

Bỗng Châu rùng mình và hắt hơi liên tục. Tuyền hốt hoảng:

- Chết rồi! Anh muốn cảm rồi đó. Để em lấy thuốc anh uống.

Châu ngăn lại:

- Không sao đâu em. Mắc mưa, anh chỉ thấy khó chịu một chút thôi.

Mặc cho Châu ngăn cản. Tuyền lục tìm thuốc cảm, ép Châu phải uống. Nàng đưa Châu vào buồng cạo gió cho anh.

Châu nằm sấp đưa lưng cho Tuyền cạo gió. Một tay đè lên da thịt Châu, một tay Tuyền kéo từng đường dài với đầu muỗng bằng sành. Thoạt đầu, Châu kêu đau, uốn cong người lại, chặp sau anh nằm im, lắng nghe từng đường muỗng mài xát trên lưng. Anh không còn nghe đau rát nữa mà nghe một thứ cảm giác êm êm thấm dần vào hồn.

Tuyền khẽ hỏi:

- Anh còn nghe đau lắm không?

- Không! Hết đau rồi. Anh nghe êm ái lắm.

- Vậy là anh muốn cảm rồi đó. Gió nổi lên bầm tím đây nè.

- Ai dạy em cạo gió vậy?

- Không ai dạy em hết. Em cạo đại.

- Anh hết cảm, anh sẽ quảng cáo nghề cạo gió của em. Ai sắp cảm nên tìm đến bà thầy cạo gió tên Tuyền.

Tuyền đập lên lưng Châu:

- Thôi nghen. Anh quảng cáo kiểu đó chết tên em cho coi. Ai làm thầy bà gì đâu?

Nàng bảo Châu nằm ngửa ra, bắt đầu cạo gió trước ngực. Nàng thoa một lớp dầu cù là lên khắp ngực Châu. Châu nghe toàn thân mọc óc. Anh nhìn Tuyền đăm đăm. Tuyền bắt gặp ánh mắt anh, mỉm cười hỏi:

- Anh nhìn gì em vậy hả?

Châu giữ tay Tuyền trên ngực, âu yếm:

- Tuyền, anh thương em nhiều lắm, em biết không?

Tuyền rút tay về tiếp tục xoa dầu lên da thịt Châu:

- Em cũng thương anh lắm!

Châu nhắm nghiền đôi mắt. Anh nghe cơ thể mình chuyển động. Anh cắn chặt đôi môi. Tuyền bắt đầu cạo gió. Châu nghe mùa xuân đột ngột đến với cuộc đời cằn cỗi; từng đàn én bay lượn trên khu vườn đầy ắp lá xanh, hoa bướm.

Anh thở ra. Người anh đang căng cứng bỗng xẹp xuống như quả bóng bị đâm thủng.

Anh giữ tay Tuyền, bảo:

- Thôi, đừng tiếp tục nữa em. Đủ rồi!

Tuyền kèo nài:

- Chưa đủ. Để em cạo thêm chút nữa. Gió bầm đen hết đây nè.

Châu vẫn nắm chặt bàn tay nàng. Mắt anh rọi thẳng vào khuôn mặt rạng rỡ của người con gái anh đã xem như em gái ruột của mình.

Nhà trống vắng, nhiều bóng tối hơn ánh sáng. Tiếng mưa vẫn rào rạt trên mái tôn. Chỉ có hai người, một nam một nữ ở giữa không gian, dù xảy ra chuyện trái ngang làm khổ đau, hối tiếc cho cả hai, cũng chỉ có hai người biết mà thôi.

Tuyền để yên tay mình trong tay Châu. Nàng không chờ đợi, cũng không sẵn sàng hiến dâng, nhưng nếu Châu đòi hỏi, nài ép, Tuyền không biết có đủ can đảm từ chối, cự tuyệt hay không? Gã đàn ông đang nằm trước mặt nàng xứng đáng được đãi ngộ, đền đáp và thân xác một người con gái tầm thường như nàng có đáng tiếc cho một sự hy sinh nhỏ bé này không?

Tuyền nghĩ rằng mình không nên quá tàn nhẫn, phũ phàng đối với kẻ dâng hiến trọn một đời cho đại cuộc của Tổ quốc, dân tộc.

Châu thở ra, buông tay Tuyền, trở mình nằm nghiêng. Tuyền khẽ hỏi:

- Anh Hai! Anh làm sao vậy?

Châu lắc đầu:

- Không, không có chuyện gì hết.

Tuyền hơi xao xuyến. Nàng thoáng hiểu nỗi lòng người anh cao cả ấy. Lý trí đã thắng anh. Tình cảm rất người của anh đã bị đẩy lui, anh kịp quay nhanh về với bổn phận và trách nhiệm của anh đối với Tuyền – một đồng chí mà anh hết lòng yêu quý.

Tuyền đột ngột hỏi:

- Anh Hai, từ nhỏ tới lớn, anh đã yêu lần nào chưa?

Châu ngồi dựa lưng vào thành giường. Sắc mặt anh vẫn chưa trở lại bình thường. Anh muốn thú tội. Anh muốn bạch giãi lòng mình trong cơn bão táp vừa qua.

Anh nói một câu bâng quơ:

- Ở đời không ai vỗ ngực tự cho rằng mình thánh thiện, không một lần lầm lỗi.

Tuyền hiểu một cách khác:

- Nghĩa là anh cũng đã từng yêu rồi?

Châu lặng thinh. Tuyền hỏi thúc:

- Mà ai vậy anh? Người đó còn liên lạc với anh không? Anh và chị ấy có ăn ở với nhau không?

Châu thở ra:

- Chuyện xảy ra đã lâu lắm rồi em à! Lúc anh vừa mới lớn. Nếu không phải con nhà giàu thì có lẽ tụi anh đã cưới hỏi nhau rồi.

Tuyền mỉm cười:

- Lại thêm một cuộc tình ngang trái, dở giang vì giai cấp giàu – nghèo nữa rồi.

Châu rùn vai:

- Một phần vì nguyên nhân đó, phần khác vì anh bị lôi cuốn vào ngày trọng đại của Tổ quốc. Anh bỏ nhà ra đi, bỏ luôn mối tình đầu ấy.

- Rồi chị ấy ra sao hả anh?

- Diễm tự tử chết sau khi cha mẹ bị lôi ra đấu tố và chôn sống.

Tuyền tặc lưỡi:

- Tội nghiệp biết chừng nào! Mỗi lần có cuộc cách mạng là mỗi lần có nhiều người chết. Chỉ tội cho những kẻ bị giết oan!

- Đấu tranh giai cấp là đường lối thực hiện cách mạng của Cộng sản. Cha anh cũng bị đấu tố đến chết. Hay tin đau đớn ấy, anh trốn cơ quan về nhà nhìn mặt cha lần cuối và xin phép chôn cất nhưng người ta cấm cản. Họ thủ tiêu xác cha anh và phê bình, kiểm thảo anh tơi bời. Mẹ anh đau buồn chết dần, chết mòn. Anh cũng không biết được mồ mả của mẹ anh. Họ dạy anh, bắt anh phải diệt tình cảm gia đình và chỉ biết có chiến đấu không ngừng.

Tuyền rưng rưng nước mắt:

- Tàn nhẫn, độc ác quá! Người hy sinh đời mình cho đại cuộc, gia đình cũng không được miễn trừ!

Giọng Châu cứng rắn:

- Không phải vì những nguyên nhân đó mà anh ly khai và gia nhập vào tổ chức chống lại họ. Anh đã nghi ngờ rồi thấy rõ bao nhiêu hy sinh xương máu của toàn dân, của các đoàn thể, đảng phái sẽ bị phản bội, cướp đoạt mất. Kháng chiến sẽ bị dẫn dắt, đưa vào quỹ đạo Cộng sản Quốc tế; đất nước nầy rồi sẽ được giải phóng khỏi đế quốc, thực dân Pháp, nhưng không phải để thu hồi độc lập, tự do, tự lực tự cường, có trọn quyền định đoạt vận mệnh, tương lai của dân tộc mà số nhỏ người chiến thắng sẽ đặt để Tổ quốc Việt Nam, toàn dân Việt Nam vào ảnh hưởng, gông xiềng nô lệ của đế quốc, thực dân mới Nga, Tầu.

Anh gằn từng tiếng:

- Anh quyết đi tới cùng con đường lý tưởng của dân tộc nầy.

Tuyền thấy rõ trong ánh mắt Châu ngời sáng niềm tin yêu tất thắng, nhưng có nỗi buồn cô đơn lẫn lộn.

Lần đầu tiên, nàng cật vấn lãnh tụ của mình:

- Anh Hai! Anh có tin rồi chúng mình sẽ thắng không?

- Dĩ nhiên là có tin tưởng, anh và các em mới chịu đựng gian khổ, hiểm nguy chiến đấu ngày đêm.

- Bao giờ mới thành công hả anh?

Châu nhìn ngọn đèn dầu chao động, nhảy múa trên bàn. Trong lòng anh lúc nào cũng thắp sáng niềm tin và hy vọng: ngày nào anh còn sống, ngọn đèn ấy không bao giờ phụt tắt. Anh mong mỏi tìm cho được người nối tiếp ý chí đấu tranh và con đường Dân tộc Tự quyết đã vạch ra sau cái chết của anh. Tù tội, chết chóc lúc nào cũng cận kề cái sống của anh. Kẻ thù có mặt khắp nơi, trước anh, sau anh, bên phải và cả ở bên trái anh. Anh chọn một đường quá nguy hiểm, đầy chông gai. Cả hai chính phủ hiện hữu, ở bên kia hay bên này vĩ tuyến 17 đều không thể chấp nhận giải pháp chính trị của anh, của tổ chức anh. Họ sẽ bắt anh, giết anh không biết ngày giờ nào. Bên cạnh họ, còn có các quan thầy xảo trá và độc ác nữa! Mỹ và Liên Xô, luôn cả Trung Quốc đang cột chặt các "đàn em", tay sai của mình dưới trướng để thực hiện thành công chủ thuyết mệnh danh "giải phóng loài người"! Kẻ nào dám chủ trương "đi giữa" là chống lại họ, chống lại "mộng bá đồ vương" thế giới của họ.

Họ không thể để yên cho một quốc gia, dân tộc nào được quyền tự do giải quyết vận mệnh và thân phận của mình, mà luôn luôn phải nương tựa, bám víu vào họ, làm bù nhìn, tay sai cho họ. Bọn thực dân, đế quốc mới đó không còn ngu dại như lũ thực dân, đế quốc cũ mang quân viễn chinh đánh chiếm xứ người. Chúng nó cố tránh đổ máu con dân của chính chúng nó mà vẫn thực hiện được xâm lăng, vẫn "xuất cảng" và quốc tế hóa được chủ nghĩa của họ. Vẫn có hàng triệu người chết thay công dân của họ, vẫn thí nghiệm và tiêu thụ được các loại vũ khí nguyên tử, hạch tâm của họ. Một quốc gia rồi hai quốc gia, nhiều quốc gia khác không dựa vào họ, rút ra khỏi ảnh hưởng, sức mạnh kiềm tỏa của họ, cả một nửa dân số trên toàn cầu phi liên kết với họ, muốn đi con đường như Châu muốn, bè lũ đế quốc, thực dân mới kia sẽ bị cô lập ra và sa vào khủng hoảng. Họ viện cớ này lý do nọ để lôi kéo các nước nhược tiểu, bán khai vào quỹ đạo của họ. Lãnh tụ nào có lập trường chính trị chống lại họ, họ sẽ tìm cách lật đổ, ám sát và đưa lũ bù nhìn, tay sai lên thay thế cầm quyền. Nước nào cũng có đầy rẫy lũ sâu dân mọt nước đó. Việt Nam là nơi không thiếu bọn sâu bọ hóa kiếp làm người, loại quỷ vương có mặt ở mọi chính trường chỉ chực chờ có dịp nhảy ra chính giới gục mặt làm tay sai cho người ngoại quốc. Tổ quốc, dân tộc chỉ là tấm bình phong che đậy tham vọng đê hèn của chúng nó.

Tuyền không dám thúc giục Châu trả lời câu hỏi của mình. Nàng hiểu rõ câu hỏi của mình đang tạo mưa lũ trong tâm hồn Châu. Nàng hối hận đã nêu lên câu hỏi ấy.

Tuyền đứng lên. Châu nắm tay nàng giữ lại:

- Tuyền, em! Ở lại với anh.

Giọng anh trở nên êm dịu:

- Chưa bao giờ anh cảm thấy cô đơn như tối nay. Em ở lại bên anh.

Tuyền ngồi trở xuống, sát bên Châu. Hơi ấm từ người Châu truyền sang làm Tuyền dao động nhẹ nhàng. Nàng nghe lòng đơn giá của mình như vừa nhen nhúm một ngọn lửa hồng, nhưng nó là ngọn lửa thiêng liêng mang đặc tính tình cốt nhục. Ngồi bên cạnh Châu, Tuyền tưởng chừng như mình đang kề cận người anh ruột thân thương. Nàng có cảm giác như mình đang sát cạnh bên Vinh hay Quang.

Châu nắm tay Tuyền:

- Em muốn biết bao giờ chúng mình thành công phải không?

Tuyền lắc đầu:

- Không! Thôi, anh khỏi phải trả lời câu hỏi của em. Bỗng dưng em lại hỏi một câu ngớ ngẩn như vậy. Anh thứ lỗi…

- Em không có lỗi gì hết. Em có quyền hỏi như thế đó! Đôi khi chính anh cũng tự hỏi bao giờ mộng ước của mình, của tất cả anh em mình và của dân tộc nầy sẽ hiện thực? Khó khăn và gian khổ vô cùng vì chúng ta đang chống lại những thế lực tay sai của các đế quốc, thực dân hùng mạnh; nhưng nếu tất cả chúng ta đều nhận rõ con đường đấu tranh của chúng ta là đúng, thì phải kiên trì chịu đựng và tiếp tục chiến đấu không ngừng cho lý tưởng của chúng ta cho tới bao giờ thành công.

Anh nhìn đăm đăm vào mắt Tuyền:

- Làm cách mạng khác hơn làm thương mãi. Bán buôn, người ta liền biết lỗ hay lời, thành công hay thất bại. Cách mạng thuộc về tâm hồn và trí tuệ, đòi hỏi ở chúng ta tình yêu mãnh liệt đối với hạnh phúc của con người và tương lai của Tổ quốc. Hy sinh cá nhân cho quyền lợi của tập thể là đức tính của con người làm cách mạng. Thời gian không thể làm cái mốc cho thành công của cách mạng. Chúng ta đang nỗ lực đào tạo cán bộ tài ba, bành trướng tổ chức, giác ngộ và thu phục nhân dân, củng cố tổ chức, tạo hậu thuẫn trong các giới chánh trị thực tâm yêu nước và trong các đoàn thể, lực lượng tôn giáo. Bao giờ chúng ta có đủ lực lượng quân sự, chúng ta bước vào giai đoạn thứ hai hết sức quan trọng là đánh cướp chánh quyền.

Tuyền mỉm cười:

- Và chừng đó, anh sẽ lên làm tổng thống, quốc trưởng?

Châu lắc đầu, nghiêm nghị:

- Không, không bao giờ! Khi cách mạng thành công, anh sẽ nhường cho người khác nắm chánh quyền. Anh sẽ lui vào bóng tối làm một người dân bình thường. Anh quan niệm rõ rệt tính chất dị biệt giữa người làm cách mạng và kẻ cầm quyền trị quốc. Cách mạng là công lao chung của toàn dân, khi cách mạng đã thành công, ta đã giao vận mệnh quốc gia, dân tộc vào tay nhân dân. Người làm cách mạng trở thành kẻ cai trị, anh thấy kẻ ấy đương nhiên biến ra thành đối lập với nhân dân. Trong mọi quốc gia, nhân dân bao giờ cũng phê bình, chỉ trích kẻ cầm quyền.

- Cũng có trường hợp khác biệt chớ anh. Chẳng hạn như ông Hồ Chí Minh, ổng làm Chủ tịch nước mà vẫn được mọi người yêu mến, tôn thờ.

Châu cười:

- Chắc là có em trong đó chớ gì?

- Em đã hiểu Chủ nghĩa Cộng sản đưa đẩy đất nước, dân tộc nầy vào quỹ đạo của Cộng sản Quốc tế và bần cùng hóa nhân dân, nhưng đối với cá nhân ông Hồ, em không có ác cảm.

Châu tát yêu vào má Tuyền:

- Tội nghiệp em tôi quá! Tình cảm của em dành cho nhân vật ấy hoàn toàn sai lạc, nếu không muốn nói là xuẩn động đối với lập trường cách mạng của chúng ta. Chính ông ấy đã du nhập Chủ nghĩa Cộng sản vào Việt Nam dưới chiêu bài "chống ngoại xâm", "giải phóng đất nước", "giải phóng dân tộc". Toàn dân, trong đó có các đoàn thể, đảng phái yêu nước, bị cuốn vào lý tưởng, vào cao trào ấy. Ông Hồ xuất thân từ "lò" đào tạo Cộng sản, là một đảng viên Cộng sản Quốc tế, dĩ nhiên, những gì ông đã, đang và sẽ thực hiện đều nhắm vào quyền lợi của Cộng sản Quốc tế, của những kẻ đã đào tạo ông trở thành lãnh tụ hơn là quyền lợi của chính Tổ quốc ông, nhân dân ông.

Tuyền thở ra:

- Dù sao ông Hồ cũng đã trở thành nhân vật lịch sử, một người quốc tế.

Châu cười nhạt:

- Trong sử Việt Nam đã có rất nhiều nhân vật lịch sử, nhưng không phải đều tốt cả, đáng cho dân tộc Việt Nam ca ngợi, tôn thờ. Công hay tội rồi sẽ được lịch sử luận xử. Dân tộc nầy đã quá khổ đau rồi, Tổ quốc nầy đã bị xâm lăng nhiều rồi, hoặc gián tiếp, hoặc trực tiếp. Những kẻ lợi dụng lòng yêu nước của toàn dân để trở thành nhân vật lịch sử chỉ là để trói buộc, dồn đẩy Tổ quốc họ vào vòng cương tỏa ảnh hưởng của ngoại bang. Mỗi lần có một lãnh tụ ra đời là mỗi lần Việt Nam lại rơi vào vòng vây của một đế quốc, thực dân mới.

Châu nhìn chòng chọc vào ánh đèn dầu. Tuyền thấy đôi mắt anh long lanh. Dường như anh muốn khóc. Lòng Tuyền xao xuyến với nỗi niềm trắc ẩn của Châu. Nàng hình dung con đường Châu đang rong ruổi. Đường rộng thênh thang, xa tít, bao la mà Châu bé nhỏ, đơn độc, lẻ loi. Bóng anh ngã dài trên nội cỏ ngàn hoa. Vừng hồng trước mặt anh lùi mãi về phía sau. Anh càng rán sức đuổi bắt, vừng hồng càng lùi nhanh hơn. Anh chưa mệt mỏi, nhưng ngày vinh quang của lý tưởng anh hãy còn xa xôi, diệu vợi quá. Dọc hai bên đường anh rong ruổi, sừng sững biệt thự, lâu đài; mỏi gối chồn chân, anh có thể rẽ vào ngừng nghỉ để an hưởng hạnh phúc, giàu sang. Nhưng anh đã khạc nhổ lên bã lợi danh quyến rũ đó và vẫn tiếp tục cắn răng ngậm thẻ lao về phía trước, cam chịu gian nguy, tù tội, chết chóc.

Tuyền đứng lên, dịu dàng bảo:

- Anh ngủ đi. Có gì gọi em.

Châu thở dài:

- Tình hình ngày thêm khó khăn, nguy hiểm. Chúng ta sẽ phải chiến đấu cam go hơn nữa. Binh lửa sẽ nổ ra giữa lực lượng chính phủ Diệm và Bình Xuyên. Dân chúng đô thành sẽ thương vong, nhà tan cửa nát sẽ tràn ngập khắp nơi.

- Không thể tránh đụng độ sao anh?

- Khó tránh được lắm! Bình Xuyên bị các cố vấn đoàn thể, giáo phái thúc đẩy. Bảy Viễn không nhượng bộ Diệm, và Mỹ buộc Diệm phải thanh toán trở ngại nằm trong các giáo phái, lực lượng đối lập. Anh em chúng ta đã bị bắt khá nhiều, trong đó có anh Đào, anh Mậu, anh Sửu ở Sài Gòn. Ở các tỉnh miền Nam và miền Trung, một số cán bộ nòng cốt của bọn mình cũng đã bị bắt giữ.

Tuyền hỏi trổng:

- Như vậy mình phải làm sao bây giờ?

- Tạm thời, bọn mình án binh bất động chờ qua cuộc thư hùng giữa Diệm và Bình Xuyên rồi sẽ tính sau. Anh dám quả quyết là lực lượng Bình Xuyên sẽ thảm bại và Diệm sẽ thắng, nhưng có điều đáng tiếc là máu của nhân dân sẽ lại đổ ra. Người dân vô tội bao giờ cũng là nạn nhân chính của tham vọng chánh trị.

Tiếng trẻ khóc thét từ bên nhà vọng sang và tiếng chị Giỏi càu nhàu:

- Đêm nào nó cũng khóc hết. Nó phá làng phá xóm không cho ai ngủ. Bực quá trời đi.

Anh Giỏi vỗ về:

- Con nít ngủ giựt mình khóc la, có gì đâu mà bà cằn nhằn. Bà dỗ con một chút không được sao?

- Bắt tôi đẻ chửa hoài điệu nầy có nước tôi chết sớm thôi. Ăn ngủ gì cũng không yên hết. Tại sao ông Trời không bắt đàn ông họ đẻ một lần cho họ biết để họ đừng hỏi đàn bà phải thỏa mãn họ nữa.

Tiếng khóc ngày càng to hơn và tiếng phát vào da thịt càng mạnh hơn.

Châu mỉm cười:

- Em ngán cảnh đó chưa Tuyền?

Tuyền phì cười:

- Em có ở trong cảnh đó hồi nào đâu mà anh hỏi em?

- Con người sanh ra lớn lên rồi có vợ có chồng, đẻ con đẻ

cái, bận bịu suốt đời với bổn phận, trách nhiệm làm cha, làm mẹ rồi bịnh hoạn, già yếu rồi chết. Anh thấy kiếp con người khổ đau và tầm thường quá. Làm con người, ít ra, chúng ta phải làm một cái gì khác với thường tình để có ích lợi cho tập thể, cho quốc gia, dân tộc.

Tuyền bước ra khỏi phòng, khép kín cửa. Nàng tưởng chừng như Châu muốn ám chỉ cuộc tình gắn bó giữa mình và Hà. Châu không trực tiếp cấm cản nàng yêu Hà nhưng anh từng nói xa gần về kết quả của cuộc tình ấy. Anh mong muốn Tuyền tiếp tục đấu tranh cho lý tưởng nàng đã chọn lựa và đang tích cực phụng sự. Anh yêu Hà nhưng anh vẫn không muốn Hà mang Tuyền ra khỏi tổ chức. Anh không tin điều Liên cáo buộc Hà và dứt khoát cấm Đồng, Hải động tới sinh mạng Hà. Đối với anh, Hà vẫn là người học trò cũ yêu mến. Anh không ép Hà gia nhập vào tổ chức khi Hà chưa thấy rõ con đường anh đưa ra. Làm cách mạng không phải do nơi cảm tình cá nhân mà phải do sự giác ngộ cùng một lập trường và lý tưởng. Vì mến nhau, yêu nhau mà theo về với nhau, người ta dễ hờn dỗi, phản bội nhau khi giữa cá nhân và cá nhân tình cảm đã cạn, hết. Chiến đấu bên nhau vì một cái gì cao đẹp, thiêng liêng có dính dáng tới quyền lợi của tập thể, của quốc gia, dân tộc thì dù không mến thương nhau nữa, người ta vẫn sát cánh bên nhau chiến đấu cho cái chung.

Châu tin tưởng rồi đây Hà sẽ hiểu anh, sẽ quán triệt chủ thuyết anh đang phổ biến sâu rộng trong các tầng lớp quần chúng và lúc đó, Hà theo về với tổ chức cũng chưa phải là muộn. Mỗi lần viết và in xong một tài liệu học tập cho cán bộ, Châu đều tìm cách gửi đến tay Hà, đề nghị Hà đọc, nghiên cứu thật kỹ. Nếu cần thảo luận, Châu sẽ gặp riêng Hà để làm sáng tỏ thêm những gì Hà thắc mắc hoặc không đồng ý. Anh rất kỳ vọng nơi Hà và tin tưởng một khi chịu theo về, Hà sẽ là một cán bộ xuất sắc của tổ chức.

Nằm bên phòng đối diện, Tuyền trăn trở mãi. Giấc ngủ đến thật chậm. Hết nghĩ về thân phận Châu và con đường anh theo đuổi, nàng lại nhớ tới Hà. Vắng Hà, dù mỗi ngày có đầy đủ bạn bè đồng chí vây quanh, Tuyền vẫn cảm thấy đời mình trống trải, cô đơn. Có lúc lý tưởng chồm lên chiến thắng, nhưng cũng có khi tình yêu vùng dậy chiếm trọn trái tim nàng. Trên đường dẫn tới mục tiêu cao cả, Tuyền thấy quá nhiều hiểm trở, chông gai; tuy nhiên vẫn có một loài hoa đầy hương sắc trải dài trên mỗi bước đi. Đôi khi nàng muốn dừng lại, ôm ấp loài hoa ấy vào lòng nhưng đằng trước, phía sau, chung quanh nàng, tiếng reo hò thúc giục tình yêu cao đẹp hơn vang dậy bên tai bắt nàng cứ tiếp tục tiến lên, tiến lên mãi mãi!

Càng về khuya, mưa ngoài trời càng nặng hạt. Tuyền vẫn thao thức. Lâu lắm rồi, tai nàng vẫn cứ tiếng mưa vỗ đều đặn trên mái tôn. Tưởng tượng cảnh nồi da xáo thịt sắp diễn ra nay mai, Tuyền rùng mình nghe lạnh buốt…

Chương 6

Áp lực từ chính phủ Ngô Đình Diệm ngày một đè nặng lên tự ái và tham vọng của lực lượng Bình Xuyên. Hội đồng cố vấn đẩy Bảy Viễn tiến sâu vào mạo hiểm lật đổ chính quyền do Mỹ vừa dựng lên. Các lực lượng vũ trang của hai bên diệu võ giương oai, tung hoành ngang dọc khắp Thủ đô Sài Gòn. Họ nghênh nhau, ghìm nhau, sẵn sàng nổ súng vào nhau khi được lệnh. Dân chúng bắt đầu kinh hoàng, tài sản và sinh mạng đang bị đe dọa nặng nề. Cư dân ở bên kia và bên này cầu Chữ Y được lệnh di tản hoặc đã tự động tản cư từ trước.

Ông bà Ngô Đình Nhu – Trần Lệ Xuân hội họp suốt ngày tại nhà riêng nằm trong cư xá bệnh viện Saint Piene. Trần Lệ Xuân lấn lướt chồng, điều khiển các cuộc vận động dư luận chống lại Bình Xuyên và tổ chức xuống đường bôi nhọ Bảy Viễn. Hà có mặt trong cuộc hội thảo và xuống đường do Trần Lệ Xuân chủ xướng.

Nguyễn Phan Châu tìm cách gài Hà vào ban tổ chức và chính Trần Lệ Xuân đề cử Hà diễn thuyết trước quần chúng vì Hà là người Nam, nói giọng Nam, dễ thu phục khán thính giả người Nam. Diễn văn do Ngô Đình Nhu thảo, Hà học thuộc lòng và anh thao thao trổ tài hùng biện trước quần chúng.

Châu muốn tập dượt Hà, tạo cho Hà kinh nghiệm và nghệ thuật nói trước đám đông thu hút và cảm hóa quần chúng để sau này, Hà sẽ trở thành một chuyên viên tuyên truyền cho Mặt trận Dân tộc Tự quyết.

Bình Xuyên ra tay chống lại các cuộc tập hợp dân chúng. Súng nổ, lựu đạn khói, lựu đạn cay rồi đến lựu đạn miểng tung vào các buổi diễn thuyết của đối phương. Máu bắt đầu đổ, xác người bắt đầu gục ngã. Và chiến cuộc đã thực sự diễn ra!

Khắp các ngả đường thành phố đều có tiếng vũ khí thi nhau nổ, người chết, nhà cháy, máu tanh xông lên nồng nực, nhất là các khu phố ở hai bên cầu Chữ Y. Trên trời, phi cơ, trực thăng vần vũ bắn phá dữ dội; dưới đất, thiết giáp, xe bọc sắt trí súng cao xạ, đại liên nã đạn như bão táp vào bất cứ đâu có bóng đối phương.

Cảnh nồi da xáo thịt thêm một lần nữa làm đổ máu người Việt Nam để những kẻ đầy tham vọng chính trị củng cố địa vị, quyền lợi của mình.

Lực lượng Bình Xuyên chỉ cầm cự được đôi ngày rồi rút ra khỏi thành phố mở tử lộ lủi về Rừng Sác. Những ngày kinh hoàng chấm dứt. Nạn nhân chính vẫn là đám thường dân vô tội. Chính phủ đã nhổ được cái gai trước mắt nhưng thủ đô đầy rẫy thương tích nặng nề, nhức nhối.

Mặt trận của Châu tung cán bộ trà trộn vào dân chúng, cứu người bị thương, chôn cất người chết, dọn dẹp nhà cửa sụp đổ ngổn ngang và dựng chỗ ở tạm cho các nạn nhân. Mỗi cán bộ có nhiệm vụ rỉ tai đồng bào tuyên truyền cho mặt trận và trong mỗi phần quà cứu trợ có giấu một mẩu truyền đơn hoặc tài liệu của mặt trận.

Giữa đoàn quân tải thương, cứu trợ, có đủ mặt các cán bộ của chính phủ Diệm, của Cộng sản và của Mặt trận Dân tộc Tự quyết. Tuyền, Hưng, Chương, Liên, Nguyệt, Hảo,… đều tham gia tích cực vào công tác cứu trợ này. Công an đã hay biết địch trà trộn hoạt động bí mật và ra tay lùng bắt. Châu hay tin do mật báo viên nằm vùng của tổ chức ngay trong cơ quan an ninh chính phủ cung cấp, cấp tốc phái người đến các nơi rút quân về. Đồng, Hải và một số đồng chí khác chạy thoát. Chỉ có Hưng, Chương và Mẫn bị bắt.

Công an ghép Hưng, Chương và Mẫn vào tổ chức "Cộng sản nằm vùng", đưa về giam ở bốt Catinat, thẳng tay tra tấn, bắt phải khai cơ sở và tên tuổi các đồng chí.

Ba người bị giam riêng. Hưng bị đòn nhiều nhất vì tính tình ngang bướng và giỏi chịu đòn. Anh bị trói khúc ké, ngồi trước mặt Búa – điều tra viên khét tiếng về khả năng hỏi cung các can nhân.

Búa cầm cây thước bằng nhôm, dẹp và dài. Hắn quất vào vai trần của Hưng, quắc mắt hỏi:

- Đã chịu khai thiệt chưa hả thằng chó?

Hưng cắn răng chịu đau rát, đáp:

- Tôi chỉ là dân thường, thấy đồng bào đau khổ tới giúp đỡ dựng lại nhà tạm cho họ thôi.

Búa lại quất lên vai phải Hưng:

- Á, đ.m. thằng nầy hay thiệt. Từ hôm qua tới bữa nay vẫn lì lợm không chịu khai. Được rồi, để coi mầy có chịu cung khai không cho biết.

Hắn xô ghế đứng lên, bước tới nắm tóc Hưng ghịch xuống, lên gối. Hưng bật ngửa ra sau. Búa giữ chặt tóc anh níu anh ngồi yên trên ghế. Máu mũi Hưng trào ra có vòi.

- Chịu khai chưa thằng chó đẻ? Thủ trưởng mầy là ai, cơ sở đặt tại đâu, tổ mầy gồm có mấy đứa? Bí danh mầy là gì?

Hưng thều thào:

- Tôi… không thuộc… tổ chức nào hết. Tôi chỉ là… thường dân.

Một cái tát sấm sét giáng lên mặt Hưng. Anh ngã nhào xuống đập mặt lên nền gạch. Anh nghe có cái gì gãy vỡ trong miệng. Hai chiếc răng cửa! Anh phun chúng ra với bụm máu tươi. Anh nằm sấp bất động.

Một tên công an khác mở cửa ló đầu vào hỏi:

- Tới đâu rồi Búa?

Búa hằn học:

- Nó vẫn ngoan cố. Chưa thấy thằng nào lì đòn như thằng nầy.

- Thằng của tao nhát đòn lắm nhưng nó vẫn quanh co chưa ra đâu vào đâu hết. Vừa định đánh nó là nó la bài hải.

*

Từ hôm qua tới hôm nay, Hưng đã nghe rõ tiếng la khóc của Chương từ phòng điều tra bên cạnh vang vọng sang rõ mồn một. Anh ngan ngán lo sợ Chương sẽ khai đồng bọn nhất là Châu. Có vào tù, bị đánh đập, tra khảo mới biết ai gan dạ hay hèn nhát, anh hùng hay tiểu nhân? Còn ở ngoài tự do, ai cũng nói thần nói tướng và tự vỗ ngực cho mình là anh hùng, là đại nhân!

Hưng muốn nhắn với Chương, với Mẫn một câu ngắn: "Thà chết chớ đừng làm đổ vỡ tổ chức, liên lụy tới anh chị em", nhưng anh không biết phải làm sao! Lúc cùng bị bắt, cùng ngồi bên nhau trong "xe cây", Hưng đã muốn nói như vậy với hai đồng chí mình; nhưng có mặt công an, nếu anh mở lời chẳng khác gì anh khai trước với nhân viên công lực thực chất của bọn này!

Không phải Chương sợ đòn, nhát đòn. Anh cũng gan lì chẳng kém gì Hưng nhưng anh không tỏ ra ương ngạnh, cứng cỏi như Hưng. Anh có thủ thuật riêng. Vào tù, trước sau, ít nhiều gì cũng bị tra tấn. Catinat là địa ngục, can nhân sẽ bị quỷ sứ khảo tra tàn ác nhất. Rời khỏi nơi đây, nếu còn sống, can phạm cũng bầm dập, mang nội thương; có khi về nhà vài tháng, vài năm sau sẽ chết. Chương hiểu rõ điều đó, anh cố tránh đòn bọng được tới đâu hay tới đó.

Điều tra viên vừa đưa cao roi vọt, dụng cụ khảo tra là anh la lớn:

- Đừng, đừng đánh tôi. Để tôi khai, khai hết sự thật.

Điều tra viên vừa hạ tay xuống là anh nhăn nhó nói:

- Tội nghiệp tôi, tôi không biết gì hết… tôi chỉ là thường dân muốn giúp đồng bào nạn nhân thôi.

Đánh khảo thô bạo là "nghề", là "chuyên môn" của công an, cảnh sát tư pháp trong bất cứ chế độ nào. Đừng hỏi tại sao không thù oán nhau mà họ có thể đánh đập dã man một người mà họ vừa mới trông thấy mặt? Cùng đồng loại với nhau, họ biến thành một con vật hung dữ thoi đá, cắn xé cho đến chết kẻ đối lập với một chính thể họ đang phục vụ mà không cần biết chính thể đó là công cụ, là tay sai của đế quốc thực dân! Họ chỉ biết tới tháng chìa tay lãnh đồng lương do ngoại bang viện trợ cho bù nhìn, nô lệ của mình; hoặc tới một đại hội đảng, họ được vinh hạnh, sung sướng run lên lãnh huy chương, bằng khen thưởng ban cho một cán bộ, đảng viên ưu tú, xuất sắc. Cả hai loại dã thú đi hai chân đó là những giọt dầu nhiễu vào động cơ "chiếc xe xâm lược khổng lồ" của siêu cường Nga, Mỹ cày nát Tổ quốc và dân tộc các nước nhược tiểu, bán khai.

Dù Chương có đóng kịch khéo léo đến đâu, anh cũng bị nhừ đòn qua nhiều kiểu hỏi cung phi nhân.

Người ta bắt buộc từ Hưng đến Chương đến Mẫn khai:

- Mầy là Cộng sản?

- Tôi không phải Cộng sản.

- Vậy chớ bộ mầy là Quốc gia à?

- Tôi không phải là Quốc gia!

- Ngộ chưa?! Không phải Quốc gia, cũng không phải Cộng sản; vậy chớ bộ mầy là cái giống gì?

- Tôi chỉ là người dân!

- Láo! Câm họng lại. Không khai thật, tao đánh chết mẹ bây giờ! Có chịu nhận là cán bộ Cộng sản nằm vùng không hả?

Chương, Hưng, Mẫn vẫn cứ nhận mình là dân thường và vũ bảo ồ ạt phủ lên thân thể ba anh. Hết dùi cui đến "bàn tay sắt". Sau trò cho đi "tàu bay" đến "tàu lặn" rồi giật điện, bộ máy khảo tra tận dụng hết khả năng buộc can phạm nhận tội do chính họ cáo buộc, chụp mũ.

Hưng, Chương, Mẫn chết đi sống lại không biết bao nhiêu lần. Và lần tỉnh lại nào, ba anh vẫn phải khai mình thuộc tổ chức nào, thủ trưởng là ai, bí danh gì, căn cứ bí mật đặt ở đâu,... Hưng, Chương vẫn cứ kêu oan, lập trường vẫn sắt đá, sức chịu đựng vẫn bền dẻo. Chỉ có Mẫn đầu hàng trước vũ lực. Anh không còn sức chống đỡ nổi nữa. Anh thua cuộc. Nhưng, Mẫn đã chọn cho đời mình con đường giải thoát. Lý tưởng chưa đạt thì ý chí quật cường của một chiến sĩ phải được biểu dương đến cùng tột. Anh tin tưởng nơi Châu, nơi bao nhiêu đồng chí còn sống sót, tất cả sẽ cùng linh hồn anh tiến dẫn Tổ quốc, dân tộc khổ đau này đến một chân trời độc lập, dự do, tự cường đúng nghĩa nhất đối với lịch sử Việt Nam.

Anh nhận là cán bộ Cộng sản nằm vùng thuộc tổ Đặc công 10 ban Công tác thành; thủ trưởng anh là Tư Mạnh, bí danh anh là Ba Đại, căn cứ đặt tại Lò Siêu.

Mẫn bị còng ngồi trên xe Jeep giữa hai công an viên hộ pháp. Phía sau có hai xe hộ tống chở đầy công an, cảnh sát. Anh dẫn đường vào Lò Siêu. Vừa xuống xe, Mẫn đã thoát chạy vào hẻm. Cuộc rượt đuổi xảy ra ngắn ngủi, Mẫn bị bắn ngã. Xác anh rơi xuống một vùng lầy. Người ta kéo anh lên. Anh đã trở về với cát bụi. Trước một phút hôn mê trước khi hồn thoát ra khỏi xác, Mẫn còn thều thào hai tiếng: "Việt Nam! Việt Nam..." Chỉ có Hồn thiêng Tổ quốc nghe được tiếng gọi cuối cùng của anh!

Chương, Hưng chỉ nghe nói Mẫn đã thua cuộc, đầu hàng dẫn công an đi vây bắt tổ chức mình. Điều tra viên phỉnh gạt Hưng, Chương:

- Đồng chí của mầy, tên Mẫn đã khai thật rồi. Nó đã dẫn tụi tao về bắt được một số cán bộ quan trọng của tụi bây cùng một số tài liệu bí mật. Tụi bây đừng chối quanh nữa. Nên khai thật là hơn.

Hưng, Chương vừa đau xót vừa oán giận Mẫn, nhưng hai anh vẫn can đảm giữ nguyên lời khai lúc đầu. Đòn bọng lại tới tấp chụp lên thân thể hai anh. Sức chịu đựng của hai anh mòn dần. Cái chết chỉ còn chờ ngày giờ đến với hai anh!

***

Tuyền và đồng bọn đã được tin các đồng chí của mình đang bị giam giữ tại Catinat. Nàng được đặc trách tìm cách thăm nuôi Hưng, Chương và Mẫn.

Lần đầu tiên, nàng đi thăm tù. Cơm vắt, cá kho tiêu, thịt chà bông, muối tiêu, kem đánh răng, áo quần lót, khăn lông, thuốc lá – Tuyền dồn cứng vào giỏ xách. Nàng đến bốt Catinat trước giờ hành chính. Làm sao gửi tất cả vật thăm nuôi vào cho Hưng, Chương và Mẫn? Tuyền xách giỏ nặng đi tới đi lui trước cửa chính. Thấy thiên hạ tấp nập vào trong, nàng muốn theo vào, nhưng vẫn áy náy, ngại ngùng.

Chợt trông thấy một người đàn bà trọng tuổi bước xuống xe, tay xách một giỏ đầy ắp đồ vật, Tuyền tiến lại, cúi đầu chào lễ phép hỏi:

- Thưa bác, bác đi thăm nuôi ai ở đây, phải không?

Bà cụ nhìn Tuyền với ánh mắt dò xét. Bà mỉm cười hỏi lại:

- Nếu tôi đoán không nhầm thì cô cũng đi thăm nuôi thân nhân?

- Dạ, không nói giấu gì bác, cháu có người anh bà con bị bắt giam ở đây. Cháu muốn gởi đồ ăn, áo quần, thuốc men cho ảnh mà cháu không biết phải làm sao?

Bà cụ ngạc nhiên:

- Ủa, mà cô có xin giấy phép thăm nuôi không?

Tuyền lắc đầu:

- Dạ, cháu không có giấy má gì hết. Vả lại, cháu không biết muốn thăm nuôi phải xin giấy phép.

- Vậy là không được rồi. Họ không cho cô thăm nuôi đâu. Cô về làm đơn xin phép trước đi rồi hãy…

Tuyền nhăn nhó làm mặt khổ sở:

- Thưa bác, anh cháu bị bắt cả tuần nay rồi. Lúc bị bắt, ảnh chỉ có mỗi bộ đồ dính da. Cháu muốn gởi ngay ít đồ cần dùng vào cho ảnh sáng nay. Bác có cách gì giúp cháu không?

Ngẫm nghĩ trong một phút, bà cụ bảo:

- Thôi được rồi. Cùng cảnh ngộ, bác sẽ giúp cháu. Chỉ còn có cách nầy thôi. Bác sẽ nói với công an phòng thăm nuôi cháu là người nhà của bác, cùng đi thăm nuôi với bác. Cháu cứ việc xách giỏ đồ thăm nuôi đi chung với bác. Cháu cứ làm mặt tỉnh bơ, họ có hỏi thì cháu nói như vậy, như vậy. Tên con trai bác là Tân, Nguyễn Trí Tân. Nó 23 tuổi, sinh viên Luật khoa bị bắt hai tuần lễ rồi. Cháu nhớ chưa?

Tuyền lặp lại tên người con của bà cụ hai ba lượt:

- Dạ, cháu thuộc lòng rồi, thưa bác.

Nàng vụt hỏi:

- Nhưng mà… thưa bác, rồi làm sao giỏ đồ nầy tới được tay anh của cháu?

Bà cụ cười:

- Làm sao rồi cháu sẽ biết. Bác có cách gởi gói đồ tới tay anh của cháu. Bác đã có kinh nghiệm. À nầy, cháu có đem theo tiền không?

- Chi vậy bác?

- Lo lót cho cai ngục.

- Mà bao nhiêu lận bác?

- Chừng bốn, năm tờ năm chục đồng là đủ rồi.

Tuyền nặn bóp túi áo:

- Cháu chỉ còn... vài chục đồng trong người thôi. Khổ chưa! Làm sao bây giờ?

Bà cụ vuốt tóc Tuyền trấn an:

- Không sao! Bác sẽ cho cháu mượn.

Tuyền cảm động nhìn bà cụ với ánh mắt đầy trìu mến, tri ân. Tuyền muốn hỏi gì thêm nhưng bà cụ đã giục:

- Thôi, tụi mình vô đi. Đã đến giờ thăm nuôi rồi đó

Tuyền theo chân bà cụ:

- Con... tụi con đội ơn bác. Cháu sẽ tìm cách hoàn trả lại bác món tiền lo lót kia.

Bà cụ cười:

- Có đáng gì đâu. Cháu đừng bận tâm tới việc hoàn trả. Tụi mình còn nhiều dịp gặp lại nhau. Cứ mỗi thứ tư là bác có mặt ở đây. Thằng Tân – con bác chưa bị giải về Chí Hòa đâu. Nó anh hùng lắm, nó nhứt quyết không khai tổ chức và các đồng chí trong đội của nó. Bác thấy mặt mày nó bầm dập, bác đau lòng lắm nhưng bác hãnh diện có một đứa con yêu nước.

Đi bên cạnh bà cụ, Tuyền nghe lòng mình nặng trĩu lo âu. Nàng không biết Hưng, Chương, Mẫn còn sống hay đã chết. Nàng không tin ba người đã cung khai sự thật bởi vì nếu họ khai thì trong tuần qua, Châu và hai địa điểm ở Gia Định, đường Võ Tánh không được yên ổn như vậy.

Tuyền nghĩ tới các bạn đồng chí thân yêu của mình rồi tới gã con trai tên Tân kia. Chắc chắn Tân không thuộc tổ chức của Tuyền. Anh thuộc một tổ chức khác và theo luận điệu của bà cụ, Tuyền quả quyết Tân dính dáng tới Cộng sản, được cài vào tổ chức sinh viên các đại học. Nàng đang mang ơn người mẹ nhưng đối với đứa con, nàng lại là một kẻ thù. Bọn Tân và bọn nàng đứng ở hai bờ chiến tuyến.

Tuyền hình dung một mặt trận tam giác nhưng nàng thừa nhận đó không phải là một tam giác đều. Tổ chức của nàng nằm ở góc độ cao nhất.Tuy nhiên, góc độ đó không đúng với phương trình hình học, nó hay còn thiếu kém so với hai góc độ kia.

Văn phòng thăm nuôi đã mở cửa, nhân viên thừa hành chưa làm việc. Họ còn đang tán gẫu với nhau, mặc cho số người thăm nuôi càng lúc càng đông và sốt ruột chờ đợi gửi quà vào cho thân nhân.

Bà cụ khẽ hỏi bên tai Tuyền:

- Anh của cháu hoạt động ở đâu mà bị bắt vậy hả?

Tuyền biết rõ bà cụ sát nhập bọn nàng chung với Cộng sản. Nàng không đính chính, cứ để mặc bà cụ lầm tưởng:

- Thưa bác, anh cháu hoạt động ở Sài Gòn.

- Bí mật hay hợp pháp?

- Dạ, hợp pháp.

- Vậy là được bác Hồ gài ở lại nằm vùng?

- Cháu nghĩ là vậy.

Bà cụ gật gù:

- Tốt lắm. Người đi tập kết, tạm cho là yên thân rồi, kẻ ở lại hoạt động trong lòng địch mới thực sự hy sinh đời mình cho Tổ quốc. Bác Hồ rất quý cán bộ ở lại nằm vùng. Đáng lẽ thằng Tân – con của bác được đi tập kết, nhưng nó tình nguyện ở lại để tổ chức lực lương sinh viên đại học làm nòng cốt cho các cuộc đấu tranh, xuống đường sau nầy.

Bà nhìn ra ngoài trời, hỏi bâng quơ:

- Không biết con của bác và anh của cháu có quen biết nhau không?

- Bác muốn nói hai người cùng chung một tổ chức?

Đôi mắt bà cụ sáng long lanh:

- Nếu được vậy thì còn gì bằng!

- Cháu cũng không rõ nữa.

- Khác tổ chức cũng không sao. Cùng chung chí hướng, lập trường chiến đấu là đồng chí của nhau. Bác giúp cháu là bác gián tiếp đóng góp một phần vào công cuộc chung của đất nước.

Tuyền liếc nhìn gương mặt rạng rỡ của bà. Lòng nàng bất giác dậy nên niềm cảm kính đối với một người mẹ xem nhẹ tình mẫu tử thiêng liêng trước tình yêu nước cao cả. Con trai bị giam giữ, tù tội, bà dằn nén đau xót và chỉ thấy trước mắt lý tưởng, con đường con bà đang theo đuổi mà bà xác tín là đúng đắn, cao đẹp.

Tuyền thở dài lầm bầm: "Mấy ai hiểu được những gì anh Châu nói về hậu quả vô cùng nguy hiểm của Chủ nghĩa Cộng sản mà đất nước, dân tộc khổ đau nầy sẽ phải gánh chịu? Kháng chiến chỉ là cơ hội để tiến tới việc bành trướng một chủ nghĩa ngoại lai và chủ nghĩa nầy sẽ đưa đẩy Việt Nam trở thành một cơ phận trong guồng máy Cộng sản Quốc tế!"

Bà cụ khẽ hỏi:

- Cháu nói gì vậy hả?

- Dạ… dạ không… không có gì hết, thưa bác.

Bà cụ không tin, định cật vấn tiếp, chợt có tiếng nhân viên phụ trách thăm nuôi truyền lệnh:

- Mọi người chuẩn bị, giờ thăm nuôi bắt đầu.

Bà cụ vụt đứng lên. Tuyền lúng túng. Nàng chưa biết bà cụ sẽ giúp nàng như thế nào?

Nàng gọi khẽ. Bà cụ nghiêm nghị bảo:

- Cháu yên tâm. Bác đã có cách. Cháu cho bác biết anh của cháu tên gì, số tù bao nhiêu và số phòng giam.

- Cháu không biết số tù và phòng giam. Anh của cháu tên là Hưng, Trịnh Văn Hưng; một người nữa là Chương, Trần Thọ

Chương.

- Vậy là hai người? Cả hai đều là anh của cháu?

- Dạ không, anh Chương là… đồng chí của Hưng, anh cháu.

Bà cụ lặp đi lặp lại tên Hưng, Chương. Bà nói sai chữ lót, Tuyền phải nhắc mấy lượt, bà mới nhớ.

Tuyền móc túi nhét vào giỏ đồ chiếc khăn tay của mình có thêu hai chữ "N.T.". Nàng tin chắc hai chữ "Ngọc Tuyền" viết tắt ấy sẽ giúp cả Hưng lẫn Chương biết ai thăm nuôi mình.

Nhân viên phụ trách thăm nuôi vẫy tay gọi bà cụ trước nhất. Hắn đã quen mặt bà và hắn cũng đã quen nhận hối lộ của bà ở mỗi lần thăm nuôi. Các thân nhân tội phạm nhìn bà cụ với ánh mắt ngạc nhiên. Có người đã tới trước bà từ lâu.

Bà cụ giục Tuyền xách giỏ theo bà. Thấy Tuyền, viên công an hất hàm hỏi:

- Cô nầy là ai? Đi đâu đây?

Bà cụ nhanh nhảu:

- Dạ, nó là cháu tôi. Nó theo xách phụ đồ cho tôi.

Nhìn hai giỏ đồ thăm nuôi trên tay bà cụ và Tuyền, viên công an mỉm cười:

- Bác lại tăng thêm thực phẩm cho cậu Tân. Tù con nhà giầu có khác. Tân được biệt hiệu là "tù quý tộc".

Bà cụ cười xã giao:

- Dạ, tôi cũng rán hết sức lo cho con ăn uống đầy đủ phần nào. Bao giờ nó quen với cảnh tù tội rồi, tôi sẽ bớt dần đồ đạc thăm nuôi.

Bà nhét vào giỏ đồ ăn một xấp bạc, đẩy tới trước mặt công an viên:

- Dạ, thầy giúp giùm, tôi rất đội ơn thầy. Đây là phần của

con tôi, còn đây là phần của hai bạn con tôi.

Bà lại đút thêm bốn tờ giấy năm chục đồng vào giỏ đồ ăn của Tuyền. Công an viên trố mắt:

- Cái gì? Vậy chớ không phải… tất cả là của cậu Tân sao? Hai bạn của Tân là ai?

Tuyền muốn đáp thay bà cụ, nhưng không dám. Nàng lặng thinh để yên cho ân nhân mình trả lời câu hỏi.

- Dạ thưa, hai người bạn của Tân là cậu Hưng và cậu Chương.

Công an viên nhíu mày lặp đi lặp lại hai tên Hưng, Chương; đoạn mở sổ tù ra dò tìm. Hắn ngước lên hỏi:

- Họ gì? Bị bắt hồi nào? Số tù và số phòng giam?

- Dạ, Trịnh Văn Hưng và Trần Thọ Chương. Bị bắt cách Tân, con tôi độ… ít lâu. Số tù và phòng giam, tôi không được rõ, thưa thầy.

Tuyền hơi lo. Nàng để cho bà cụ đưa ra sự liên hệ giữa Tân, Hưng và Chương, là nàng vô tình ghép hai đồng chí của mình vào tội "Cộng sản". Không biết Tân đã thú nhận mình hoạt động cho Cộng sản chưa? Không biết Hưng, Chương, Mẫn đã khai như thế nào rồi? Tuyền hối hận, trách mình vô ý không tách rời Hưng, Chương ra khỏi hoạt động của Tân. Nhưng rồi nàng lại tự an ủi mình: "Nếu làm như vậy liệu bà cụ có sẵn lòng giúp mình không? Mình phải tận dụng bất kể phương tiện nào để thăm nuôi các đồng chí mình đang trong vòng lao lý".

Kiểm dò một chặp, công an viên búng tay:

- Đây rồi. Trịnh Văn Hưng, Trần Thọ Chương!

Tuyền muốn thêm tên Mẫn, nhưng không dám mở lời. Nàng nghĩ là Hưng, Chương sẽ tìm cách chia cho Mẫn một phần ba giỏ đồ thăm nuôi.

Bà cụ hứa hẹn:

- Thầy rán giúp lần nầy, lần sau tôi sẽ đền ơn thầy nhiều hơn.

Tên công an mỉm cười hỏi:

- Bác muốn gặp cậu Tân không?

Bà cụ rối rít:

- Dạ… dạ muốn lắm. Thầy giúp cho như vậy thiệt là phước lớn cho mẹ con tôi.

Tuyền đánh bạo hỏi:

- Còn hai người Chương, Hưng có thể gặp mặt… chúng tôi không, thưa thầy?

Công an nghiêm mặt hỏi:

- Gặp chi vậy? Hai đứa nó chỉ là bạn của cậu Tân, tụi nó gặp bác và cô đây để làm gì?

Tuyền ấp úng:

- Dạ… để coi hai ảnh có gởi gì… về gia đình không?

Tên công an cười gằn:

- Cô về nhắn lại với gia đình hai đứa nó chuẩn bị thăm nuôi tụi nó ít nhứt từ năm năm tới mười năm đi. Hoạt động cho Cộng sản thì nằm tù tới mục xương thôi.

Tuyền muốn đính chính, bà cụ chặn lại:

- Thôi đi. Không cần gặp mặt hai cậu ấy. Có gì để tôi về cho gia đình hai cậu ấy biết để họ xin phép thăm nuôi. Chừng đó muốn gặp mặt cũng không muộn.

Công an viên đặt hai giỏ đồ thăm nuôi xuống đất bảo bà cụ ngồi chờ gặp mặt Tân. Hắn gọi người thăm nuôi kế tiếp, tay hắn nhét nắm tiền vào túi một cách ngang nhiên.

Bà cụ thở phào nhẹ nhõm. Lòng bà đầy ắp hai niềm vui: niềm vui thứ nhất là chốc nữa đây bà sẽ gặp mặt đứa con yêu quý, niềm vui thứ hai là bà đã giúp được Tuyền.

Bà cười tươi nói trổng:

- Vậy là xong!

Tuyền ngồi lặng thinh. Tâm trí nàng đang hướng về hai đồng chí thân yêu đang quằn quại trong ngục tối. Nàng mong muốn gặp mặt Hưng, Chương, Mẫn để thỏa lòng nhung nhớ, trọn tình đồng chí và nắm được phần nào tình hình của các anh.

Bà cụ hỏi khẽ:

- Việc xong xuôi cả rồi, cháu không vui sao?

Tuyền giật mình ngước lên:

- Dạ... dạ thưa vui lắm... thưa bác. Nhưng...

- Nhưng sao? Chuyện gì nữa?

- Nhưng tiếc một điều là cháu... không gặp được... anh của cháu.

- Ồ! Chuyện đó có khó gì đâu. Không gặp trước thì gặp sau thôi. Cháu về xin phép thăm nuôi đàng hoàng rồi cháu cứ làm y như bác là anh em cháu sẽ gặp mặt nhau. Chịu khó tốn tiền là chuyện gì mình cũng có thể vượt qua dễ dàng. Tụi chúng nó ăn hối lộ từ trên xuống dưới.

Bà cụ nắm tay Tuyền nắn bóp nhè nhẹ. Bà kề sát vào tai Tuyền thì thầm:

- Chúng nó càng hối lộ, thúi nát, kháng chiến càng mau thành công. Bác mong mau tới ngày Tổng tuyển cử để trông thấy tận mắt mặt mũi Bác Hồ yêu kính của toàn dân.

Tuyền nghiêm nghị:

- Bác tin có ngày ấy?

Giọng bà cụ đầy lạc quan:

- Tin chớ sao không cháu. Chắc chắn sẽ có Tổng tuyển cử và chắc chắn miền Bắc sẽ thắng. Dù cho chánh phủ miền Nam có gian xảo đến đâu đi nữa.

Tuyền thở ra. Nàng cảm thấy buồn cho vận mệnh Tổ quốc. Đa số dân chúng miền Nam đang ngộ nhận Cộng sản là kháng chiến và lầm tin số người lãnh đạo cuộc kháng chiến chống Pháp kia sẽ đem lại cho đất nước, dân tộc điêu linh này một lối thoát đưa họ tới thiên đường!

Bà cụ chau mày hỏi:

- Cháu không tin à?

Tuyền lắc đầu. Bà cụ cật vấn:

- Vậy tại sao cháu thở ra?

- Cháu đang nghĩ cách đền ơn bác.

Bà cụ cười:

- Ồ! Có gì đáng đâu mà cháu phải bận tâm nghĩ tới chuyện đền ơn, trả nghĩa? Cùng một chí hướng với nhau, tụi mình có bổn phận giúp đỡ, tương trợ nhau. Con của bác, anh của cháu, tụi nó là đồng chí của nhau, tụi nó xả thân, hy sinh cho Tổ quốc, bác xem anh của cháu như Tân, con của bác vậy thôi.

Có tiếng gót giày nện vang trên nền gạch từ xa vọng lại. Tuyền ngước lên nhìn. Sắc mặt nàng bỗng tái nhợt. Một người mặc sắc phục Trung úy Cảnh sát đang tiến về phía nàng.

Tuyền định thoát thân nhưng không còn kịp nữa. Viên trung úy đã sát phía trước mặt nàng. Ông ta đứng lại cau mày nhìn Tuyền. Tuyền cứng người ngồi bất động. Nàng chỉ gọi khẽ một tiếng:

- Anh Ba!

Viên trung úy bỏ đi thẳng. Tuyền nhìn theo ông ta. Bỗng dưng nàng nghe lạnh buốt tay chân.

Bà cụ hỏi:

- Ai vậy cháu? Bộ cháu quen với ông trung úy đó hả?

Tuyền chỉ gật đầu. Nàng đang moi óc tìm một lối thoát.

Trung úy công an đó là Tất, anh rể của Hà. Đôi lần theo Hà về thăm Đào – chị ruột Hà – Tuyền đều gặp Tất. Giữa Đào và Tất thường cãi vã nhau về Tuyền. Đào không ghét Tuyền nhưng nàng không muốn Hà – em trai út của mình tính chuyện trăm năm với người con gái ấy.

Đào nghe đầy tai chuyện đời tư của Tuyền. Nào là Tuyền mồ côi cha mẹ, không anh em ruột thịt sống này đây mai đó. Lấy vợ mồ côi, đời Hà sẽ khổ. Gặp khi vợ đẻ chửa, Hà sẽ ôm lấy một mình mọi trách nhiệm chăm sóc vợ yếu, con thơ, không có lấy một người bên nhà vợ phụ tiếp. Đàn bà mồ côi nhiều tự ái, cứng đầu cứng cổ, khó trị và Hà sẽ gia nhập vào "hội thờ bà"!

Nào là Tuyền có quá nhiều đàn ông, con trai theo đuổi và nàng quen sống chung với người khác giống. Nào là Tuyền có hai anh kháng chiến tập kết ra Bắc; dĩ nhiên, Tuyền có đầu óc khuynh tả,... Đào không được bà Bảy hỏi ý kiến về lương duyên của Hà nhưng nàng cũng đã chê Tuyền trước mặt mẹ. Trong số bạn học thường lui tới với Hà, Đào chấm Nguyệt nhất. Nếu Hà yêu Nguyệt, muốn chọn Nguyệt làm vợ, Đào sẽ không một lời phản đối.

Trong khi đó Tất lại tỏ ra mến Tuyền hơn tất cả. Anh thường đùa với Hà: "Ê, tao thấy con nhỏ Tuyền được lắm đó Hà. Tao còn trẻ và chưa vợ con, tao sẽ chọn nó làm vợ ngay. Nó vừa đẹp lại vừa hiền, ăn nói lễ phép và có duyên. Lấy vợ mồ côi, mình không bị bên vợ dèm xỉm, nói ra nói vào làm bực mình".

Hà chỉ rùn vai bảo: "Má và chị Ba chê Tuyền rậm rề. Em rất khổ tâm!"

Tất làm mặt nghiêm nghị: "Cần gì ý kiến của bà già với chị em. Em lấy vợ cho em kia mà. Em lớn rồi, em có quyền quyết định chuyện vợ chồng, hạnh phúc của đời em. Hồi trước, ba anh cũng đâu có chịu chị em, anh thương, anh lấy đại rồi ổng cũng chịu phép thôi. Bà già không chịu, em cưới đại đi. Anh và chị Ba em sẽ đại diện bên đàng trai cho. Thiếu tiền, anh cho mượn, chừng nào trả cũng được hết!"

Lúc còn đi học, Hà sống với gia đình chị ruột, tuy bị Tất hành hạ tơi bời nhưng Hà vẫn cắn răng chịu đựng, cố học tới cùng để trả thù đời, trả thù ông anh rể khó tính và bà chị ruột ích kỷ. Thời cuộc, chiến tranh bắt Hà phải rời ghế nhà trường ra đời sớm, anh lại được Tất thương, nể. Tất thì vào ngạch Sĩ quan – Cảnh sát, phần lớn nhờ công lao của Hà. Bài thi do Hà làm hộ và Tất đỗ hạng khá cao. Ngoài ơn đó, Tất nể Hà về tâm hồn và tư cách. Tất xem Hà không còn là cậu em vợ nữa mà là một người bạn. Mỗi khi gia đình có chuyện xào xáo, Tất đều nhờ Hà về giảng hòa, giải quyết hộ. Đào nghe lời Hà, ngoài tình chị em ruột thịt, còn vì con người ngay thực, vì trình độ hiểu biết của Hà nữa.

Tất hết sức ngạc nhiên khi thấy Tuyền có mặt trong nhiệm sở của mình. Anh nép mình bên cửa phòng thăm nuôi nhìn về chỗ ngồi của Tuyền. Anh không dám giáp mặt nàng vì sợ các đồng nghiệp nghi ngờ mình liên hệ tới người đi thăm nuôi tù. Anh đoán chừng Tuyền có dính líu tới một tên Việt Cộng nào đó vừa bị bắt. Anh đợi Tuyền ngước lên ngó về phía mình, anh sẽ ra dấu bảo Tuyền ra ngoài gặp anh. Tất làm dấu tay mấy lượt, Tuyền mới nhận ra và hiểu ý anh.

Nàng vừa đứng lên, bà cụ chặn lại hỏi:

- Cháu đi đâu vậy?

Tuyền lắp bắp:

- Cháu… ra ngoài một chút. Ở trong nầy… ngộp quá, thưa bác.

- Ờ, ra ngoài một chút, cháu trở vào nghen. Chờ gặp Tân, cháu hỏi thử xem nó có biết anh của cháu không?

Tuyền gật đầu lấy lệ, đi nhanh ra khỏi phòng thăm nuôi. Tất đứng cách đó khá xa vẫy tay gọi nàng.Tuyền nghĩ thật nhanh lời lẽ đối đáp với Tất.

Tất cau mày hỏi:

- Tuyền, em đi đâu đây?

Tuyền tươi cười:

- Em đi thăm nuôi.

- Ai?

- Anh Hưng và anh Chương.

- Hưng và Chương nào?

- Anh Hưng là bạn học của anh Hà, chắc anh Ba còn nhớ? Còn anh Chương thì… anh chưa gặp lần nào.

Tất nhíu mày nghĩ ngợi:

- Ờ, Hưng thì anh biết, còn Chương thì… Mà sao Hưng nó bị bắt?

Tuyền thở ra:

- Ảnh bị bắt oan. Ảnh tham dự cứu trợ đồng bào bị nạn rồi… bị bắt.

Giọng Tất nghiêm nghị:

- Không! Không phải đơn giản như vậy. Nếu không phải Cộng sản thì cũng là đảng phái đối lập, nó mới tham gia vào công tác xã hội đó. Định lợi dụng công tác cứu trợ đồng bào bị nạn để tuyên truyền chống chánh phủ và hoạt động cho Việt Cộng.

Tuyền phản đối:

- Dạ, không phải vậy đâu anh Ba. Dĩ nhiên là có Việt Cộng trà trộn nhưng anh Hưng, anh Chương và anh Mẫn không phải là Việt Cộng. Ba anh ấy chỉ là thường dân thôi.

Tất cười gằn:

- Lại có thêm Mẫn nữa. Đúng là tiểu tổ Việt Cộng rồi.

Tuyền giậm chân, nhăn nhó:

- Hổng phải mà anh Ba. Em bảo đảm với anh mà! Anh hãy tin em!

Sắc mặt Tất chai cứng:

- Em hãy rán giữ mình, đừng dính líu vào chuyện nầy. Nguy hiểm vô cùng. Em mà dính vào đố ai gỡ cho ra.

Giọng anh thật lạnh:

- Tuyền, em quên em là ai à?

Tuyền ngạc nhiên:

- Em… là ai? Nghĩa là sao? Em… không hiểu gì hết.

- Em là em gái của hai anh cán bộ Cộng sản tập kết. Em đã hiểu ra chưa?

Tuyền khẽ giật mình. Câu nói của Tất nghe như một lời cáo buộc nghiêm khắc. Nàng chống chế:

- Nhưng… em là em, em không dính dáng gì tới việc làm của hai anh. Em không cùng lập trường, tư tưởng của hai anh.

Tất mỉm cười:

- Ai tin em? Anh ruột hoạt động cho Việt Cộng, em gái không thể nào yêu Quốc gia được. Tâm lý chung là thế.

Tuyền cãi lại:

- Nhưng em đã và đang yêu một người theo Quốc gia thì sao?

- Em muốn nói tới Hà?

- Không còn ai khác hơn! Anh Hà…

Nhiều sĩ quan từ xa hướng về phía Tất, Tuyền. Tất nói nhanh, giọng anh gần như ra lệnh:

- Em nhắn gấp Hà ghé qua nhà gặp anh. Anh cần gặp nó càng sớm càng tốt. Em nên về ngay bây giờ. Đừng ở đây nữa.

Anh quay gót bước thật nhanh. Tuyền nhìn theo anh, lòng

chất ngất âu lo, sợ sệt. Lo cho Hà và số phận của các đồng chí đang bị giam giữ. Tất đòi gặp Hà để làm gì? Chuyện gì sẽ xảy ra với Hà? Hưng, Chương, Mẫn, dưới mắt Tất, là Cộng sản – kẻ thù không đội trời chung của Quốc gia. Tất sẽ thẳng tay trừng trị những kẻ âm mưu làm ung thối chế độ mà anh hết lòng phục vụ không chỉ vì lý tưởng mà còn vì danh lợi nữa. Lúc thực dân Pháp còn đè đầu đè cổ dân tộc bất hạnh này, Tất đã là tay chân của tướng Mai Hữu Xuân – "con hùm xám" của ngành Công an Thuộc địa, nay anh đã leo lên được cấp Sĩ quan, Phó trưởng phòng Đặc vụ, anh càng trung thành với chế độ Quốc gia hơn bao giờ hết. Tuyền cho rằng nếu bị bắt, nàng cũng sẽ bị Tất xem như kẻ thù và thẳng tay trừng trị.

Tuyền ghê tởm Tất. Đối với nàng, Tất là một tên Việt gian không hơn không kém, một tên nô lệ phục vụ cho bè lũ đế quốc thực dân, một mắt xích trong gông cùm trói buộc nhân dân miền Nam. Nàng bắt lợm giọng muốn phun một bãi nước bọt vào mặt anh rể của Hà.

Toán sĩ quan – công an lướt ngang qua, Tuyền trông thấy hai tên dán mắt vào người nàng. Một trong hai tên nheo mắt cười duyên. Nàng vuốt ngực cố dằn cơn ói ngùn ngụt dâng lên cổ họng. Ánh mắt nàng rừng rực lửa giận đuổi theo bọn người được mệnh danh là kẻ thù của quần chúng dưới mọi chế độ.

Chương 7

Hà được Hội đồng Trung ương Chiến dịch Tố Cộng phân công phụ trách vùng trường đua Phú Thọ và xóm Lữ Gia. Công đảm trách vùng Lò Siêu và nhị tì Quảng Đông. Hằng ngày hai anh em len lỏi vào xóm tìm hiểu, phân loại từng nhà một: nhà nào thuộc người Việt, gia đình nào thuộc người Hoa, theo tôn giáo nào, nghề nghiệp gì, thành phần xã hội ra sao? Và hai anh còn phải nắm vững nhà người Việt gốc Nam, Trung hay Bắc; nếu người Bắc thì Bắc di cư hay Bắc vào Nam trước năm 1954? Hai anh thành lập danh sách, phân loại rõ ràng rồi gửi báo cáo về trung ương. Toán cán bộ tuyển lựa từ các tỉnh miền Trung về được phân công làm như Hà và Công trong khắp các quận đô thành.

Hằng tuần có cuộc họp khu phố. Dân chúng được cán bộ tố Cộng cho học tập đường lối quốc gia và tìm hiểu Chủ nghĩa Cộng sản. Hà được xếp loại cán bộ ưu tú, xuất sắc nhất của toán. Anh vừa được Bộ trưởng Quốc phòng Trần Trung Dung chính thức gửi tặng huy chương Vàng với nhành dương liễu tuyên dương trước quân đoàn do thành tích thông tin tuyên truyền của anh sau một năm hoạt động ở miền sơn cước Sơn Hòa, tỉnh Phú Yên, nhất là trong chiến dịch truất phế Bảo Đại. Ngô Đình Diệm đi kinh lý tỉnh Phú Yên nhân dịp khánh thành đập Đồng Cam, gắn huy chương tưởng thưởng cho dân quân cán chính. Tỉnh trưởng Lương Duy Ủy đề bạt Hà huy chương cao nhất đáp lại công trình tích cực nhất của anh đã xây dựng được ở miền núi Sơn Hòa.

Bộ trưởng Thông tin Trần Chánh Thành và Đổng lý Văn phòng Lê Khải Trạch – kiêm Chủ tịch Hội đồng Trung ương Chiến dịch Tố Cộng – càng chú ý tới Hà khi chuyển giao qua anh huy chương Vàng của Bộ Quốc phòng. Trưởng ban Đinh Sinh Pai được lệnh thượng cấp thổi phồng vinh dự của Hà trên đài phát thanh, trong báo chí.

Bè bạn, đồng nghiệp vui mừng, hoan nghênh Hà, tung hê Hà nhưng anh bình tĩnh xem thường, rất tầm thường vinh dự ấy. Anh cho đó chỉ là hư ảo, đời người không dừng lại ở nấc thang danh vọng ấy mà còn phải mạo hiểm và khám phá tìm cho ra mục tiêu cuối cùng của nhân bản và nhân phẩm, nhất là con người Việt Nam luôn luôn bất hạnh.

Chân hạnh phúc của dân tộc anh vẫn còn xa tầm tay với; độc lập, tự do của đất nước anh vẫn mờ ảo, chập chờn. Sông Bến Hải với chiếc cầu Hiền Lương đang ngăn đôi bờ Nam – Bắc; vận nước còn rối ren, đen tối, Hà chưa thấy ánh sáng ở cuối đường hầm.

Gặp Châu nhiều lần, Hà nghe đầy tai những điều Châu lý luận về con đường lý tưởng của dân tộc Việt Nam. Anh vẫn hoài nghi ước mơ của người thầy cũ. Nhìn vào Chủ nghĩa Dân tộc mà Châu đề xướng và đang say sưa theo đuổi, Hà hình dung thấy Châu ngất ngưởng như một chiến sĩ cô đơn giữa vòng vây của nhiều đối phương từ các hướng bao vây, dồn ép tới đường cùng.

Hà không phản đối Châu vì dù sao Châu cũng là một người ái quốc, lòng đầy nhiệt huyết đối với Tổ quốc và dân tộc Việt Nam; nhưng chọn con đường của Châu để nhập cuộc, Hà chưa thể quyết định.

Ngay sau buổi họp khu phố với kết quả thật tốt đẹp, Hà cưỡi Vespa trở về nhà mẹ và cha ghẻ. Vừa chạy tới góc trường đua – chợ Thiếc, Hà bị chiếc Peugeot 203 màu đen từ bên lề phóng ra chặn lại.

Hai người lạ mặt tung cửa nhảy xuống, chĩa súng lục vào

mạn sườn Hà ra lệnh:

- Xuống xe mau lên. Chống cự lại mầy lãnh đạn tức khắc.

Hà kinh hoàng, lắp bắp hỏi:

- Các ông là… là ai?

- Không cần biết! Tuân lệnh hay là chết?

Sắc mặt họ dữ tợn. Một trong hai người có vết sẹo vắt ngang từ mũi dài tới tai. Tóc hắn hớt cua dựng đứng như rễ tre. Tên kia mặc áo hở ngực để lộ một hình xăm đen ngòm. Hà biết ngay là tay anh chị, đâm thuê, chém mướn. Chống cự lại, anh sẽ bị hạ sát ngay.

Anh gắng gượng hỏi tiếp:

- Tôi có tội gì… các ông bắt cóc tôi?

- Rồi đây mầy sẽ biết. Lên xe ngay kẻo trễ. Mau lên!

Bị đẩy khỏi xe Vespa, Hà ấp úng:

- Còn… chiếc xe… của tôi?

Một giọng cười nhạo báng cất lên:

- Đ.m. chết đến nơi không lo ở đó lo mất xe.

Hà buông chiếc xe ngã vật xuống đường. Anh bị đẩy thật mạnh vào cửa xe. Một tên dựng xe đứng lên đạp nổ máy.

Tên lái xe bảo hắn:

- Mầy chạy thẳng về nhà đi. Khỏi cần phải theo tụi tao.

Hà hoang mang không hiểu mình bị ai bắt và phạm tội gì? Ba tên lạ mặt kia là ai? Chắc chắn không phải công an rồi? Việt Cộng ư? Hà không tin. Cán bộ đặc công Cộng sản không có lời lẽ tục tằn như thế. Chửi thề tục tĩu chỉ có bọn du đãng, côn đồ mà thôi. Nhưng Hà vẫn chưa hiểu nổi lý do mình bị bọn côn đồ, du đãng thanh toán. Anh kiểm điểm thấy mình không gây thù oán với ai đến đỗi họ thuê dân dao búa bắt cóc, thanh toán mình.

Mũi súng dí sát vào cạnh sườn gần như muốn xuyên qua da thịt. Mỗi lần xe chao động, nhảy ổ gà, Hà đau điếng.

Anh thu hết can đảm, khẽ hỏi:

- Tôi sẵn sàng chịu chết nếu các ông cho biết lý do tại sao tôi bị bắt cóc? Các ông là ai?

Tên ngồi phía sau với anh ấn mạnh mũi súng vào sườn anh:

- Câm họng lại! Không được hỏi. Trước khi chết mầy sẽ được nghe tội lỗi của mầy. Mầy không cần biết bọn tao là ai.

Tên lái xe truyền lệnh:

- Nó động thủ hay còn hỏi nữa mầy cho nó một phát rồi mở cửa đạp nó xuống đường cho tao.

- Ê, nghe rõ chưa mậy? Khôn hồn thì đừng lải nhải nữa.

Hà ngồi lặng yên nhìn ra ngoài. Đường phố tấp nập xe, người. Anh không có một chút ý nghĩ thoát thân. Anh chỉ nghĩ tới cái chết nhưng còn sống được tới đâu, anh cố bám vào hiện tại với hy vọng sống còn thật mong manh.

Xe lao vút trên đường. Hà biết được từng tên đường đi qua. Nửa giờ sau, xe chạy vào hướng nhà thờ Đức Bà, rẽ qua đường Norodom rồi bắt sang đường Pasteur một chiều.

"Họ đưa mình đi về đâu? Tại sao không ra ngoại ô mà lại vào trung tâm thành phố?" – Hà hỏi thầm trong đầu. Hoàn toàn không có giải đáp. Anh đang là con thú rừng sa vào lưới của bọn thợ săn ác độc, dữ dằn. Họ mang anh đi đâu, về đâu, tùy họ. Anh đã thúc thủ!

Chạy gần cuối đường Pasteur, chiếc xe chậm lại và rẽ vào một cao ốc chưa hoàn thành. Hà hơi cúi thấp xuống nhìn ra ngoài. Cao ốc sừng sững trước mắt anh. Anh ngạc nhiên không hiểu sao họ lại đưa anh vào tòa buyn-đinh của kiến trúc sư Trần Ngọc Trình? Thường chạy ngang qua đây, anh biết rõ cao ốc kia là công trình của kiến trúc sư họ Trần.

Tên lái xe chớp tắt đèn pha hai lượt rồi chạy vào trong. Hai bóng người từ trong tối chạy ra. Tên lái xe quay lại căn dặn:

- Mầy giữ nó trong xe, tao xuống bàn xong việc mình sẽ về.

Hà cố nhìn mặt hai người đang trò chuyện với tên lái xe, nhưng bóng tối dày đặc, anh không nhận ra được họ là ai.

Tên ngồi cạnh bảo đùa:

- Dọn mình đi cưng. Cưng sắp về chầu Diêm Vương rồi đó. Có đạo Chúa thì gọi Chúa tới mang hồn cưng về thiên đường, còn đạo Phật thì xin Thích Ca mang hồn về Niết Bàn đi!

Hà có ngay ý định tông cửa chạy bay ra đường. Dĩ nhiên hắn sẽ nổ súng nhưng anh còn có hy vọng thoát thân. Như đoán biết ý muốn của Hà, hắn nắm cổ áo anh ghịch mạnh ra sau, kê súng vào ót anh. Hơi lạnh kim khí làm Hà nổi da gà.

Tên lái xe quay trở lại bảo:

- Bàn giao xong. Mầy đẩy nó xuống xe rồi giao lại cho các anh em.

Hà bị đẩy ra khỏi xe. Hai tay anh bị kẹp cứng trong tay của hai người khác. Lại mũi súng lục khác dí vào hông anh. Họ lôi anh đi sâu vào cao ốc. Chiếc xe hơi lùi ra đường rú ga vọt thẳng.

Hà theo hai người nọ lên tầng một rồi hai, ba. Đến lầu tư, anh bị đẩy té nhào vào căn phòng trống rỗng nực mùi vôi và xi măng.

- Mầy hãy ở yên trong nầy. Đừng hòng chạy trốn nghe chưa?

Cánh cửa đóng sầm, Hà nghe rõ tiếng ống khóa bấm lại. Anh bị xô mạnh té nhủi, một mảng da trán rách toạc. Anh nghe máu chảy dài xuống mặt. Anh quẹt tay áo vào vết thương, máu nhuộm đỏ. Nhớ lại bao thuốc trong túi, anh lấy một điếu, xé giấy bọc ngoài, đắp thuốc lên vết thương, ấn mạnh.

Cách cầm máu này, anh học từ bình dân. Ngày xưa, lúc còn nhỏ, anh chăn cặp bò kéo của cha ghẻ, lúc ông Bảy còn là chủ vựa củi lớn vào bậc nhất vùng Xách Mạ Lù – nằm khoảng giữa đường Armand Rosseau và đường Van Hollen. Hollen gần nhà thương Chợ Rẫy. Ngoài giờ đi học về, Hà rong chơi với đôi bò chung quanh giếng nước Chợ Lớn, dọc đường ray xe lửa cạnh ga Chợ Lớn – Mỹ Tho.

Máy bay đồng minh rải truyền đơn chống phát xít Nhật hằng ngày trên khắp thành phố Sài Gòn và Chợ Lớn. Truyền đơn tung bay từ trên cao, đảo luyện xuống thấp trông đẹp như nghìn triệu cánh bướm. Hà thích đuổi theo quơ, chụp từng cánh truyền đơn lắc lư theo chiều gió. Một lần, đang đuổi theo đàn truyền đơn bay phía trước, anh giẫm lên một mảnh chai nghiến gót chân anh khá sâu. Vừa cắm đầu chạy, anh vừa quẹt lên đường sắt từng vũng máu tươi. Mặc máu đổ, anh vẫn cố thu thật nhiều truyền đơn. Một xấp truyền đơn đầy trong nách, Hà mới nhớ tới vết thương của mình. Chung quanh chỉ toàn cỏ dại, thuốc lá cũng không, anh chạy quanh kiếm cỏ mồng châu. Bỏ cỏ vào miệng nhai nhấu nghiến. Mùi cỏ tanh tanh, vị cỏ vừa chua vừa chát làm anh muốn ói. Anh đắp bã cỏ mồng châu lên vết thương, dùng hai tay ghị thật chặt. Máu bớt chảy và một chặp sau ngưng hẳn. Anh xé vạt áo làm băng nịt vết thương.

Ngồi lặng người nhìn vết thương băng bó vụng về, Hà mỉm cười. Ngó xấp truyền đơn bên cạnh, anh nhẩm đọc nhưng anh không thể hiểu hết ý nghĩa những lời kêu gọi của những người hô hào giải phóng dân Việt Nam khỏi xiềng xích của quân đội Nhật. Cố lượm thật nhiều truyền đơn để làm gì? Cho ai đọc? Hà không biết và cũng không cần biết. Lúc đó, anh chỉ thấy khoái trong lòng và hãnh diện với chính mình. Lượm, bắt được càng nhiều truyền đơn, anh càng thích. Chỉ đơn giản thế thôi!

Bây giờ, anh lại bị bắt cóc, bị thương, anh lại cầm máu bằng cách giản đơn ấy, anh cũng không hiểu nổi tại sao người ta lại muốn giết mình! Đã hơn một lần, Việt Cộng lên án tử hình anh khi còn làm Trưởng chi Thông tin quận Sơn Hòa, tỉnh Phú Yên. Anh đã sợ rồi không sợ nữa và tiếp tục nhiệm vụ cho tới ngày được thuyên chuyển về Nam. Bây giờ, một tổ chức nào đó đang lên án tử hình anh. Anh lo sợ, thực sự lo sợ. Anh chưa đủ thời gian để không còn sợ nữa. Anh nhìn quanh. Bốn bề kín mít. Các cửa sổ đều có chấn song chắc chắn. Không còn một lối thoát nhỏ. Ngọn đèn giữa phòng còn trần trụi, lòng thòng ở hai đầu dây điện.

Ở giữa giờ phút này, bỗng dưng Hà vụt nhớ tới mẹ, tới anh chị mình và Tuyền. Anh mơ ước được gặp lại những người thân yêu lần cuối cùng trước khi vĩnh biệt tất cả. Nếu không thể gặp ai hết, anh muốn nhắn gửi một lời trăng trối hoặc cho thân nhân biết thân xác mình bị dùi dập ở đâu? Chỉ bấy nhiêu thôi, chắc hồn anh cũng sẽ phơi phới và tiêu diêu. Dựa lưng vào vách, Hà rờ vết thương. Máu và thuốc lá quánh lại, dính cứng vào da trán anh.

Có tiếng nói lao xao phía ngoài cửa. Hà vẫn ngồi yên trên nền xi măng. Tiếng ống khóa khua động và cánh cửa bật mở.

Người đem anh vào đây xuất hiện trước nhất:

- Hà nó ở trong nầy đây anh!

Hà giương mắt nhìn, chờ người kia xuất hiện:

- Các đồng chí có xét trong người nó không? Nghe nói nó có súng?!

- Dạ có! Nó không có vũ khí.

- Được rồi. Để tôi làm việc với nó.

Vừa thấy mặt người bước vào, Hà kêu lên:

- Ồ, Đức!

Bây giờ anh mới hiểu ra tổ chức nào bắt cóc anh. Anh không thể nào tin được. Không phải Quốc gia, cũng chẳng phải

Việt Cộng. Chính tổ chức của Châu đã bắt anh. Từ nỗi lo sợ, Hà chuyển sang giận tức.

Anh quắc mắt nhìn Đức. Đức đóng cửa phòng, từ từ bước tới bên Hà. Sắc mặt anh đằng đằng sát khí.

Hà nghiêm nghị hỏi:

- Tại sao các anh hành động như vậy chớ?

Giọng Đức cứng cỏi:

- Mầy có quyền chất vấn hay là tao? Câu hỏi đó không phải của mầy. Chính mầy nên trả lời câu hỏi đó mới đúng?

Tuy không thân nhau lắm nhưng Hà với Đức đã quen biết nhau tại nhà của cụ Tạ – chú ruột Châu. Đức biết rõ Hà là học trò ruột của Châu, anh cũng biết luôn cả mối tình giữa Hà và Tuyền. Anh xưng hô với Hà nghiêm túc. Giờ đây, anh gọi Hà bằng tiếng "mầy – tao" cọc cằn, thô lỗ chứng tỏ anh đã xem Hà như một kẻ thù.

Hà vẫn ngồi trên nền xi măng, dựa lưng vào tường:

- Tôi không thể nào hiểu nổi thái độ đột ngột của các anh.

- Rồi mầy sẽ hiểu. Không lâu lắm đâu.

Hà nghĩ tới Châu – người thầy cũ mà anh hết lòng kính mến. Anh không tin Châu đã ra lệnh cho đàn em hành xử tệ bạc với anh như đối với một kẻ thù.

Anh hỏi thẳng:

- Anh Đức, có phải các anh thừa lịnh anh Châu không?

Đức trợn mắt:

- Mầy không cần biết lịnh của ai cả. Mầy chỉ cần bình tĩnh soát xét tội lỗi của mầy. Như vậy đủ rồi.

- Tôi không có tội gì hết.

Đức nhào tới đá vào chân Hà, quát:

- Khốn nạn! Cho tới giờ phút nầy rồi mà vẫn còn cho là vô tội nữa hả?

Hà nghe đau ở chân. Anh đứng phắt dậy, chống cự:

- Anh không được chơi trò thô lỗ như vậy.

Đức đưa nắm tay lên dọa:

- Nếu cần tao đập vỡ mặt mầy ra, hiểu chưa?

Hà so vai:

- Tôi không tin trong tổ chức cách mạng của anh Châu có hạng cán bộ hung bạo như anh. Nếu tôi có tội thì các anh cứ trưng ra bằng cớ và để tôi biện hộ. Tôi bại, các anh cứ việc xử. Sao cũng được hết.

Đức nghiến răng nhìn đổ lửa vào mặt Hà:

- Mầy vẫn còn là học trò cũ của anh Châu?

- Không bao giờ tôi quên ơn dạy dỗ của thầy.

- Nhưng mầy chống lại đường lối cách mạng của ảnh?

- Tôi không chống nhưng tôi không theo.

- Tại sao?

Hà rùn vai:

- Vì tôi chưa hiểu rõ ý muốn của anh ấy, nhứt là tôi chưa tìm thấy ở đường lối của anh Châu một lối thoát cho dân tộc Việt Nam.

Đức trỏ tay vào mặt Hà đay nghiến:

- Rõ ràng là một tên phản động dơ bẩn. Chỉ có mầy mù quáng không nhận ra lý tưởng của bọn chúng tao đang theo đuổi. Tao không tin mầy ngu xuẩn đến nỗi mà chỉ vì quyền lợi mầy đang hưởng nơi bọn người bán nước cho ngoại bang, đang tâm gục mặt vào bã lợi danh nhơ bẩn ban phát bởi bè lũ đế quốc.

Anh chồm tới, trợn trừng hỏi:

- Hà, mỗi đầu tháng mầy chìa tay ra lãnh đồng lương, mầy có hiểu đó là tiền của ai không? Của Ngô Đình Diệm ư? Lầm rồi, tên phản quốc! Đó là tiền của Mỹ, của viện trợ Hoa Kỳ. Chúng nó ném đô-la vào mặt tụi bây, thuê mướn tụi bây đánh giặc cho chúng nó để thực hiện mưu đồ của chính chúng nó, được mệnh danh là "thành trì chống Cộng" của thế giới tự do.

Hà phản đối nhẹ:

- Tôi không nghĩ tới đồng lương. Tôi xem đó là một hình thức bồi dưỡng.

- Từ đâu có hình thức bồi dưỡng đó? Có phải sự trả công cho lính đánh thuê không?

Hà bỉu môi:

- Các anh lý luận, buộc tội kiểu Cộng sản!

Đức vung tay:

- Bọn Cộng sản Việt Nam vẫn thế. Cán bộ Cộng sản giống như tụi bây, vẫn có lương hằng tháng, nếu không, thì có nhu yếu phẩm cung cấp đều đều và tiền lương, nhu yếu phẩm đó xuất phát từ viện trợ của Tầu, Nga. Dưới chiêu bài "giải phóng các dân tộc bị áp bức", các quan thầy Nga, Tầu đổ dồn viện trợ vào miền Bắc Việt Nam để nhuộm đỏ thế giới. Cán bộ Cộng sản giống hệt tụi bây, toàn lũ đánh thuê cho ngoại bang. Đất nước, dân tộc Việt Nam nầy ngàn đời vẫn là quả bóng trong chân các đội cầu quốc tế. Chiến thắng không phải là quả bóng mà luôn luôn là của đội cầu. Tụi bây, dù có tài giỏi đến bậc nào cũng vẫn là một cầu thủ ngoại quốc đá cho một đội cầu của nước ngoài!

Hà phản công:

- Trong mọi chế độ đều có người yêu nước chân chính, trên chiến trường nào cũng có những người lính gục ngã vì lý tưởng của mình. Yêu nước không cùng một khuôn khổ để có những nhà ái quốc giống hệt nhau, mà có nhiều kiểu, nhiều cách khác nhau. Không ai có quyền độc quyền ái quốc và bắt mọi người phải cùng chung lập trường, đường lối với mình. Kẻ nào nghĩ khác đi bị kết tội phản quốc, là Việt gian, là tay sai cho ngoại quốc. Đối phương mạnh hơn, khỏe hơn và được đồng minh yểm trợ, muốn đương đầu, chống trả lại, dĩ nhiên phía bên nầy phải dựa vào sức mạnh của phe phía mình. Cuộc chiến hiện nay không còn là nội chiến nữa mà là cuộc chiến ý thức hệ giữa Cộng sản và Tự do. Chúng ta không thể đứng giữa, lấy nước bọt chống lại các loại võ khí hạch tâm, nguyên tử!

Đức điểm vào mặt Hà, đay nghiến:

- Rõ ràng là luận điệu ngụy biện của bọn lính đánh thuê! Đầu óc mầy đã bị rỉ sét vì chất độc lợi danh phù ảo. Nếu toàn dân đều có tư tưởng thụ động, bám víu vào sức mạnh của ngoại bang thì… trời ơi, ngàn đời dân tộc Việt Nam đau khổ nầy mãi mãi là nạn nhân của đế quốc, xâm lăng. Độc lập, chủ quyền, tự do chỉ là bánh vẽ, là bó cỏ treo trước mõm ngựa, là ảo ảnh trên sa mạc thăm thẳm mù khơi!

Đôi mắt Đức long lanh một màu nước trong xanh; gương mặt anh dúm lại, nhăn nheo. Hà thấy rõ nhiệt tình của Đức đang sôi sục trong trái tim anh. Cơn giận tức của Hà dịu xuống từ từ.

Đức thở dài, bỏ đi tới cánh cửa sổ nhìn ra ngoài trời. Từng đợt đèn xe hơi quét nhanh trên mặt đường Pasteur. Tứ bề vắng lặng, tối đen.

Anh quay lại hỏi:

- Hà, mầy tự hào mầy là kẻ yêu nước được sao?

Hà đáp buông xuôi:

- Nếu tôi không được các anh cho là yêu nước thì tôi tự xét thấy mình không là kẻ phản quốc. Tôi nghĩ mình đang góp công vào sứ mạng đánh bại một chủ nghĩa ngoại lai, vô thần đi ngược lại với quyền lợi của dân tộc Việt Nam.

- Trước mắt mầy, anh Châu và các đồng chí của ảnh đang lầm đường lạc lối phải không?

- Không, tôi không suy luận như vậy. Các anh đều là người ái quốc đầy nhiệt tình đối với vận mệnh của Tổ quốc và dân tộc Việt Nam, nhưng…

- Nhưng sao?

- Nhưng các anh và anh Châu đang đi dây qua chuồng sư tử. Các anh cô đơn quá, tư tưởng các anh vĩ đại quá nhưng không thực tế đối với tình hình quốc tế; nói một cách khác, các anh đang sáng tạo con đường Dân tộcTự quyết quá sớm không có hậu thuẫn mạnh để hiện thực.

Đức cười nhạt. Anh tắt nhanh nụ cười, quắc mắt hỏi:

- Ngày xưa Nguyễn Huệ phất cờ khởi nghĩa đánh Nam dẹp Bắc có dựa vào thế lực ngoại bang không, hay chỉ do sự giác ngộ của toàn dân? Vua Quang Trung đánh tan quân đội Tầu có nhờ súng ống đạn dược, cố vấn ngoại quốc nào không?

Hà hỏi đố:

- Chúng ta đang ở cuối thế kỷ 20 phải không?

- Thế kỷ nào cũng có thể có một Nguyễn Huệ, một vua Quang Trung và đất nước nầy còn, lòng dân Việt Nam vẫn mơ ước một lãnh tụ anh minh cứu họ ra khỏi cảnh đời nô lệ, lầm than.

Hà thở ra:

- Ngày trước khác với ngày nay. Lòng dân bao giờ vẫn thế nhưng vũ khí khác nhau, thế cờ quốc gia nằm lọt vào thế cờ chung của thế giới. Vua Quang Trung có ở vào thế kỷ nầy, ông vẫn bắt buộc thay đổi chiến lược và chiến thuật.

Đức xốc tới tát mạnh vào mặt Hà, quát:

- Khốn kiếp! Tao cấm mầy gán ép Quang Trung vào bè lũ vọng ngoại, mãi quốc cầu vinh, nghe rõ chưa?

Hà chới với hơi ngã người về phía sau. Da mặt rát bỏng. Anh muốn chống cự lại nhưng tiếng gõ cửa phòng cất lên và tiếng gọi vọng vào:

- Đức! Đức ơi!

Đức tiến nhanh lại mở cửa. Hà thấy rõ khuôn mặt Liên thò vào. Nàng hất hàm hỏi:

- Xong chưa? Hắn đã nhận tội chưa?

Đức quay lại hằn học:

- Nó đang biện hộ cho bè lũ bán nước, tay sai của nó.

- Ồ! Tại sao anh lại mất thì giờ nghe hắn biện hộ? Bắt hắn khai sự thật rồi tính cho xong chuyện. Chúng mình còn nhiều việc khác phải làm nữa. Nhiều đồng chí mới đang đợi kết nạp và tuyên thệ.

Hà cố dằn lòng, nhìn sang chỗ khác, tránh đôi mắt của người bạn học cũ. Tình bạn ngày xưa đã trở thành thù hận. Người con gái dịu dàng ngày nào nay nghiễm nhiên hóa ra một cán bộ cách mạng cứng cỏi, sắt đá. Vận nước ngửa nghiêng xáo trộn mọi trật tự từ ngoài xã hội vào tới tình cảm con người. Bạn và thù chỉ cách nhau một gạch nối dính liền bốn chữ được mạ vàng: lập trường và lý tưởng.

Đức, Liên kề tai nhau nói nhỏ, rồi Đức bảo:

- Tôi sẽ hoàn thành công tác thật nhanh. Nó có nhận tội hay không mình cũng vẫn tính thôi.

Liên ném tới Hà cái nhìn oán hận, quay gót rời cửa phòng. Đức tới trước mặt Hà, dõng dạc hỏi:

- Mầy có nhận tội của mầy không?

Hà ngạc nhiên:

- Tội gì? Tội theo Quốc gia, tội không theo đường lối của các anh?

- Khéo đóng kịch không! Được rồi, dù mầy có nhận tội hay không thì rồi đây đời mầy cũng sẽ chấm dứt tại nơi nầy.

Đức cáo buộc Hà đã điềm chỉ công an vây bắt cơ sở bí mật của bọn anh ở Chợ Quán. Lục, Mai, Trường bị bắt tại chỗ còn Gia lủi trốn bị bắn trọng thương. Máy đánh chữ, ronéo, tất cả đều tài liệu, truyền đơn đều bị tịch thu. Căn nhà dùng làm cơ sở hoạt động bị niêm phong.

Hà bị kết án vì Trường và anh thường liên lạc với nhau. Hai người vừa ăn cơm chung tại khu Nguyễn Tri Phương lúc trưa thì tối cơ sở bị bao vây và tan vỡ. Vợ Tường không có mặt ở nhà nên thoát nạn và chính nàng tìm đến nhà gặp Liên báo cáo mọi sự.

Hà nghe Đức hài tội mình tới đâu, người mọc óc tới đó. Anh khẽ kêu lên:

- Trời ơi! Có thể như thế được sao?

Đức cười gằn:

- Tại sao lại không được? Chỉ cần hé môi thôi thì mầy đã ghi công lớn với bọn công an rồi!

Hà đã hiểu rõ nguyên nhân đưa anh vào tình huống này. Không chỉ vì anh không theo đường lối cách mạng của Châu mà còn vì tội điềm chỉ phá vỡ một trong nhiều cơ sở của Châu nữa.

Anh phản kháng:

- Không, không bao giờ tôi chơi trò đốn mạt đó. Tôi không theo anh Châu, không cùng lập trường, tư tưởng với các anh chớ tôi không hề có ý nghĩ chống lại các anh, hành động tồi bại như vậy. Anh Châu là thầy tôi, một người thầy tôi yêu quý, kính trọng suốt đời.

Đức cười gằn:

- Mầy có già hàm lão khẩu đến đâu thì cũng khó lòng chối bỏ được tội ác của chính mầy.

- Tôi nói không, các anh nói có là tùy các anh. Không có gì cụ thể buộc tôi vào hành động đó cả.

Đức trợn mắt, xông tới tát thật mạnh vào mặt Hà, quát:

- Khốn nạn! Còn đòi hỏi chứng cớ nữa hả? Cơ sở đặt tại nhà Trường tan nát hết, nhiều anh em bị bắt, chưa đủ làm chứng cớ nữa sao hả tên phản bội, phản thầy, phản bạn?

Hà xiểng niểng; anh gượng đứng ngay ngắn, lớn tiếng:

- Mấy người dùng võ lực bắt tôi phải nhận một việc phi thực. Dù mấy người có giết tôi chết, tôi vẫn không bao giờ nhận tội bỉ ổi đó.

Đức đấm đá túi bụi lên người Hà. Hà không chống cự lại. Máu mũi anh đầm đìa, một bên mắt anh bầm tím. Một cú đá của Đức trúng bụng Hà làm anh quằn quại. Anh quỵ một chân, tay ôm bụng nhăn nhó.

- Mầy nhận tội hay không rồi cũng chết. Tổ chức không thể tha thứ một tên phản động độc ác.

Hà cố nói:

- Trước khi... chết, tôi muốn... gặp anh Châu.

- Để lạy lục xin ảnh tha cho à?

- Tôi không cần ảnh tha mà chỉ muốn... thầy tôi hiểu rằng tôi... không phải là tên học trò... phản thầy.

Đức đay nghiến:

- Anh Châu còn nhiều việc quan trọng, cấp thiết phải làm, ảnh không có thì giờ nghe một tên vô lại lải nhải bực mình. Tụi tao có đủ tư cách xử tội mầy.

Hà té ngồi xuống nền gạch, ôm bụng tựa lưng vào tường rên khe khẽ.

Đức gằn giọng:

- Tao ra ngoài một chút rồi sẽ trở lại xử tội mầy. Mầy dọn mình đi là vừa.

Đức đóng ập cửa lại, bóp ổ khóa. Hà ngả người nằm ngửa,

thở hổn hển. Trận đòn làm anh rêm nhức khắp châu thân. Chưa bao giờ anh bị đánh đập dữ dội như vậy.

Bỗng dưng anh liên tưởng tới cái chết sẽ đến với anh chốc nữa đây. Anh lại vụt nghĩ tới Tuyền, mẹ và bao nhiêu người thân yêu khác. Anh đang là tù nhân của một tổ chức khác mà anh không xem, không bao giờ xem như kẻ thù. Đang theo Quốc gia, anh sẽ không ngạc nhiên khi bị Cộng sản bắt giữ, đánh đập và giết chết. Anh chết vì kẻ thù. Còn ở đây, anh chết vì tổ chức cách mạng của thầy, trong đó có nhiều người anh vẫn yêu thương, vẫn xem là bạn bè, nhất là, trong đó có mặt Tuyền, người anh yêu quý nhất đời.

Bất giác anh khóc, khóc không vì sợ mà chỉ vì buồn tủi, dỗi hờn!

Chương 8

Hảo thoát nhanh ra khỏi cao ốc Trần Ngọc Trình, gọi xích lô máy hối bác tài chạy nhanh về Gia Định. Nàng vừa hay tin Hà bị bắt đem về đây xử tội. Là bạn học của Hà từ năm đệ nhất, Hảo rất quý Hà về sức học và tư cách của anh. Lên đệ tam, Hảo chuyển trường nhưng vẫn thường liên lạc với Hà mỗi khi nàng kẹt về bài vở, nhất là môn hình học không gian. Hà nổi danh về môn này. Hảo theo các bạn gái cùng lớp tham gia vào tổ chức của Châu. Tuy không tích cực như các bạn, Hảo vẫn được Châu quý mến và nàng được mệnh danh là "hoa khôi" của tổ chức.

Hảo biết rõ cuộc tình ngang trái giữa Hà và Tuyền. Nàng không đồng ý với Liên công kích Hà, cho rằng Hà yêu Tuyền chỉ vì xác thịt và Hà âm mưu kéo Tuyền ra khỏi tổ chức. Nàng cũng không thể buộc tội Hà đã phản bội Châu, tố cáo với chính quyền phá vỡ cơ sở của Trường.

Hảo muốn gặp Tuyền càng sớm càng tốt để báo hung tin. Vả lại, nàng nghĩ Châu đang ở bên Tuyền tại cơ sở vùng Gia Định. Nếu có mặt Châu ở đó, nàng và Tuyền sẽ xin Châu minh xét hàm oan của Hà.

Con hẻm cạnh trường Mỹ thuật Gia Định tối lờ mờ. Đèn nhà hai bên đường không đủ sáng, Hảo vừa chạy vừa cố gượng mỗi lần trượt chân suýt bổ nhào.

Chạy qua cầu gỗ, Hảo nhìn thấy ánh đèn bên trong căn nhà

cơ sở. Nàng mừng thầm. Có đèn là có hy vọng có mặt Tuyền.

Vừa bước vào, Hảo thấy Phong đang cặm cụi mạn áo dưới ánh đèn dầu. Phong giật mình ngước lên ấp úng hỏi:

- Kìa, chị Hảo? Chị…

Hảo hỏi nhanh:

- Tuyền đâu?

- Tuyền đang tắm ở sau. Có chuyện gì vậy chị?

Hảo không đáp, chạy ra sau. Tiếng nước xối lên người chảy xuống mặt sông lõm bõm. Hảo gọi:

-Tuyền! Tuyền ơi!

Không có tiếng Tuyền đáp lại. Tiếng nước tiếp tục rào rào bên trong nhà tắm. Hảo bước tới đập lên cửa gọi rối rít.

- Chuyện gì vậy Phong?

- Không phải Phong. Tôi đây, Hảo đây bà!

- Tôi đang tắm. Tôi đang… trần truồng, chờ mặc quần áo đã.

Tuyền vừa đáp vừa mỉm cười. Bên ngoài Hảo càng thúc giục, đập tay lên cửa nhà tắm liên hồi; bên trong, Tuyền cuống cuồng, không biết phải làm sao. Tóc tai, mình mẩy nàng còn đầy bọt xà bông thơm. Phía sau lưng Hảo, Phong đứng lặng yên nhìn Hảo trân trối. Nàng linh cảm Hảo đem tin chẳng lành đến. Nhưng tại sao Hảo chỉ muốn gặp Tuyền mà không cho nàng cùng biết? Chung tổ chức với nhau, bạn đồng chí với nhau, nếu có biến xảy ra, Hảo không chỉ nói riêng với Tuyền mà phải thông báo ngay với nàng.

Phong chồm tới hỏi khẽ:

- Hảo, có chuyện gì vậy hả?

Hảo chỉ trỏ vào nhà tắm. Phong đoán chừng là chuyện riêng của Tuyền. Nàng quay trở lên nhà trên tiếp tục mạn áo cho

Châu.

Hảo thúc giục:

- Lẹ đi Tuyền ơi! Nguy tới nơi rồi.

Tuyền trút xô nước lên đầu, choàng khăn lông lên người đẩy cửa bước ra ngoài:

- Chuyện gì vậy bà?

Hảo không quan tâm tới một nửa cơ thể lõa lồ của Tuyền, kề sát vào tai bạn thì thầm:

- Anh Hà bị bắt rồi!

Tuyền tái mặt:

- Hả? Cái gì? Anh Hà bị bắt?

Nàng muốn phát lãnh, run lập cập.

- Mặc quần áo lẹ lên bà. Không thể chậm trễ được nữa. Nguy hiểm lắm!

- Tại sao ảnh bị bắt? Ai bắt ảnh?

- Tụi mình bắt ảnh!

Tuyền trợn mắt ấp úng:

- Tụi mình… bắt ảnh? Chuyện gì… kỳ cục vậy chớ?

Hảo thở ra:

- Tôi chưa rõ lắm. Chỉ biết anh Hà bị bắt đưa về cao ốc Trần Ngọc Trình đánh đập, tra khảo rồi… ảnh sắp sửa bị xử tử.

Tuyền đứng không vững nữa, tựa vào vách nhà tắm rên rỉ:

- Trời ơi là trời! Chuyện gì… khủng khiếp vậy chớ?!

Hảo giục:

- Mặc đồ vào lẹ lên. Phải tìm giải pháp cứu ảnh, ở đó bà kêu trời, gọi đất có ích lợi gì đâu.

Tuyền nhăn nhó:

- Biết làm sao bây giờ?

- Tụi mình đổ xô đi tìm cho được anh Hai.

Tuyền ngẩng lên nghiêm giọng:

- Anh Hai ra lịnh bắt anh Hà ư?

- Không phải. Mình quả quyết không phải lịnh của anh Hai.

- Vậy chớ của ai?

Hảo run vai đáp hững hờ:

- Ồ, có thể là của anh Đồng, anh Hải hoặc là của anh Đức và con Liên.

Tuyền mặc nhanh áo quần, vuốt tóc ướt, vội vã lên nhà trên. Hảo đuổi theo sau:

- Tuyền, bà biết anh Hai ở đâu không?

Tuyền đứng lại, gằn từng tiếng:

- Nếu quả thật không phải lịnh của anh Hai mà của con Liên, anh Đức hay bất cứ ai khác, tôi sẽ có thái độ dứt khoát. Hết chịu đựng nổi nữa rồi!

Nàng chạy bay vào buồng, thoát ra thật nhanh với chiếc áo bà ba hàng nội hóa:

- Phong, bà coi nhà. Tôi đi ngay bây giờ.

Hảo nắm tay Tuyền:

- Bà định đi đâu bây giờ?

- Tới ngay cao ốc ấy. Không cứu được anh Hà, tôi sẽ chết trước mặt họ. Anh Hà có tội gì đáng bị đánh đập, tra khảo và xử tử chớ?

- Làm vậy không được đâu Tuyền. Muốn kịp thời cứu anh Hà, mình phải tìm ngay anh Hai. Chỉ có anh Hai mới ngăn được án tử hình của anh Hà mà thôi. Bà tới đó, dù có làm dữ hay năn nỉ, xin tha cho anh Hà, anh em cũng không nghe đâu.

Tuyền quắc mắt nhìn ra ngoài trời. Phong đã rõ mọi sự. Nàng cuống quýt:

- Trời ơi! Tại sao lại... bắt anh Hà? Ảnh có làm gì... nên tội đâu!

Hảo đề nghị:

- Bây giờ mình tính như vầy, Phong ở lại coi chừng nhà và nếu anh Hai có tạt về đây bà báo ngay cho anh Hai biết tin nầy. Bà yêu cầu anh Hai tới ngay cao ốc Trần Ngọc Trình truyền lệnh thả anh Hà. Không được chậm trễ! Lịnh xử tử anh Hà sẽ được thi hành vào trước giờ giới nghiêm. Tôi với bà Tuyền chia nhau đi tìm anh Hai ở nhà đường Freres Louis và Phú Thọ. Đêm nay nếu không gặp được anh Hai thì... coi như anh Hà sẽ chết.

Hảo, Tuyền rời khỏi cơ sở liên lạc. Phong đứng bên cửa nhìn theo đôi bạn đồng chí ẩn hiện trong bóng đêm lấp lánh ánh đèn hai bên dãy nhà sàng. Thân với Liên, sống gần Liên nhiều nhất, Phong hiểu rõ tính nết bạn cứng rắn, ngay thẳng nhưng Phong không thể tin Liên có thể dính líu vào vụ bắt cóc và xử tử Hà. Nàng quả quyết Liên không thể nhẫn tâm giết chết một người bạn học cũ vì một tội mà Hà không thể là thủ phạm. Phong bâng khuâng nghĩ ngợi về tình cảm của những kẻ làm chính trị. Hình như chính trị không đi đôi với tình cảm, nhất là tình cảm đối với cá nhân. Hôm qua còn là bạn thân của nhau, đồng chí với nhau; hôm sau, hai người là kẻ thù của nhau và sẵn sàng giết lẫn nhau vì chính kiến, vì lập trường, tư tưởng dị đồng! Trước mắt Phong, chỉ còn có mối tình yêu chân thật giữa gái và trai mới khả dĩ, đem đến cho con người sự cảm thông sâu xa và sự tha thứ dễ thương. Mối tình giữa Hà và Tuyền như ngọn hải đăng bừng sáng, rọi chiếu bốn hướng biển tối mênh mông.

***

Hà nằm chờ bản án tử hình đến với mình trong đêm nay. Đã gần tới giờ giới nghiêm, tiếng xe qua lại ngoài đường đã thưa vắng, tòa nhà cao ốc chưa hoàn thành yên tĩnh như ngôi chùa hoang. Hà nghe văng vẳng tiếng gió lay động hàng cây dầu bên ngoài. Luồng khí lành lạnh từ đâu thổi vào phòng, Hà rùng mình. Anh co rút người lại, hai tay ôm đầu gối, gục đầu lắng nghe cơn rêm nhức khắp thân thể đầy thương tích. Đức vừa quay lại hiệp sức với Tử tra tấn anh tàn nhẫn. Họ buộc anh phải nhận tội điềm chỉ, anh vẫn cắn răng chịu đau đớn kêu oan. Án tử hình đã dứt khoát. Cái chết của Hà chỉ còn là thời gian sớm hay muộn.

Ngoài trời gió càng lúc càng thổi mạnh. Cơn mưa đang hăm dọa. Hà nghe lạnh hơn. Anh ngước nhìn về hướng luồng khí lạnh thổi tới. Anh vụt tỉnh, đứng lên, lần bước đi sâu vào cuối căn phòng. Bên mặt là buồng tắm và cầu vệ sinh. Hà nghe gió thổi vi vu bên trên cầu vệ sinh. Anh móc quẹt máy trong túi bật sáng, rọi tìm lỗ trống. Vật đầu tiên đập vào mắt anh là chiếc thang gỗ. Đưa lửa quẹt máy lên cao, anh thấy lờ mờ khung cửa sổ chưa lắp kính.

Anh nhủ thầm: “Có thể thoát!” Anh tắt lửa, lắng tai nghe ngóng động tĩnh. Hoàn toàn yên tĩnh. Bật quẹt máy sáng lên, anh tiến lại, kéo thang gỗ tới sát cửa sổ, leo lên sờ soạn cửa sổ. Gió thổi tạt vào mặt anh. Quẹt Zippo chịu gió, cất cao ngọn, xòe ra như ngọn đuốc nhỏ. Anh rọi kiếm vật phía ngoài cửa sổ. Nóc nhà bằng xi măng lấp lánh dưới kia. Đúng là lối thoát duy nhất, anh sẽ tự giải cứu mình bằng lối thoát ấy.

Nằm vắt người qua cửa sổ, nửa trong nửa ngoài, Hà kéo chiếc thang gỗ lên, thòng nó xuống nóc nhà. Đầu thang cách cửa sổ khá xa. Hà móc tay vào thành cửa sổ, quơ hai chân tìm bậc thang cuối cùng.

Tay xách thang gỗ, Hà rọi ánh sáng quẹt máy lần mò tìm lối xuống mặt đất. Anh đã thành công. Tử thần đã vuột tay và anh đã trốn thoát. Vừa chạy ra tới cổng vào, anh chợt thấy ánh đèn mô-bi-lết quét vào. Anh ép sát vào một góc tối chờ đợi.

Có tiếng nói cất lên:

- Tụi nó hành động ẩu quá, không có lệnh của anh Châu gì hết!

- Chạy vô lẹ lên, kẻo nguy cho thằng Hà. Cả bọn sẽ ân hận suốt đời!

Hà không thấy rõ mặt hai người trên chiếc xe gắn máy, nhưng anh nhận ra giọng nói của Đồng. Xe lướt khỏi chỗ ẩn nấp, Hà thoát nhanh ra đường. Anh thở phào nhẹ nhõm. Vừa chạy về hướng Viện Pasteur, anh vừa ngoái đầu nhìn chừng về phía sau. Không ai đuổi theo. Tới ngã tư Pasteur – Mayer, anh vẫy gọi chiếc tắc-xi đang chạy tới.

Bác tài xế hỏi:

- Ông về đâu?

- Gần bịnh viện Chợ Rẫy.

- Lên đi!

Hà chui nhanh vào xe. Chiếc tắc-xi chồm tới. Bác tài phân bua:

- May cho ông lắm đó, tôi ở cùng hướng với ông. Nếu ông về hướng khác thì tôi không chở đâu. Chuyến cuối cùng của tôi trước giờ giới nghiêm.

Anh ta hỏi:

- Mà ông đi đâu về mà chờ cận giới nghiêm dữ vậy?

Hà đáp cho xong chuyện:

- Tôi có hẹn với bạn. Tụi nó cứ cầm chân mãi tôi không ra về sớm hơn được. Khổ ghê!

- Gặp thời buổi khó khăn, đi chơi đêm mình nên về sớm. Đi trong giờ giới nghiêm có ngày ngủ bốt muỗi cắn chết luôn. Trời ơi! Không biết bao giờ mới hủy bỏ giới nghiêm?!

Hà không hiểu tại sao mình thốt lên câu nói:

- Có lẽ tới ngày tận thế.

Bác tài quay lại:

- Tại sao lâu dữ vậy ông?

Hà so vai:

- Vì nước mình luôn luôn có chiến tranh!

Bác tài ngạc nhiên:

- Làm gì có chiến tranh nữa?! Đình chiến rồi mà!

- Đình chiến chớ chưa phải chiến tranh chấm dứt. Sông Bến Hải, chiếc cầu Hiền Lương bắc ngang là ranh giới chia đôi đất nước, chia hai chế độ. Hai con thú dữ sẽ cắn xé nhau một ngày nào đó.

Bác tài đầy tin tưởng:

- Tôi nghĩ rằng cuộc chiến Việt Nam rồi đây sẽ kết thúc. Chỉ cần một bên chịu thua là xong ngay.

Hà lặng thinh. Anh đang bị các vết thương hành hạ. Tứ chi rã rời, tâm trí đảo lộn dữ dội vì tai biến vừa qua. Lòng anh đầy oán hận đối với những kẻ đã bắt anh, vu cáo anh và đánh đập anh tàn nhẫn; nhưng tình cảm đối với Châu, anh vẫn thấy còn nguyên vẹn trong trái tim.

Bác tài nghiêng đầu hỏi:

- Ông tin bên nào sẽ thắng? Cộng sản hay Quốc gia?

Hà đáp bâng quơ:

- Chưa biết được. Nếu chánh phủ Ngô Đình Diệm ngày một thêm vững mạnh thì… hai nước Việt Nam sẽ kéo dài.

Bác tài so vai:

- Thường dân tụi tôi đã chán ghét chiến tranh quá rồi. Tụi tôi chỉ muốn hòa bình yên ổn làm ăn. Chế độ nào cũng được hết miễn là người dân có đủ cơm ăn áo mặc, tự do và hạnh phúc.

Nhưng chưa thấy đủ, bác thêm:

- Thiên hạ tranh đoạt lập trường lý tưởng, chánh kiến bắt người dân phải hy sinh. Muôn triệu mạng người ngã xuống để một thiểu số trở thành lãnh tụ, chánh khách chức nầy, vị nầy vị nọ cỡi lên đầu lên nhơn dân. Tôi có phép gì tôi sẽ giết sạch hạng người đó không chừa một mống!

Đang rêm nhức, Hà cũng bắt phì cười.

Được trớn, bác tài lại gân cổ:

- Để rồi ông coi, hết Tây rồi tới Mỹ tràn vào miền Nam nầy xúi giục đánh nhau với ngoài Bắc, còn Bắc Thì theo Nga, Tầu cố nuốt luôn miền Nam. Chết, chết mịa cho mà coi. Làm người dân Việt Nam sao mà khổ quá vậy hổng biết nữa. Tối ngày cứ bị nước ngoài xỏ mũi dẫn đi làm lính đánh thuê cho họ hoài. Cũng tại dân mình đã từng tiêu diệt dân tộc Chàm, Hời nên Trời bắt mình phải trả quả đó mà!

Hà nhìn mặt người tài xế qua kiếng chiếu hậu, anh chỉ thấy một bên đầu với mái tóc điểm sương, nước da bác rạm nắng chứng tỏ bác chỉ là dân lao động cần cù, nghèo khổ. Lời lẽ của bác khiến Hà nhớ tới đường lối của Châu, đường lối Dân tộc Tự quyết chen vào giữa Quốc gia và Cộng sản. Anh không tin bác có dính líu tới tổ chức của Châu mà chỉ là tiếng thở dài, oán trách của người dân sống sót qua bao nhiêu binh biến khói lửa, chết chóc. Họ không có tội tình gì hết và Nguyễn Phan Châu cùng các đồng chí của anh đang chở nặng nỗi lòng của nhân dân khổ đau này cố tiến lên con dốc ngược thẳng đứng!

Không nghe Hà nói gì thêm, bác tài giật mình ngoái cổ lại phân trần:

- Ê, tôi nổi hứng nói cho vui vậy thôi chớ hổng có ý bài xích bên nào hết. Ông bỏ qua, đừng để ý làm gì nghe ông.

Hà mỉm cười:

- Tôi cũng thường dân như anh vậy thôi.

Bác tài cười hề hề:

- Vợ tôi nó vả miệng tôi hoài mỗi khi tôi nổi hứng nói chánh chị chánh em. Bà nói thần khẩu hại xác phàm, tôi nói ẩu có ngày ở tù bỏ vợ con đói khổ. Ông là công an thì... đố tôi khỏi bỏ ăn!

Hà nhìn đồng hồ. Còn 15 phút nữa tới giờ giới nghiêm. Anh liền nghĩ tới mẹ, cha ghẻ và Công ở nhà. Chắc chắn mọi người đang sốt ruột chờ anh về. Chưa lần nào anh đi công tác về trễ như hôm nay. Chỉ có ngày nghỉ, anh mới đi chơi khuya và mỗi lần về trễ, bà Bảy cật vấn: "Mầy lại tới lui nhà con Tuyền nữa rồi. Nó có ngải mê nên mầy không xa nó được phải không?" Hà nín lặng, thay áo quần lên gác ngủ bên cạnh Công. Bị đánh thức, Công hỏi giọng ngái ngủ: "Dứt con Tuyền rồi hả? Đã không?" Hà nạt: "Ngủ đi ông nội. Chỉ nghĩ bậy không thôi. Tuyền không dễ dàng đâu". Công đùa: "Lửa gần rơm dễ cháy lắm nghen. Nhắm cưới không được thì đừng có ẩu. Lỡ Tuyền mang bầu, mầy ân hận suốt đời".

Tối nay, Hà về tới nhà, mọi người sẽ không nghi ngờ như vậy nữa. Xe Vespa mất, mình mẩy bầm dập đầy thương tích, quần áo nhàu nát, dơ bẩn, anh sẽ phải chối quanh; ông bà Bảy và Công sẽ khiếp đảm và mừng cho anh đã thoát khỏi một tai nạn chết người.

***

Tất bước lên cầu thanh gỗ. Tiếng đế giày có gắn móng sắt nện vang làm Hà tỉnh giấc. Anh ngóc đầu nhìn về phía cầu thang. Thấy anh rể, anh muốn ngồi dậy nhưng toàn thân rêm đau, anh không tài nào nhấc người lên nổi. Anh nằm yên chờ đợi.

Tất tiến sát lại đi-văng, cúi xuống hỏi:

- Cậu bị thương có nặng lắm không?

Hà trở mình nằm nghiêng:

- Cũng không nặng lắm. Mời anh ngồi.

- Tụi nào đánh cậu? Bọn Việt Cộng phải không?

- Chắc không phải. Nếu là Việt Cộng thì em đã chết rồi. Họ không bắc cóc đánh đập đối phương đâu. Họ chỉ ám sát thôi.

Tất ngồi ghé xuống cạnh Hà:

- Nếu không phải là Việt Cộng thì chỉ có du đãng thôi.

Hà thấp giọng như chỉ để trả lời với chính mình:

- Em cũng nghi như vậy. Chắc là du đãng!

Tất hậm hực:

- Anh sẽ phái nhân viên lùng kiếm chúng nó trả thù cho cậu. Chúng nó lộng hành quá rồi. Cậu bị bắt cóc vùng nào cậu cho anh biết, anh sẽ cho chúng nó một trận.

Hà gượng ngồi dậy, mặt mày nhăn nhó, tựa lưng vào vách:

- Khỏi cần anh Ba à! Bỏ qua đi. Coi như là cái xui của em.

Tất trợn mắt:

- Đâu có được! Phải diệt tận gốc bọn chúng nó. Để tụi nó yên, em sẽ bị bắt cóc, đánh đập nữa cho coi. Lần sau em dám bỏ mạng lắm đó.

- Chắc không còn xảy ra nữa đâu. Anh đừng lo.

Lặng yên một lúc với vẻ mặt hậm hực, Tất hỏi thẳng:

- Cậu Út, cậu có nghi bọn đó dính dáng tới Tuyền không?

Hà giật mình. Anh tưởng chừng Tất đã biết tổ chức bắt và đánh đập anh. Anh cải chính ngay:

- Không, không dính líu gì tới Tuyền.

- Anh muốn nói là… thằng nào đó yêu Tuyền thuê bọn du đãng thanh toán cậu. Tại sao cậu không cho đó là một giả thuyết đúng nhứt?

Hà lắc đầu. Tất giải thích lập luận của mình: Tuyền có nhan sắc mặn mòi, ăn nói có duyên, cái nhìn, nụ cười, giọng nói của nàng đầy ma lực quyến rũ đàn ông, con trai và theo dị nghị mà Đào nghe được, Tuyền có nhiều bạn trai, nhiều cây si theo đuổi,... Tất cả yếu tố đó là nguyên nhân tại nạn của Hà.

Anh kết luận:

- Anh không ghép Tuyền vào hành động vũ phu ấy nhưng anh muốn em truy nguyên lý do em bị thanh toán. Nếu em biết tên nào trồng cây si cổ thụ nhứt, em nói cho anh biết. Anh tìm nó, cho nó một trận đòn, túm trọn ổ là dứt điểm ngay. Gia đình còn mỗi mình em, em bị đe dọa, má lo buồn, anh phải bảo vệ em.

Hà không muốn Tất dính vào chuyện đời mình. Dù có thật anh bị thanh toán vì các cây si của Tuyền đi nữa, anh cũng không nhờ Tất can thiệp. Huống chi đây là tổ chức chính trị, trong đó có nhiều bè bạn của anh, nhất là Châu. Anh hiểu rõ Tất hơn ai hết. Tất thề không đội trời chung với Cộng sản. Cha anh, dù chỉ một trung nông, vẫn bị đem ra đấu tố. Ông phẫn uất treo cổ tự tử. Mẹ anh buồn rầu thọ bệnh và chết theo chồng sau đó ít lâu. Tất bỏ Vũng Liêm chạy lên Sài Gòn tìm cách vào ngành Công an. Đẹp trai, lực lưỡng và có chút ít võ nghệ, anh được tướng Mai Hữu Xuân chọn làm cận vệ. Anh thề trước bàn thờ cha mẹ sẽ trả thù Cộng sản đến hơi thở cuối cùng.

Hà trấn an anh rể:

- Để em hỏi lại Tuyền xem tên nào đeo đuổi sát nhứt rồi... em sẽ cho anh hay.

Tất nghiến răng:

- Anh sẽ cho nó mang tật suốt đời. Giết nó chết là giải phóng nó, đừng thèm giết, hãy cho nó mỗi lần nhìn vết thương là nhớ lại hành động bỉ ổi của nó ngày trước.

Anh chồm tới hỏi:

- Nè Út, hôm nọ anh nhắn em về gặp anh, Tuyền có nói lại cho em biết không?

Hà ngơ ngác:

- Anh nhắn em về?

- Phải, anh có nhờ Tuyền nhắn em là anh cần gặp em. Tuyền không nói lại em à?

- Không! Em không hay biết gì hết.

Tất tặc lưỡi:

- Con nhỏ tệ thiệt. À, mà thôi, anh hiểu ra rồi. Nó sợ chớ không phải quên đâu.

Hà ngạc nhiên:

- Anh muốn nói gì em… chẳng hiểu ra sao hết?

Tất nghiêm giọng:

- Anh thành thật khuyên em, nếu em yêu Tuyền và Tuyền thực lòng yêu em thì anh khuyên em nên làm việc với Tuyền hết sức khẩn trương mới được.

- Em vẫn chưa hiểu.

- Tuyền dính líu tới Việt Cộng!

Hà há hốc:

- Dính líu tới Cộng sản?

- Không còn lầm được nữa. Anh là anh của em, Tuyền là người yêu của em, anh không đang tâm cư xử với Tuyền như một kẻ thù của chế độ.

Hà biện hộ cho người yêu:

- Tuyền không bao giờ là Cộng sản, em dám đảm bảo với anh là như vậy.

Tất cười gằn:

- Không là Cộng sản mà liên hệ với Việt Cộng?

- Anh có bằng cớ?

- Có đầy đủ chớ sao không? Anh gặp Tuyền tại phòng thăm nuôi tù ở Catinat. Bạn bè của cậu toàn là cán bộ Cộng sản nằm vùng. Cậu nên cẩn thận kẻo bị vạ lây.

Hà cau mày:

- Bạn bè của em đều là Cộng sản? Ai?

- Thằng Hưng, thằng Chương và nhiều thằng khác nữa. Tụi nó bị bắt và hiện giờ đang bị khai thác. Tuyền đi thăm nuôi tụi nó, dĩ nhiên nó dính líu tới tổ chức.

Hà lặng thinh. Anh đã hay tin Hưng, Chương, Mẫn bị bắt. Tuyền thông báo tin buồn này với anh. Anh đang tìm cách gỡ bạn ra khỏi cảnh tù tội. Tiểng, Mầu – đôi bạn cùng thầy Châu, cùng lớp với anh hiện là sĩ quan công an tại Tổng nha Cảnh sát – Công an. Tiểng, Mầu cũng là bạn học cũ của Hưng. Hà định móc nối với đôi bạn ấy để cứu Hưng, Chương và Mẫn. Anh sẽ nói thật hết cho Mầu, Tiểng biết thực chất của tổ chức do thầy cũ lãnh đạo. Dù sao tội đối lập cũng nhẹ hơn tội Cộng sản.

- Tụi nó không phải là Cộng sản. Em bảo đảm chắc chắn với anh.

Tất hỏi gay:

- Không Cộng sản thì Quốc gia à?

- Cũng không phải Quốc gia.

- Ủa, vậy là cái giống gì?

- Ở giữa!

- Ở giữa? Trung lập chế của Hồ Hữu Tường à?

Hà thở ra, nín thinh. Khó lòng giải thích cho Tất – một người Quốc gia cực đoan hiểu được đường lối của Nguyễn Phan Châu, tức Tạ Chí Diệp.

Tất phì cười:

- Loại tiểu thuyết "Phi Lạc Sang Tàu", "Phi Lạc Náo Hoa

Kỳ",... của Hồ Hữu Tường chỉ để giải trí thôi chớ không đưa ra được chủ trương, đường lối cụ thể gì hết. Thuyết Trung lập chế của ông ta là một thứ khoa học giả tưởng kích thích óc tưởng tượng của hạng người ăn không ngồi rồi, ăn cơm dưới đất mơ chuyện lạ trên cung trăng.

Hà cải chính:

- Không phải thuộc nhóm Trung lập chế của Hồ Hữu Tường. Họ có cơ cấu tổ chức, lý thuyết, tôn chỉ rõ ràng và đường lối, lập trường cụ thể. Họ không muốn nước Việt Nam mãi mãi là vệ tinh xoay quanh hành tinh của nước ngoài.

Tất cười ngất:

- Vừa thôi! Thiên hạ đã cho Hồ Hữu Tường là một thằng điên bây giờ lại nẩy sinh ra một tên điên khác nữa.

Anh tắt nhanh nụ cười, nghiêm nghị hỏi:

- Đảng trưởng là ai vậy cậu?

- Anh không cần biết. Em muốn anh hiểu cho rằng Hưng, Chương và bao nhiêu người khác cùng hoạt động với hai đứa nó không phải là Cộng sản. Họ chỉ là những người ái quốc.

Tất trợn mắt:

- Vậy chớ cậu và tôi, bao nhiêu người Quốc gia khác là phản quốc à? Mình chiến đấu chống Cộng, đem lại tự do, no ấm, hạnh phúc cho miền Nam Việt Nam không phải là ái quốc hay sao?

Hà so vai:

- Mỗi tổ chức chánh trị đều cho mình là ái quốc. Quốc gia, Cộng sản, Đại Việt, Việt Nam Quốc dân Đảng, Cao Đài, Hòa Hảo,... đều tự cho mình yêu nước, thương dân. Ngay cả Tây, Mỹ, Nhựt, Nga, Tầu... đặt chân đến xứ nầy cũng rêu rao là thương dân tộc nầy muốn giải phóng dân tộc bé nhỏ nầy!

Tất bất mãn:

- Cậu ăn nói mất lập trường quá! Cậu nên nhìn lại hiện tại của cậu, cậu là cán bộ Quốc gia hay là cán bộ của tổ chức chống lại chánh phủ?

Hà thấy rõ tính chất cực đoan của người anh rể lộ hiện trong ánh mắt và lập luận. Anh nói buông xuôi cho vừa lòng Tất:

- Em đang đứng bên nầy chiến tuyến chống lại Cộng sản cũng như anh và bao người Quốc gia khác. Tuy nhiên, em muốn anh đừng khoác lên người các bạn em chiếc áo Cộng sản. Tụi nó không đội nón tai bèo và mang dép râu đứng nghiêm chào lá cờ đỏ sao vàng búa liềm hay xanh đỏ của Mặt trận Giải phóng miền Nam.

Tất hơi lớn tiếng:

- Nhưng tụi nó đối lập với Quốc gia, tụi nó không là bạn mà là thù. Nếu tụi nó mạnh, tụi nó sẽ hoạt động phá hoại làm suy yếu tiềm lực Quốc gia và gián tiếp tiếp tay với kẻ thù chính là Cộng sản.

Hà nói lẫy:

- Tùy anh quan niệm và kết án. Em không có quyền bắt anh phải hiểu theo em.

Anh nằm xuống kéo mền đắp ngay người, nhắm nghiền hai mắt. Tất đứng lên, run vai:

- Cậu nên cẩn thận. Đừng để lập trường bị Tuyền và đồng bọn lung lạc. Muốn cưới Tuyền, theo anh, em phải đem Tuyền ra khỏi cái tổ chức mê sảng kia. Thế giới hiện nay chỉ có hai phe: Tự do và Cộng sản. "Khối thứ ba" chỉ là ảo tưởng. Không Quốc gia là Cộng sản hoặc ngược lại. Chỉ thế thôi.

Hà lặng thinh. Tất xuống gác. Tới giữa thang gỗ, anh đứng lại nói với thêm:

- Anh không thể cứu Tuyền được đâu nghe cậu, nếu nó bị bắt anh cũng đành bó tay. Dính líu vào chánh trị chỉ có tổng thống mới gỡ ra nổi. Thương Tuyền, cậu nên cứu Tuyền ngay từ bây giờ.

Hà nghe rõ tiếng đế giày Tất nện vang trên cầu thang. Anh dõi hồn về những kẻ thân yêu: Tuyền, Hưng, Chương và thầy cũ. Tất vẫn có lý riêng của anh. Con đường chọn lựa của Châu, của Tuyền, của bạn bè thân thương để tìm lối thoát cho Tổ quốc, dân tộc ViệtNam rõ ràng phiêu lưu, mạo hiểm quá! Nếu họ thành công, hẳn là giấc mơ tuyệt vời của nhân dân đã hiện thực; nhưng Hà không dám hy vọng mảy may vì anh chưa có một chút tin tưởng nào cả!

Hà vẫn nghe thân thể mình rêm nhức. Anh gượng ngồi dậy tìm giấy bút viết thư cho Tuyền. Anh định nhờ Công chuyển thư cho Tuyền qua tay Nguyệt. Anh không muốn Công biết trụ sở liên lạc của bọn Tuyền ở Gia Định. Công đã biết nhà Nguyệt ở cửa Tây chợ Bến Thành. Hai người đã gặp nhau nhiều lần tại đây.

Hà khuyên bạn: "Mầy không nên lộn xộn với Nguyệt vì đã có Hưng – bạn tao, trong trái tim Nguyệt rồi!" Công cười đính chính: "Mầy khéo lo xa không, tao với Nguyệt chỉ là bạn thôi. Tao chỉ quý tình bạn thôi. Tình yêu đối với tao, ồ, chỉ là một trái đắng!" Hà cười: "Với Nguyệt, tình yêu sẽ là trái ngọt tỏa hương thơm phưng phức. Tao đã nếm qua vị ngọt đó rồi!"Công chép miệng: "Đã từng tuổi nầy rồi, tao chưa hề nếm qua vị ngọt của tình yêu. Mỗi lần trái tim rung động là mỗi lần tao nuốt phải đắng cay. Chắc là ở giá, 'mồ côi' suốt đời quá!"

Hà nằm sấp trên đi-văng viết thư. Tiếng trẻ con đá banh dưới nhà vang dội không cắt rời dòng tâm tư của Hà gửi đến người tình yêu dấu.

Chương 9

Sau một ngày và một đêm đánh chiếm các cơ sở quân sự và hành chính then chốt của thị xã Phan Rang, lực lượng của Châu rút sâu vào rừng kéo theo một số quân nhân và công chức được Châu gài vào cơ quan dân, quân sự từ lâu. Trưởng ty Công an Hay trở cờ ngay từ đầu cuộc tấn công, huy động công an đánh trả lại Châu – kẻ đã chạy lo cho ông ngồi vào ghế Trưởng ty lúc Châu còn giả vờ sát cánh với gia đình họ Ngô. Hay trực tiếp chỉ huy giữ vững Ty Công an và Ty Ngân khố tỉnh nhà.

Một số đồng chí của Châu gục ngã giữa thành phố. Các lực lượng quân sự từ Nha Trang kéo xuống Phan Rang và từ Sài Gòn chuyển ra ép bọn Châu vào giữa. Anh đành lui quân mở đường máu thoát về căn cứ nằm sâu trong rừng. Phi cơ chính phủ đuổi theo dội bom làm tiêu hao một nửa lực lượng của Châu.

Căn cứ bị bao vây, Châu và Bộ Tham mưu quyết định rời chiến khu, tạm giải tán hàng ngũ, mạnh ai tự tìm lối thoát, hẹn ngày tái hợp và tiếp tục chiến đấu cho lý tưởng của mình. Anh muốn thí nghiệm một lần để gây tiếng vang sâu rộng trong dư luận quốc nội và quốc ngoại về Mặt trận Dân tộc Tự quyết. Dù biết hãy quá sớm nhưng Đại hội Toàn quốc họp mặt tại chiến khu Phan Rang đồng quyết định đánh lên tiếng chuông đầu tiên ấy để quảng bá chủ trương, đường lối của mặt trận. Tuyệt đại đa số cán bộ dân và quân sự tình nguyện tham gia vào cuộc tấn công, lấy cái chết đánh đổi tiếng vang cho mặt trận.

Ngay sau một tháng ra tù, dù sức khỏe chưa hoàn toàn phục hồi, Hưng, Chương vẫn tham gia vào cuộc tấn công. Hưng lái xe chở Chương chạy khắp thị xã quan sát tình hình. Tuy chưa có bằng lái, Hưng đã lái xe nhiều năm, anh có nhiều kinh nghiệm như một tài xế nhà nghề. Chiếc Peugeot 203 của anh thủng nhiều lỗ đạn nhưng anh và Châu đều thoát nạn. Chương và số đông đồng chí khác rải đơn truyền đầy khắp đường phố.

Cuộc tấn công và chiếm giữ thị xã Phan Rang tuy ngắn ngủi nhưng coi như đạt tới yêu cầu của mặt trận. Báo chí trong nước và ngoại quốc đều loan tin về sự có mặt của Mặt trận Dân tộc Tự quyết.

Ở Sài Gòn và một số lớn tỉnh lỵ Hậu Giang, truyền đơn kêu gọi đồng bào các giới, công chức, quân nhân các ngành và tin tức về cuộc tấn công đánh chiếm thị xã Phan Rang được tung ra tràn ngập, khắp hang cùng ngõ hẻm.

Lực lượng tình báo, công an chính phủ đổ xô vào chiến dịch truy lùng Mặt trận Dân tộc Tự quyết. Trưởng ty Công an Hay lập tức được triệu hồi về Sài Gòn và trung thăng chức vụ Phó Tổng giám đốc Cảnh sát – Công an với quân hàm giả định Đại tá! Ông treo giải thưởng cái đầu của Châu và chụp mũ Châu là Cộng sản.

Hay bủa lưới canh giữ nhà cụ Cử – chú ruột của Châu, trong con hẻm nằm đối diện cổng chính Tổng nha Cảnh sát – Công an. Bất cứ ai ra vào nhà cụ Cử đều bị theo dõi. Là bạn thân ngày xưa với Ngô Đình Diệm, cụ Cử Tạ Chương Phùng nổi giận vào Tổng nha gặp Hay chửi rủa thậm tệ:

- Hay! Mầy nhờ ai mà ngồi được ghế Trưởng ty? Có phải nhờ thằng Diệp không?

Hay đuổi nhân viên và cận vệ ra khỏi phòng, đóng chặt cửa lại, chống trả:

- Tôi biết thưa cụ. Tôi không phủ nhận điều đó, nhưng tôi đã lầm anh ấy.

- Mầy lầm nó điểm nào? Ạ, hay là mầy lầm nó là một tên phản bạn?

- Tôi lầm tưởng anh ấy cùng lập trường Quốc gia chống Cộng với tôi. Tôi không ngờ ảnh âm mưu chống lại cụ Diệm làm lợi cho phe Cộng sản.

Cụ Tạ đập bàn hét to lên:

- Cụ Diệm của mầy là ai? Mầy biết Diệm trước hay biết Châu trước?

Cụ Tạ la to quá, hàm răng giả của cụ rơi xuống bàn. Cụ chụp thật nhanh nhét vào miệng lia lịa.

Hay vỗ về:

- Xin cụ đừng nóng. Cụ nên giữ thể diện cho tôi.

Cụ Tạ trỏ tay vào mặt Hay:

- Mầy không còn thể diện gì nữa hết. Thể diện đi đôi với lương tâm con người, mầy phản bạn, phản người ân, mầy không có hai thứ làm người đó.

Hay nghe lửa giận hừng hực trong lòng, nhưng ông biết rõ bản tính của kẻ đối diện, nhất là sự nể trọng của Ngô Đình Diệm đối với cụ Tạ. Ông có làm dữ lại, cụ Tạ vẫn không sợ, ông có mách lại với tổng thống, cụ Tạ coi như "pha". Trước mặt tổng thống, cụ còn to tiếng chỉ trích thẳng thừng thì cụ còn ngán sợ ai nữa? Cụ Tạ chỉ thuận vào dinh gặp Diệm một lần duy nhất rồi thôi, cụ cương quyết từ chối không nhận; những lần khác, Diệm cho người đến tận nhà mời cụ vào dinh diện kiến. Cụ bất đồng ý kiến với Diệm về chính sách đàn áp các giáo phái. Cụ tiên đoán rồi đây Diệm sẽ trở thành nhà độc tài và rơi vào tệ nạn "gia đình trị". Ngoài Trung đã có cậu Út Ngô Đình Cẩn thống trị, tại thủ đô lại có Ngô Đình Nhu nắm toàn bộ nội các, còn về mặt ngoại giao thì có Ngô Đình Luyện và về mặt Công giáo đã có Cha Ngô Đình Thục nắm chặt giềng mối. Cả dòng họ Ngô chia nhau lãnh đạo một nửa nước Việt Nam. Trong các bộ quan trọng, kể cả các binh chủng chủ lực, đều có bà con, thân nhân của Diệm nắm giữ chức vụ then chốt.

Cụ Tạ càng buồn tức hơn khi người đàn bà tên Trần Lệ Xuân – vợ Ngô Đình Nhu bước vào chính giới! Cụ kêu trời: "Ngày xưa con Đát Kỷ phá tan triều đình nhà Trụ, làm cho nhân dân điêu linh thống khổ. Ngày nay, con Lệ Xuân sẽ làm sụp đổ triều đại nhà Ngô, đưa đẩy nhân dân miền Nam vào bước đường cùng nô lệ ngoại bang. Bọn chúng nó là nguyên ủy của bất công, bất mãn, bất tín trong mọi tầng lớp đồng bào và từ đó, Cộng sản sẽ lợi dụng tuyên truyền cho 'chính nghĩa' của chúng để rồi ngày càng phát triển thế lực của Mặt trận Giải phóng miền Nam!"

Cụ Tạ hoàn toàn không tán đồng chủ trương, đường lối của Châu – cháu ruột mình, nhưng cụ không ngăn cản Châu hành động. Châu chống Cộng, cụ rất hoan nghênh vì hợp, rất hợp với lòng cụ. Châu chống Diệm, cụ thỏa mãn vì Châu làm thay cho cụ. Nhưng sở nguyện của Châu cho một nước Việt Nam thoát khỏi ảnh hưởng của ngoại bang, cụ nghĩ rằng ước mơ của đứa cháu yêu nước nồng nhiệt kia quá xa rời thực tế của thời cuộc quốc tế hiện tại.

Cụ hỏi Châu: "Con theo đuổi con đường chiến đấu ấy, vậy con có tin nó sẽ thành công hay không?" Châu đáp: "Thưa chú, con hành động có suy nghĩ và có chiến lược, chiến thuật chớ không phải vì tham danh lợi mà làm càn, làm liều. Dân tộc Việt Nam nầy phải thoát ra khỏi vòng vây ảnh hưởng ngàn đời của ngoại bang. Đất nước ta giầu tài nguyên, lại nằm trên địa thế chiến lược quan trọng vào hàng đầu của vùng Đông Nam Á và là bức tường thành vững chắc của ba nước Đông Dương. Tại sao ta không lợi dụng các ưu điểm đó để vươn mình lên để giữ địa vị độc lập và tự lực, tự cường mà cứ phải nép đầu vào nách của nước nầy nước nọ để chúng nó bóp méo, vo tròn tùy ý, bắt chúng ta cứ mãi là vật hy sinh cho chủ nghĩa, chủ thuyết của họ?"

Anh nhấn mạnh thêm: "Chủ nghĩa Cộng sản là chủ nghĩa lỗi thời của Các Mác, Ăng-ghen. Miền Bắc chạy theo chủ nghĩa đó dưới chiêu bài 'giải phóng dân tộc', đem lại độc lập, tự do cho Tổ quốc. Họ đánh trúng vào lòng yêu nước của nhân dân nên họ đã chiếm được một nửa nước. Họ sẽ làm được gì cho dân, cho nước Việt Nam nầy khi họ vẫn là vệ tinh của liên hành tinh Nga – Tầu? Cuối cùng rồi, Việt Nam vẫn là 'chư hầu' của Tầu – Nga. Còn phía chánh phủ miền Nam thì sao? Muốn giữ miền Nam trong tay, Ngô Đình Diệm phải bám chân Mỹ thiệt chặt. Mỹ giúp Diệm ngồi chặt trên ghế tổng thống, Mỹ phải hưởng một cái gì đó ngoài cái gọi là 'đồng minh', tiền đồn của thế giới tự do! Cho dù miền Nam thắng, quốc gia hóa toàn bộ miền Bắc đi nữa, Việt Nam có thoát khỏi cảnh 'chư hầu' của Mỹ không? Bên nầy hay bên kia chỉ là chất bột bánh mì, hoặc trở thành bánh mì mang nhãn hiệu Hoa Kỳ hoặc bánh mì mang nhãn hiệu Liên Xô!"

Cụ Tạ hỏi đố: "Liệu có mấy ai tin tưởng nơi đường lối của con?" Châu cười nhẹ: "Xưa kia, nhà thám hiểm Christopher Columbus giải thích thể tích trái đất hình tròn. Chẳng ai tin được và cho là ông điêu. Ông cương quyết giữ vững lập trường của mình. Ông hỏi đố lại mọi người có ai đặt quả trứng đứng trên mặt bàn được không? Ai cũng cho là ông mất trí tới nơi rồi. Ông làm việc đó bằng cách đập dập quả trứng luộc một đầu và quả trứng đứng yên trên mặt bàn. Mọi người cười chế giễu ông: 'Nếu làm như ông thì ai không làm được?' Ông phì cười bảo: 'Ai cũng có thể suy nghĩ và tưởng tượng giống nhau hết, nhưng có dám làm theo ý mình không lại là chuyện khác'. Đó mới là quả cảm của Christopher Columbus. Và ngày nay, định luật trái đất tròn không còn một minh giải nào ngược lại hết. Con đường cháu đang cổ động mọi người đuổi theo, người ta cho là một loại khoa học giả tưởng, là hư ảo, là mê sảng; nhưng, nếu chưa hiện thực được trong một tương lai gần đây thì cũng là con đường của những kẻ chân thành yêu Tổ quốc Việt Nam và dân tộc Việt Nam!"

Cụ Tạ quý đứa cháu ruột của mình trên tình yêu nước thương dân nên cụ dồn hết cơn giận tức của mình vào Hay.

Hay hỏi thẳng:

- Thưa cụ, bây giờ xin cụ cho biết ý muốn của cụ. Cụ muốn tôi làm gì bây giờ?

Cụ Tạ hất hàm:

- Tùy mầy hiểu lấy. Này Hay, nếu mầy muốn tao nói rõ hơn thì tao nói đây, nếu muốn bắt Châu để lên ngồi ghế Tổng giám đốc thì mầy cứ tìm nó mà bắt, đừng cho đàn em canh gác nhà tao nữa. Tao bực lắm rồi.

Có tiếng gõ cửa, Hay quát:

- Chờ một chút.

Có tiếng nói vọng vào:

- Thưa Đại tá, có tin quan trọng. Xin Đại tá cho một phút thôi.

- Thì vào đi!

Cánh cửa bật mở. Một đại úy bước vào, đưa tay chào, tiến sát tới bên Hay rỉ tai. Sắc mặt Hay biến đổi:

- Cụ có cho biết ngày giờ nào không?

- Dạ có. Tối nay vào khoảng 9 giờ. Trước khi gặp cụ, Đại tá ghé qua ông cố vấn.

Hay ngồi lặng thinh, nhìn trừng trừng ra ngoài, ra chiều nghĩ ngợi mông lung. Tổng thống cho vời ông vào Dinh Độc Lập và trước đó ông phải ghé qua gặp cố vấn Ngô Đình Nhu. Chắc chắn có chuyện quan trọng và cơ mật. Ông hồi hộp, nửa mừng, nửa lo. Gặp Ngô tổng thống, nhất là cố vấn Nhu quả là một diễm phúc; nhưng cạnh đó cũng có thể là một mối lo, một nỗi sợ. Hoặc sẽ được thăng quan, tiến chức, hoặc sẽ bị quở trách nặng nề và mất chức như chơi. Trong một thoáng, Hay kiểm điểm những việc đã thực hiện ưu hay khuyết, đáng được khen ngợi hay quở mắng?

Viên đại úy đứng đợi lệnh của thượng cấp, liếc nhìn cụ Tạ đang ngồi rung đùi, nhìn đăm đăm vào mặt Hay.

Hay khoát tay đuổi thuộc cấp ra ngoài. Ông ta đứng lên nói với cụ Tạ:

- Được rồi, mời cụ về. Tôi sẽ ra lịnh không canh gác nhà cụ nữa.

Cụ Tạ nghiêm nghị:

- Ngoài việc đó, tao yêu cầu mầy buông tha cho thằng Châu. Nó vừa là ân nhân của mầy, vừa là một người yêu nước chân chính. Nó và các đồng chí của nó cùng đứng trên mặt trận chống Cộng với tụi bây. Kẻ thù nguy hiểm không phải tụi nó mà là Cộng sản miền Bắc và Mặt trận Giải phóng miền Nam của thằng Nguyễn Hữu Thọ, Huỳnh Tấn Phát. Hai đứa chúng nó là chân tay của miền Bắc. Mặt trận Giải phóng miền Nam là thối thân của chánh quyền Hà Nội. Tụi bây nên phân biệt ai là kẻ thù chính, ai là chiến sĩ Quốc gia yêu nước.

Cụ Tạ điểm vào mặt Hay gằn mạnh từng tiếng:

- Tìm bắt Châu, giết Châu, mầy sẽ bị lịch sử lên án và lãnh đủ trách nhiệm trước lịch sử.

Hay thở ra:

- Tôi hoàn toàn bị động trong công tác nầy. Tôi chỉ thừa lịnh của thượng cấp và của…

Hay ấp úng. Cụ Tạ trợn mắt hỏi:

- Và của ai? Có phải của Mỹ không? Của tên "thái thú" Ca-bốt-lốt không?

Hay cố trấn tĩnh, nhỏ nhẹ:

- Xin cụ chớ đi quá xa. Cụ nên dừng lại ở mức độ yêu cầu xét ra người khác có thể thỏa mãn được.

Cụ Tạ đứng phắt lên, quát tháo:

- Tụi bây đừng học theo chính sách của Cộng sản tiêu diệt hết các đảng phái đối lập để trở thành một độc tài đảng trị. Đảng Cần lao Nhân vị của thằng Ngô Đình Nhu chỉ là một đảng của giòng họ nhà nó, của tay chân bộ hạ của nó. Nhân dân miền Nam muốn có một chánh phủ mạnh đem lại hạnh phúc, ấm no chớ không cần đảng phái, một chánh quyền làm tay sai cho ngoại bang, cho thực dân, đế quốc. Muốn đương đầu và thắng Cộng sản, tụi bây nên hành động khác đi. Chánh nghĩa Quốc gia sẽ mất đi khi tụi bây chui rúc vào nách ngoại bang, làm "chư hầu" của Mỹ, để quân đội Mỹ tràn ngập miền Nam.

Hay rùn vai:

- Tôi chỉ là kẻ thừa hành. Tôi không phải là nguyên thủ quốc gia! Cụ nên đạo đạt ý kiến của cụ lên tổng thống và cố vấn.

- Mầy vào gặp thằng Diệm nói cho nó biết ý kiến xây dựng của tao, của một cựu đồng chí của nó tên là Tạ Chương Phùng. Nếu nó và thằng Nhu nghe lời Mỹ giết thằng Châu là đắc tội với lịch sử dân tộc Việt Nam.

- Cụ cũng nên về nói lại với Châu rằng nếu muốn chống Cộng anh ấy nên hợp tác với người Quốc gia, cùng đứng trên một chiến tuyến chớ đừng phá hoại, làm suy giảm tiềm lực Quốc gia. Mộng làm lãnh tụ của Châu chưa thích hợp với tình hình chung của thế giới hiện nay. Xin lỗi cụ, tôi bận quá nhiều việc quan trọng, cụ nên ra về cho. Hẹn gặp lại cụ một lần khác.

Cụ Tạ đá ghế:

- Tao không muốn gặp lại bản mặt phản bạn, phản ân nhân của mầy nữa. Tao về đây. Duy chỉ có một điều, tao khuyên mầy, nếu còn một chút lương tâm, một chút nhân tính thì mầy đừng dại dột nghe lời bọn Mỹ tìm bắt và giết thằng Châu. Lời của tao không phải do nơi tình cảm ruột thịt giữa chú và cháu mà là tiếng nói của một người yêu nước đối với một chiến sĩ Quốc gia trước vận mệnh của Tổ quốc và thân phận của dân tộc Việt

Nam mãi mãi bị ngoại bang chi phối, ràng buộc vào số kiếp nô lệ, tôi đòi.

Cụ quay gót ra khỏi phòng Hay. Hay thở phào nhẹ nhõm. Ông muốn phủ nhận lý lẽ của cụ Tạ và chống lại đường lối của Châu, nhưng từ đáy sâu của tâm hồn ông vọng lên tiếng gọi của Hồn thiêng Đất nước hòa lẫn với tiếng nức nở của dân tộc Việt Nam khóc nỗi đau thương, hờn tủi cho thân phận nhược tiểu, bán khai của mình. Nhưng trước mắt ông, nhiệm vụ của một Phó giám đốc Công an rực rỡ chiếu sáng hào quang danh và lợi. Và, lệnh của tổng thống, của ông cố vấn đang gây căng thẳng tâm trí ông. Ông ngờ nghệch giữa vui mừng và lo sợ. Chuyện gì sẽ xảy tới cho đời ông, cho chức vụ hiện tại của ông? Ông đang mang tâm trạng của một quan lại sắp sửa vào "hoàng cung" diện kiến "thiên tử"!

Chương 10

Đảm kiệt sức không đứng vững nổi, anh được hai công an viên xốc nách dìu đi. Gần tới địa điểm, người ta trùm bao bố vào đầu anh, chỉ chừa hai mắt và mũi. Chút nữa đây, anh sẽ diễn lại cảnh "bao bố nhìn mặt" dưới thời Pháp thuộc. Anh vẫn còn nhớ rõ tấn tuồng dã man này trong các cuộc bố ráp lùng kiếm những nhà ái quốc. Lúc bấy giờ, Đảm còn nhỏ, trước cảnh ruồng bố, nhìn mặt ấy, anh chưa xúc cảm, sợ sệt và căm hờn. Bao bố không nhìn mặt đàn bà và trẻ con. Đối tượng của bao bố là thanh niên, đàn ông luôn cả tuổi già còn khỏe mạnh. Kẻ trùm bao bố có thể là tù nhân bị tra tấn tối đa vì chịu không nổi nữa đành phải đầu hàng nhìn mặt bạn bè, đồng chí của mình! Bao bố cũng có thể là kẻ phản bội chỉ bắt đồng đội, đồng chí hướng với mình.

Đảm và bao nhiêu trẻ cùng xóm đứng nhìn cảnh khiếp đảm tột độ của người lớn với cảm giác bị kích thích vì bản tính tò mò trẻ thơ. Mỗi lần một thanh niên bước ra khỏi đám đông đứng nghiêm trước hai lỗ mắt đen ngòm của bao bố, tim mọi người ngừng đập; đương sự nín thở chờ đợi, bà con, cha mẹ, anh em, con cái nín thở chờ đợi. Bao bố lắc đầu, người ta nghe rõ tiếng thở phào cùng cất lên nhất loạt. Kẻ thoát nạn mừng quýnh bước nhanh qua một bên, mặt mày hớn hở. Và, mỗi lần bao bố gật đầu, tiếng kêu khóc cất lên thảm thiết vọng ra từ đám đông bao quanh. Đương sự run rẩy, lắc lư như chiếc lá trước dông bão. Có người quỵ xuống, ôm mặt khóc ngất.

Có người siết chặt tay, cắn môi gần rớm máu, nhìn đổ lửa vào hai lỗ mắt bao bố, vào bọn lính Việt, lính Tây vây quanh phiên tòa lộ thiên của kẻ cầm quyền phi nhân.

Lớn lên, Đảm theo tiếng gọi Tổ quốc, xả thân cho độc lập Tổ quốc và tự do dân tộc. Anh lại có dịp chứng kiến cảnh đấu tố trong vùng "giải phóng". Con người tiến bộ hơn một chút, trong phiên xử lộ thiên, bao bố không còn được sử dụng nữa, Ủy ban Cách mạng vận động "nhân dân" đồng loạt buộc tội cường hào, ác bá, phản động. Từ trong đám đông, "đồng bào" tự động bước ra chỉ trỏ vào mặt can phạm, tố cáo tội ác của hắn. Hàng loạt "đồng bào giả" thay phiên nhau cáo buộc nạn nhân. Chính quyền cách mạng địa phương phát động "trò chơi dân chủ" ấy cho tới lúc "tội ác" của tội nhân chín muồi để rồi "tòa án nhân dân" lấy biểu quyết kết án chôn sống kẻ thù của nhân dân, của cách mạng!

Đảm đã biết suy xét, đã biết phân tích, biết xúc cảm và căm hờn. Anh bỏ "cách mạng" theo về với tổ chức chống Cộng của Nguyễn Hữu Lộc; bị bắt và tử hình, anh chạy theo Châu vào Sài Gòn tiếp tục con đường và lý tưởng anh đã chọn lựa từ khi con tim biết rung động trước cảnh nhục quốc và thân phận Mẹ Việt Nam.

Hôm nay, chính anh là kẻ trùm bao bố nhìn mặt lãnh tụ và các đồng chí của mình. Chính quyền bắt anh, giam anh hàng tháng trời trong cát-xô, đánh khảo anh tàn nhẫn. Công an, tình báo dụ dỗ, mua chuộc anh đủ điều với yêu cầu duy nhất là anh phản Châu, chỉ bắt Châu, túm trọn ổ ban lãnh đạo của Mặt trận Dân tộc Tự quyết.

Đảm từ chối, cương quyết từ chối. Thân xác anh tiếp tục bị đấm đá nhừ nát. Nhiều lần anh ngất xỉu tưởng không tỉnh lại được nữa. Là cánh tay trái của Châu, anh bị khai thác kỹ hơn tất cả các đồng chí khác.

Cho tới một ngày người ta bắt trọn gia đình anh gồm có cha mẹ già, em gái và đứa em trai út của anh mới 11 tuổi đầu;

buộc anh phải đầu hàng, anh mới chịu xuôi tay làm theo ý muốn của chính quyền. Tình cảm của gia đình vẫn nặng trĩu trong lòng anh, dù anh đã thề trước bàn thờ Tổ quốc hy sinh tất cả cho tổ chức, cho lý tưởng giải phóng thân phận Việt Nam.

Anh muốn cắn lưỡi hay đập đầu vào tường giam tự tử nhưng cái chết của anh không giải cứu được cha mẹ già và các em thơ vô tội. Anh đành phải chọn một giải pháp tiêu cực đắc tội với tổ chức. Anh biết rõ căn nhà ở Gia Định nơi Châu thường lui tới và ngủ lại đêm. Dẫn công an tới đó là Châu sẽ bị bắt ngay. Anh hướng dẫn công an về xóm lao động hãng phân Khánh Hội. Đó chỉ là địa điểm liên lạc tầm thường, Đảm ép lòng hy sinh một vài đồng chí không mấy quan trọng để cứu người anh cả thân yêu của mặt trận. Anh nghĩ: hay tin nầy, Châu và toàn bộ ban lãnh đạo sẽ ẩn trốn, rút sâu vào chiến khu Miệt Thứ Cà Mau chỉnh đốn lại hàng ngũ và tiếp tục chiến đấu.

Trong bao bố ngột ngạt, Đảm nghe rõ từng cơn đau nhói của con tim. Nước mắt ứa ra, anh tưởng chừng không còn là anh nữa mà là một tên phản bội, phản đảng, một con chó nổi điên cắn lại chủ mình!

Một tên công an nói bên tai Đảm:

- Ê, đ.m. mầy nhìn mặt chỉ bậy, tụi tao bầm xác mầy ra. Cả nhà mầy ở tù mọt gông nghe rõ chưa?

Một tên khác lại đe dọa:

- Thằng Nguyễn Phan Châu thoát lần nầy, mầy phải đền mạng thay nó. Bắt được nó, tụi tao sẽ thả không những mày mà luôn cả nhà mầy. Khôn thì sống, dại thì chết nghe con.

Đảm khẳng định:

- Đây là Bộ Chỉ huy của tụi tôi. Tôi không dám gian dối.

- Tụi tao tin mầy và xin giữ đúng lời hứa.

*

Hưng từ quán cà phê lững thững trở về nhà, một bên tay nách hai ổ bánh mì, một tay cầm bốn bao thuốc lá. Thấy ánh đèn xe rọi vào hẻm sáng trưng, anh quay lại nhìn. Anh linh cảm có chuyện chẳng lành xảy tới. Nhiều ánh đèn chiếu rực con hẻm, tiếng động cơ phá tan yên tĩnh của xóm lao động về đêm. Hưng vừa cắm đầu chạy vừa ngoái cổ nhìn chừng về phía sau:

- Chắc chắn là có bố ráp.

Anh chạy vòng ra sau hè, tông cửa hậu phóng vào nhà báo động:

- Trốn mau lên.Có bố ráp.

Châu đang ngồi viết tài liệu nghe tiếng Hưng ngước lên trầm tĩnh hỏi:

- Chuyện gì vậy Hưng?

Chương và Duyệt dừng tay quay ronéo, tròn xoe hai mắt nhìn Hưng. Hưng giục:

- Thoát nhanh lên! Bố… bố ráp!

Châu vẫn bình tĩnh:

- Chắc không em?

- Nhiều xe cảnh sát chạy vào hẻm. Chắc là… có bố ráp rồi. Thoát nhanh lên, anh Hai.

Chương, Duyệt cuống cuồng thu dọn giấy tờ vung vãi khắp nơi. Châu khoát tay bảo:

- Bỏ hết lại đây. Thoát thân trước đã.

Mọi người chạy theo Hưng thoát ra cửa sau. Tiếng chó sủa vang dội vọng vào. Đảm bị bắt đã lâu, anh không ngờ cơ sở tầm thường này lại được Châu chọn làm địa điểm soạn thảo và in tài liệu.

Có tiếng đập lên hai bên vách nhà báo động:

- Có bố ráp! Bố ráp! Chạy trốn nhanh lên các ông ơi!

- Lính bố kìa các ông ơi! Trốn lẹ lên!

Bà con hai bên nhà đã biết từ lâu hoạt động bí mật của bọn Châu. Họ chưa biết rõ đó là ai, tổ chức nào: Việt Cộng hay "tổ chức phản động"? Họ chỉ đoán chừng bọn Châu chống lại chính phủ hiện hữu và như vậy là bọn họ có cảm tình và gián tiếp bao che.

- Lội qua con rạch, chạy sang bên kia là thoát. Mau lên!

- Có đường tắt ra Bến Vân Đồn. Các ông xuống bến sông mướn ghe qua bên kia là thoát nạn. Mau, mau lên!

Hưng theo lời điềm chỉ của đồng bào dẫn Châu, Duyệt, Chương càng lúc càng xa cơ sở hoạt động.

Cả xóm lao động bị bao vây. Mấy trăm thanh niên, đàn ông bị gom lại tại sân vận động và Đảm bắt đầu làm việc. Xe công an mở đèn chiếu sáng cả một vùng.

Đảm nhìn mặt từng người run rẩy đứng trước mặt mình. Gần một trăm người qua rồi, anh vẫn lắc đầu.

Anh nghe rõ lời đe dọa gầm gừ bên tai:

- Tổ mẹ mầy. Chưa có đồng bọn của mầy à? Thằng Châu chưa xuất hiện à?

Đảm thấp giọng:

- Chỉ là đồng bào vô tội!

- Hừ! Nếu chỉ toàn là người vô tội thì tụi tao sẽ trị tội mầy và cả gia đình mầy.

Đảm vừa lo sợ cho gia đình mình vừa sung sướng. Bất giác anh mong mỏi đừng có một đồng chí nào lướt ngang qua đôi mắt anh. Lương tâm cách mạng hay ít ra nhân tâm của chính anh không cho phép anh gật đầu trước một người dân không dính dáng tới chính trị. Họ chỉ là dân lao động có cuộc sống riêng và chỉ là nạn nhân của các tham vọng chính trị, của bã lợi danh quyến rũ, dơ bẩn.

Viên trung tá chỉ huy cuộc bố ráp sốt ruột, rút súng kề sát vào tai Đảm, nghiến răng:

- Không bắt được Châu và đồng bọn, tao cho mầy ăn "kẹo đồng" ngay tại đây.

Đảm vẫn lắc đầu. Số người còn lại thưa dần. Đảm nghe cái chết càng lúc càng đến gần mình hơn. Người cuối cùng sắp trình diện trước mắt Đảm. Đám đông đang dồn ánh mắt thân thương và cảm phục vào anh. Người ấy vừa bước ra khỏi đôi mắt Đảm, một phát súng nổ vang dội. Đảm quỵ xuống, từ từ ngã ngửa ra đất. Bao bố vẫn trùm kín mặt mũi anh. Không ai biết anh. Anh đi vào hôn mê. Hồn anh rời khỏi thân xác cát bụi bay theo các đồng chí đang trên chiếc thuyền con băng qua sông Ông Lãnh.

Giữa đám đông có tiếng nức nở len lén cất lên hòa lẫn vào tiếng hò hét vang dội của nhân viên công lực.

***

Tất cả cơ sở hoạt động ở Sài Gòn, Chợ Lớn, Gia Định và các vùng lân cận đã bị động hoàn toàn. Khá đông cán bộ bị bắt, trong đó có một số nòng cốt. Bộ phận ấn loát ở Bà Quẹo và Xóm Gà tan rã, máy móc bị tịch thu. Gần một nửa cơ sở kinh tài nằm trong các hãng xưởng tư nhân lọt vào mắt công an, nhiều Mạnh Thường Quân vào tù.

Phó Tổng giám đốc Cảnh sát – Công an Hay xua toàn bộ lực lượng bủa vây lùng bắt Châu. Nhiều giải thưởng giá trị được tung ra đổi lấy cái đầu của Châu. Mặt trận Dân tộc Tự quyết lùi vào sát chân tường. Hoạt động tê liệt. Tinh thần cán bộ sa sút trầm trọng. Một ít đồng chí rời bỏ hàng ngũ hoặc ra đầu thú.

Tòa Đại sứ Mỹ đặc phái điệp viên bắt liên lạc với Châu. Anh hay tin nhưng không xuất hiện. Anh quả quyết đó là cái bẫy của đại sứ Ca-bốt-lốt. Tiếp xúc với "quan thái thú" ấy không phải là lối thoát của tình hình trước mắt, cũng không phải là chiến thuật của mặt trận do anh lãnh đạo. Mỹ biết rõ đường lối của anh. Trong lúc anh hô hào, cổ vũ chính nghĩa của một nước

Việt Nam phi liên kết với cả Nga lẫn Mỹ thì Hoa Kỳ đang muốn đổ quân vào chiến trường miền Nam càng sớm càng tốt. "Quan thái thú" Mỹ chiêu dụ anh về với Diệm, với Quốc gia và nếu anh thất bại, ông ta sẽ đem Châu nộp cho chính quyền.

Mặt trận Giải phóng miền Nam ngày càng phát triển mạnh. Cán bộ nằm vùng nổi dậy hoạt động tích cực ở các thành phố, nhất là Sài Gòn. Lửa chiến tranh tái phát, đạn bom bắt đầu rơi, nổ ở thôn quê. Chương trình "ấp chiến lược" được chính phủ triển khai khắp nước và đem lại nhiều kết quả khả quan. Thành ủy Cộng sản móc nối với Châu, yểm trợ Châu tiếp tục lũng đoạn tiềm lực của phe Quốc gia. Châu cũng từ chối nốt. Mặt trận của anh không phải là thứ tay sai của Cộng sản, công cụ của Mặt trận Giải phóng miền Nam.

Con đường lý tưởng cho dân tộc Việt Nam anh đã chọn và quyết tâm theo đuổi đến hơi thở cuối cùng. Dù có thất bại, anh và các đồng chí trung kiên vẫn hãnh diện và mãn nguyện.

Không thể ở lại Sài Gòn được nữa, Châu tạm thời lui về Hậu Giang tìm cách liên kết với các lực lượng tôn giáo, nhất là giáo phái Cao Đài ở miền Đông, cố gắng giác ngộ họ theo về và phục vụ cho đường lối Dân tộc Tự quyết. Đối với lực lượng Bình Xuyên đang chiếm đóng vùng Rừng Sác, Châu không đặt thành vấn đề móc nối liên lạc vì anh quả quyết Bảy Viễn vẫn cưu mang tham vọng làm lãnh tụ, lật đổ Ngô Đình Diệm để nắm lấy chính quyền. Châu chê Viễn tham lam, con người yêu nước quá khích nhất là tính chất "anh hùng võ hiệp" của ông.

Trên đường xuống Chợ Mới, Châu ngồi trên xe cạnh Hưng lái chiếc Jeep loại thùng bằng gỗ đánh bóng, phía băng sau có Đồng, Hải và Duyệt.

Châu vẫn với nét mặt tươi vui, dặn dò Hưng:

- Trở về Sài Gòn, em thường lui tới với Tuyền, an ủi em nó, đừng để Tuyền bơ vơ tội nghiệp. Anh sẽ lo gầy dựng cơ sở làm ăn dưới nầy. Bao giờ xong anh sẽ gọi Tuyền xuống dạy học với anh.

Hưng tăng thêm tốc lực:

- Chưa chắc Tuyền có chịu rời Sài Gòn không?

- Tại sao?

- Tuyền nó không dễ sống xa thằng Hà.

Nghe nhắc tới Hà, Châu thở ra:

- Anh thương Hà lắm. Nó là học trò ruột của anh. Chuyện đáng tiếc xảy ra làm anh ân hận quá. Tuy nó đã hiểu đó không phải là lịnh của anh, nó không còn hiểu lầm anh nữa, nhưng anh vẫn chưa vui trọn vẹn trong tình nghĩa thầy trò.

Duyệt góp ý:

- Mình không đem Tuyền theo, theo em, là một sai lầm rất có hại cho đời Tuyền. Để Tuyền trơ trọi một mình, Hà sẽ lân la, lui tới dụ Tuyền rời bỏ hàng ngũ.

Hưng nhìn mặt Duyệt trong kiếng chiếu hậu:

- Tất cả anh em trong bọn đều biết rõ Hà không phải thằng đểu. Nếu nó yêu Tuyền chân thật và muốn sống với Tuyền, tôi tưởng chuyện đó không có gì sai trái hết. Dù sao Tuyền cũng là đàn bà, con gái, nó ở lại tiếp tục chiến đấu với anh em hay thoát ly đi lấy chồng, lập gia đình thì cũng dễ hiểu thôi. Thiếu Tuyền, chúng ta vẫn chiến đấu và không ảnh hưởng gì tới cuộc cách mạng chúng ta đang theo đuổi.

Hải nói bâng quơ:

- Lấy một người chồng không đồng lập trường, chí hướng với mình, người vợ không có hạnh phúc trọn vẹn.

Hưng cãi:

- Điều đó không phải là một quy luật trong hạnh phúc lứa đôi. Tình yêu có tiếng nói riêng của nó. Chánh trị kết hợp tình đồng chí chớ không là một giải toán của phạm trù tình yêu.

Đảng Cộng sản chủ trương hôn nhân phải kết hợp giai cấp. Vợ chồng đảng viên bị bắt buộc xem nhẹ tình yêu cá nhân và tôn thờ tuyệt đối tình yêu đối với Đảng và Bác. Thứ tình yêu và loại hôn nhân đó chỉ là cái máy "sản xuất" nhi đồng, "sản xuất" cháu ngoan Bác Hồ và cũng là một sự kết hợp để giải quyết khủng hoảng sinh lý mà thôi.

Đồng chồm tới vỗ mạnh lên vai Hưng, cười ngất:

- Hay! Hay lắm! Không ai ngờ Hưng nhà ta hôm nay lý luận vững vàng, quá hay ho như vậy! Đúng là cóc mở miệng!

Hưng so vai:

- Tất đều nằm trong các tài liệu học tập do anh Hai soạn thảo. Đọc nhiều mình sẽ thấm và từ đó mình sáng tạo cách suy diễn theo tư duy của mình.

Châu mỉm cười, nhìn Hưng với ánh mắt trìu mến. Anh gật gù:

- Anh hoàn toàn đồng ý với em, nhưng có mỗi một điều anh ngay ngáy lo sợ cho Tuyền là gia đình Hà không chấp nhận Tuyền vì Tuyền mồ côi, theo cách mạng và có hai anh theo Cộng sản. Tuyền tâm sự nhiều với anh về sự dan díu giữa nó và Hà. Lửa gần rơm nguy hiểm lắm. Lỡ Tuyền nhẹ dạ để Hà ăn nằm rồi mang thai. Chuyện gái trai lỡ dại với nhau, mình nên cảnh giác, đề phòng. Vì hoàn cảnh trái ngang, Hà lấy vợ bỏ Tuyền bụng mang dạ chửa, chừng đó biết Tuyền có đủ can đảm sống chờ ngày khai hoa nở nhụy nuôi con hoang hay không?

Duyệt nghiêm giọng:

- Nếu trường hợp ghê tởm ấy xảy ra, chỉ còn cách là xử tử thằng Hà thôi!

Hưng lớn tiếng:

- Lại xử tử nữa rồi! Mấy người làm cách mạng chỉ nghĩ tới chuyện giết người. Sát nhân có phải là chiến lược, chiến thuật đưa tới thành công hay không? Lòng nhân đã bị tiêu diệt trong lương tâm và lương tri của người làm chánh trị và cách mạng rồi chăng?

Duyệt chống trả:

- Vậy phải làm sao trong hoàn cảnh đau thương của một người con gái bị lừa gạt và bỏ rơi?

- Hoàn cảnh đó chưa xảy ra thì đừng hăm he giết chóc! Tại sao chúng ta không tìm một giải pháp tốt đẹp hơn?

- Giải pháp nào tốt đẹp hơn đâu, Hưng thử đưa ra coi?

Hưng đập mạnh lên tay lái. Chiếc xe hơi chao động. Anh hoàn toàn tin tưởng Hà – người bạn học anh yêu quý nhất. Dù Hà chưa hề nói cho anh biết quyết định dứt khoát của Hà ở cuối đường nghịch cảnh, anh vẫn cả tin nơi người bạn cố tri ấy. Chuyện dan díu ngày xưa giữa Nguyệt và Hà – anh biết rất rõ – không làm vẩn đục tình yêu của anh và Nguyệt, không làm suy giảm một chút nào cảm tình sâu đậm của anh đối với Hà. Là con người thực tế, chất phác, Hưng chỉ căn cứ vào tình cảm hiện tại của Nguyệt dồn hết vào tim anh.

Lần Hà bị bắt, đe dọa thủ tiêu, Hưng nổi giận đòi đánh nhau với Đức và đòi Châu phải có thái độ, nếu không, anh sẽ tức khắc bước ra khỏi mặt trận. Từ sau ngày đó, Hưng không nhìn mặt Liên nữa. Anh cho hành động đó không đúng với đường lối cách mạng của mặt trận.

Châu khoát tay ngăn mọi người lại:

- Các chú đừng nóng nảy, cãi vã nhau nữa. Anh có cách giải quyết vấn đề nầy.

*

Anh ngồi lặng yên, phóng tầm mắt về phía trước. Cảnh vật hai bên đường chạy giật lùi vun vút với tiếng gió rít qua khung cửa kính. Đồng lúa chín bát ngát trải dài, ngút ngàn. Từng đoàn thợ gặt rạp người trên ruộng nước xoay tròn theo trớn xe lao thẳng tới. Những lũy tre xanh bọc kín mái nhà bốc khói lững lờ cuốn hút tầm mắt những kẻ đi tìm một chân trời mới cho quê hương yêu dấu. Châu căng phổi hít mạnh, hương thơm lúa chín làm anh say sưa ngây ngất. Anh yêu vô cùng nông dân hiền lương, chất phác. Anh ôm trọn vào lòng lũy tre xanh với mái nhà tranh thở khói cơm ngon. Đất nước này là của anh, nhân dân này là của anh, tất cả chung quanh đều là của anh. Vậy mà anh và người đồng chủng với anh không có quyền định đoạt vận mệnh của Tổ quốc và của chính bản thân mình. Hơn mười thế kỷ qua và hiện tại, Mẹ Việt Nam vẫn cứ mãi ốm đau vì bị ngoại nhân chà đạp, dày vò rách nát, tả tơi!

Châu chớp mắt, hai ngấn lệ ứa ra. Hưng liếc thấy khẽ hỏi:

- Chuyện gì vậy anh Hai?

Châu lắc đầu gượng cười:

- Không, không có gì hết

- Anh khóc?

- Gió làm anh cay mắt.

Châu quay sang, nghiêm giọng:

- Về, em nhắc lại Hà ý kiến của anh, anh không muốn cấm cản Tuyền yêu nó và muốn lập gia đình với nó. Không ai cấm được tình yêu và chánh trị không thể xen vào tình yêu. Nếu nó và Tuyền thực sự yêu nhau, hai đứa, nhứt là Hà nên có thái độ dứt khoát. Đừng kéo dài tình trạng lững lờ nầy nữa.

Hưng chau mày:

- Thái độ dứt khoát? Là sao?

- Hoặc nên quên nhau, xa nhau, hoặc cưới hỏi nhau, càng sớm càng tốt. Hà phải thắng thành kiến gia đình tiến tới hôn nhơn chính thức. Hai đứa đều đã trưởng thành, tụi nó có quyền quyết định chuyện lứa đôi. Nếu Hà đồng ý, tổ chức sẽ đứng ra lo đám cưới cho hai đứa nó.

Đồng góp ý:

- Đúng vậy, tổ chức đã gả cưới nhiều cặp rồi. Kinh nghiệm có thừa.

Duyệt lại chống đối:

- Tổ chức chỉ đứng ra gả cưới, lo đám cưới cho người trong cùng tổ chức mà thôi.

Hưng giảm tốc lực, tấp xe vào lề thắng đứng lại. Anh xoay người ra sau trợn mắt hỏi Duyệt:

- Duyệt, mầy muốn gì hả?

Duyệt rùn vai:

- Tôi chỉ nói theo điều lệ của tổ chức thôi. Tôi không muốn gì khác.

Hưng đưa nắm tay tới trước, nghiến răng:

- Mầy mượn điều lệ tổ chức để thỏa mãn lòng tự ái thấp hèn của mầy. Nếu tao không lầm thì mầy để ý yêu trộm Tuyền, ganh ghét thằng Hà, không muốn hai đứa tụi nó lấy nhau để còn nuôi một chút hy vọng nào đó nơi Tuyền. Mầy là một người thiếu đạo đức cách mạng.

Duyệt ngã người về phía sau tránh cú đấm của Hưng có thể bay vào mặt anh:

- Không… không bao giờ tôi có ý nghĩ bậy bạ đó. Hưng không nên vu cáo tôi như vậy.

Hưng muốn tấn công mạnh hơnnữa nhưng Châu đã can thiệp:

- Thôi, các chú im đi. Không được cãi vã vô kỷ luật nữa. Anh sẽ dàn xếp êm đẹp mọi chuyện. Hưng, tiếp tục lái xe đi em.

Hưng ném vào mặt Duyệt cái nhìn hằn học, phóng xe bay tới trước. Mọi người bị giật ngược về phía sau.

Châu thở ra:

- Anh rất lo ngại cho ngày mai của tổ chức. Rủi một mai

anh bị bắt hay bị giết, ai sẽ xứng đáng thay anh nắm mối giềng của mặt trận? Chúng ta phải tự giác nhận ra rằng đa số cán bộ chúng ta chưa được đào tạo hoàn chỉnh về mặt đạo đức cách mạng. Chúng ta còn yếu lắm!

Hưng gằn giọng:

- Chỉ có một thiểu số thôi. Chúng ta nên can đảm gạt bỏ, lọc lựa những cặn bã đó ra để trong sạnh hóa hàng ngũ.

Không để ý câu nói của Hưng, Châu đưa chỉ thị:

- Trước tình hình bất lợi hiện tại, chúng ta tạm ngưng hoạt động chớ không phải chấm dứt cuộc chiến đấu. Chúng ta rút vào bóng tối, im lặng để chấn chỉnh hàng ngũ và huấn luyện, đào tạo cán bộ. Một tiềm lực mới mẻ sẽ xuất phát vào một ngày thuận lợi. Tinh thần chiến đấu kiên cường, niềm tin tất thắng, lập trường chống ảnh hưởng ngoại bang và ý chí tự lực, tự cường phải luôn luôn cháy sáng rực rỡ, nung nấu cao độ trong khối óc và trong trái tim của mỗi cán bộ chúng ta. Cứ theo ánh sáng đó mà đi tới, lao thẳng tới không mệt mỏi, không chán nản. Anh chị em hãy tha thiết với vận mệnh của Tổ quốc, dân tộc Việt Nam nghèo khổ, bất hạnh nầy. Anh chị em hãy yêu người dân hơn cả bản thân mình. Chúng ta chiến đấu đến hơi thở cuối cùng, tới đồng chí sau chót, làm sao cho thế giới hiểu được ước nguyện bình thường của nhân dân Việt Nam chỉ nằm gọn trong yêu cầu nhỏ bé, là các đế quốc hãy để yên cho người dân Việt Nam giải quyết và định đoạt số phận của chính họ. Ngoại bang đừng can thiệp vào bản đồ hình chữ S nầy nữa; đừng ủng hộ, yểm trợ những tên bán nước, cúi đầu làm tay sai cho ngoại nhân để thỏa mãn tham vọng chánh trị đen tối của chúng, đưa đẩy thanh niên Việt Nam vào chiến tranh chết cho chủ nghĩa của chúng, chết cho thí nghiệm vũ khí giết người của chúng.

Mọi người nín lặng, chăm chỉ lắng nghe những lời nhắn gửi chân thành của Châu, tưởng chừng như tiếng kêu rống của Hồn thiêng Tổ quốc, tiếng rên siết của Mẹ Việt Nam, tiếng gầm thét của núi, của sông vang dội, rung chuyển cả đất trời.

Giọng anh trầm xuống:

- Lần lẩn trốn nầy không giống như những lần trước đây.

Hải chồm tới hỏi khẽ:

- Sao lại khác hả anh?

Một phút im lặng, Châu giải thích:

- Hoạt động của ta càng mạnh, càng kiến hiệu, chánh quyền càng săn đuổi ta ráo riết và cái đầu của anh càng dễ rơi vào tay thằng Hay. Mạng sống của anh đang bị đe dọa trầm trọng nhưng anh không sợ hãi, không nhục chí. Bị bắt, bị giết chết, anh cho đó như lần cuối cùng anh đi công tác không trở về nữa. Được chết trong sứ mạng, người chiến sĩ còn gì vui sướng, hãnh diện hơn?! Anh ngã xuống, các đồng chí sẽ đứng lên thay anh và tiếp tục hoàn tất đoạn đường còn lại của Chủ nghĩa Dân tộc Tự quyết.

Hưng nghiêng sang hỏi nhỏ:

- Anh Hai, anh đã chọn ai kế tục anh chưa?

- Có rồi!

- Ai? Có phải anh Võ không?

- Anh sẽ cho biết sau.

Xe rời Bắc Cần Thơ chạy về hướng Long Xuyên. Mọi người im lặng, tập trung tâm tưởng vào những điều Châu vừa gửi gắm tới các đồng chí trung kiên của mình.

*

Hưng nghe lòng buồn rười rượi. Anh lo sợ nhiều cho Châu, và anh càng lo sợ nhiều hơn cho tương lai của Mặt trận Dân tộc Tự quyết một mai Châu không còn hiện hữu bên cạnh anh em nữa. Bỗng dưng, anh linh cảm tiễn đưa Châu đi trốn lần này sẽ là lần sau cùng. Châu sẽ bị bắt và anh sẽ bị kẻ thù giết chết. Hưng chưa tìm thấy trong ban lãnh đạo mặt trận một cán bộ nào có thể thay thế Châu. Chỉ có Võ tương đối làm được việc ấy nhưng theo Hưng, Võ hãy còn quá trẻ, tài có, kinh nghiệm có song tính nóng nảy và mang đầu óc "địa phương chủ nghĩa". Người cùng tỉnh Bình Định với anh được đối xử đặc biệt hơn người Nam hay Bắc. Võ lập được nhiều thành tích nhưng không được lòng các đồng chí Bắc, Nam. Hưng tin Võ sẽ kế tục sự nghiệp cách mạng của Châu, tuy nhiên, Hưng vẫn không hài lòng và lo sợ cho ngày mai của mặt trận đã thiếu mất Châu.

Chia tay nhau, Hưng ôm chặt Châu, nghẹn ngào:

- Anh rán giữ mình, đừng ỷ y quá mà thọ nạn. Đừng tin ai hết nghe anh. Anh có mệnh hệ nào, hàng ngũ sẽ tan rã và lý tưởng của anh, của anh em sẽ mai một.

Châu vỗ lưng Hưng, trấn an:

- Không sao đâu, em đừng quá lo sợ cho anh. Chẳng lẽ số mạng anh quá ngắn ngủi hay sao! Cho dù rủi anh có ngã gục thì... các anh em vẫn phải tiếp tục tiến theo con đường chúng mình đã vạch ra cho tương lai đất nước và hạnh phúc của nhân dân. Kẻ thù chính không phải là Diệm hay bất cứ ai đi sau Diệm mà chính là Cộng sản. Nếu Mỹ nhảy vào vòng chiến, Cộng sản sẽ thắng và toàn bộ đất nước nầy sẽ bị nhuộm đỏ. Anh lo sợ quá! Sống dưới chế độ Cộng sản, người dân sẽ cùng khổ, nghèo đói và mất hết tự do. Anh có đủ yếu tố cơ bản ước đoán thảm họa của dân tộc Việt Nam nếu miền Nam lọt vào tay chánh quyền Hà Nội.

Châu đẩy nhẹ Hưng ra, dặn dò lần cuối:

- Em trở về Sài Gòn nhớ thường xuyên lui tới với Tuyền, tìm lời khéo léo xây dựng Tuyền trước cuộc tình bế tắc giữa nó và Hà. Em nói với Hà rằng nếu muốn cưới Tuyền thì nó hãy quyết định càng sớm càng tốt. Anh sẽ tìm cách giúp hai đứa nó. Bằng không, anh sẽ đem Tuyền về dưới nầy tiếp tục con đường Tuyền đang theo. Anh thương Tuyền như em ruột, anh không muốn đời con gái của Tuyền bị dang dở vì một phút yếu lòng.

Hưng cam kết sẽ làm đúng lời Châu dặn. Anh hỏi thêm:

- Ngoài ra anh còn điều gì khác dặn dò nữa không?

Châu cúi đầu ngẫm nghĩ, đoạn móc túi trao qua tay Hưng phong bì dán kín:

- Anh định chưa đưa cho em phong bì nầy ngay bây giờ, nhưng anh sợ…

- Sợ gì hả anh?

Châu ngước nhìn lên, thở ra:

- Anh sợ có khi… trễ mất. Nầy Hưng, em giữ nó thiệt kỹ, nhớ đừng bóc ra xem khi chưa có tin gì cụ thể về mạng sống của anh. Chỉ khi nào các em đã biết chắc anh chết rồi, các em mới được mở ra xem những gì anh ghi bên trong. Anh còn bị giam, các em cũng phải để nguyên phong bì, em nghe rõ chưa?

Nhìn phong bì màu vàng nhạt, Hưng cau mày:

- Anh ghi gì bên trong?

- Bí mật của đời anh. Em không cần biết bây giờ. Sau cái chết của anh nó mới có đầy ý nghĩa. Thôi, em lái xe trở về đi. Chúc em thượng lộ bình an. Khi được tin anh nhắn, em hãy trở xuống đây gặp anh. Nhớ cất kỹ phong bì, đừng làm mất.

Hưng ngoái cổ nhìn từng chặp ra sau. Xe chạy đã xa, Hưng nhìn lên kiếng chiếu hậu thấy Châu vẫn đứng nguyên tại chỗ vẫy tay chào. Bóng anh nhỏ dần rồi mất hút sau khúc quanh.

Hưng nghe lòng mình chất ngất tủi buồn. Rời xa Châu, anh tưởng như đã bỏ rơi người anh cả thân thương đang ở giữa vòng vây của kẻ thù. Mắt anh nhòa lệ. Con đường liên tỉnh trước mặt dài hun hút nhảy múa chặp chờn trong ráng chiều cuối thu.

Chương kết

Chính phủ Ngô Đình Diệm bị lật đổ. Anh em Diệm – Nhu bị thảm sát bên trong nhà thờ Cha Tam. Mỹ chủ trương bắt ép Diệm – Nhu lưu vong, tị nạn tại Hoa Kỳ hay ra lệnh cho Hội đồng Quân nhân Cách mạng giết chết cả hai tại trận? Không ai rõ bí mật này. "Quan thái thú" Ca-bốt-lốt cải chính, biện hộ lộn xộn ráo nước bọt rằng Mỹ hoàn toàn không hay biết gì về nguyên nhân cái chết của anh em Diệm – Nhu và Tòa Bạch Ốc lấy làm tiếc về cuộc thảm sát đó!

Nhưng có một điều rõ ràng nhất khiến dư luận Quốc gia và quốc tế có thể khẳng định ai đã giết Diệm – Nhu; đó là ngay sau khi chính quyền Diệm sụp đổ và Hội đồng Các tướng lãnh – đứng đầu là Đại tướng Dương Văn Minh – nắm quyền quản lý miền Nam Việt Nam, quân đội và cố vấn Mỹ ngày thêm đông đảo tại đây. Đồng thời, áp lực Mặt trận Giải phóng miền Nam của Nguyễn Hữu Thọ, Huỳnh Tấn Phát càng đè nặng lên khắp lãnh thổ. Tổng thống Mỹ John F. Kennedy trao cho Tham mưu trưởng Quân lược Viễn chinh Hoa Kỳ Westmoreland lá bài trắng toàn quyền hành động ở Nam Việt Nam, để biến vùng đất này trở thành một tiền đồn chống Cộng trong vùng Đông Nam Á.

Hà và Công xin từ nhiệm. Công chỉ là cán bộ không biên chế. Hành động đột ngột của anh không bị để ý. Anh xin vào làm công nhân khuân vác hành lý ở Hàng không Việt Nam. Còn Hà – đã là một công chức chính ngạch, có thành tích chống Cộng được ban thưởng huy chương, anh bị cơ quan an ninh của Bộ Thông tin cật vấn:

- Tại sao anh xin thôi việc ngay sau khi Diệm bị lật đổ?

Hà tự biện hộ:

- Hai việc ấy không dính líu gì với nhau. Chỉ là một ngẫu nhiên, trùng hợp.

- Anh có chân trong Đảng Cần lao của Nhu?

- Không! Không tin, ông cứ điều tra. Tôi chỉ là một công chức thuần túy.

- Vậy tại sao anh nghỉ việc?

- Tôi yêu báo chí, văn nghệ. Tôi muốn trở thành cây viết chuyên nghiệp, sống trăm phần trăm bằng ngòi bút của mình.

- Vô chánh ngạch không phải dễ. Có người làm việc cả đời chưa nhập ngạch được. Anh không tiếc ngạch trật khá cao của anh sao?

- Tôi không có đầu óc quan lại. Tôi muốn làm một văn nghệ sĩ thuần túy. Vừa làm báo vừa làm công chức, bạn bè đồng nghiệp gọi tôi là "quan văn nghệ". Tôi không thích xú từ ấy.

Chánh văn phòng Bộ Thông tin Lý Quý Phát cho Hà một "ân huệ" về suy nghĩ kỹ trong một tuần, nếu Hà vẫn giữ nguyên quyết định, ông sẽ ký giấy thôi việc cho anh. Hà sốt ruột chờ đợi tuần lễ qua nhanh và trở lại nhận giấy từ nhiệm.

Muốn trở thành ký giả, nhà văn chuyên nghiệp là ước mơ chính của Hà từ lâu, nhưng lý do thôi việc của anh còn do nơi tình hình đất nước và quan điểm chính trị của anh nữa. Đối với anh, dù mang tiếng là "gia đình trị", độc tài, đảng trị,… – Diệm là một nhà ái quốc, ít nhiều có tinh thần quốc gia cực đoan, chống lại sự khống chế của đồng minh và Nhu là một chiến lược gia chống Cộng tài giỏi. Chế độ Quốc gia vững mạnh đủ sức ngăn chặn sự bành trướng của vết dầu loang Cộng sản miền Bắc qua mặt nạ Mặt trận Giải phóng miền Nam. Dù bị lung lạc bởi chủ thuyết của Nguyễn Phan Châu, Hà vẫn tin tưởng nhà Ngô là con đê khá vững chắc ngăn giữ cơn nước lũ Cộng sản tràn vào đồng ruộng miền Nam phì nhiêu, giàu mạnh. Nghe tới những tên tướng lĩnh: Dương Văn Minh, Nguyễn Văn Khánh, Nguyễn Văn Thiệu, Nguyễn Cao Kỳ, Cao Văn Viên, Tôn Thất Đính,… Hà bĩu môi, cười khẩy. Họ là ai? Họ là lính khố xanh, khố đỏ của Pháp, được đào tạo trong các quân trường của các đế quốc. Khả năng chính trị của họ được bao năm mà nắm quyền cai trị đất nước? Họ chỉ là những con rô-bốt cử động theo các nút bấm của Mỹ. Hà mất niềm tin nơi chế độ Quốc gia sau cái chết thảm của anh em Diệm – Nhu. Anh đã thấy nguy cơ Cộng sản đe dọa cái thế chính trị của miền Nam trước sự đổ quân ào ạt của quân lực Mỹ. Biện hộ tài giỏi đến đâu, phe Quốc gia cũng khó lòng đánh bại được "chính nghĩa chống ngoại xâm" của Mặt trận Giải phóng miền Nam!

Hà học hỏi, rèn luyện ngòi bút của mình và sớm trở thành một ký giả, nhà văn nổi tiếng. Đa số bài báo, truyện ngắn, truyện dài của anh đều mang nội dung phản chiến, chống chiến tranh, kêu gọi yêu thương và khóc than cho thân phận con người Việt Nam.

Các đồng chí của Châu đổ xô đi tìm gặp Hà, cổ vũ Hà phát huy mạnh thêm nữa tư tưởng dân tộc và nhân ái đó. Đọc bài, truyện của Hà, Tuyền càng yêu Hà hơn. Nàng càng mạnh dạn tự hào mình đã chọn đúng người yêu lý tưởng.

Anh chơi thân với hai soạn giả ca kịch nổi danh Hà Triều – Hoa Phượng. Căn lầu của Hà Triều nằm trên đường Trần Quốc Toản là "tổ quỷ" của các bạn thân. Hà thường mượn "tổ quỷ" này đưa Tuyền về tâm sự, nhưng giữa hai người chưa một lần phạm tội. Gặp nhau, Tuyền – Hà chỉ dám ôm ấp, âu yếm nhau rồi chia tay nhau. Tuyền bị kích thích mãnh liệt, vẫn nén lòng hỏi Hà: "Có bao giờ anh nghĩ tới niềm sung sướng tuyệt đỉnh của anh khi em hiến dâng trinh trắng cho anh sau đêm đám cưới không?". Hà dằn ép cơn mê sảng xác thịt, mỉm cười gật đầu: "Có, luôn luôn anh ước mơ điên cuồng giờ phút thiêng liêng đó. Anh sẽ chết giữa cuộc giao hoan và đó là hạnh phúc tuyệt đối của một người tình!"

Những lời tương tự lặp đi lặp lại nhiều lần trong nhiều cuộc gặp gỡ, và Tuyền vẫn còn là trái cấm. Bạn bè, nhất là Hà Triều, đều quả quyết hai người đã ban tặng cho nhau phút giây tuyệt vời của thể xác. Chỉ có Hà và Tuyền biết rõ hơn ai hết chuyện thầm kín của cuộc tình nóng bỏng, gắn bó đó.

Dù không có mặt Tuyền, Hà vẫn mượn nhà Hà Triều viết bài vở cho các báo. Anh ít về nhà cha mẹ. Cuộc sống của một văn nghệ sĩ đã lôi Hà ra khỏi nề nếp của một người bình thường. Hà Triều chỉ có mặt ở nhà ban đêm, ban ngày anh bận tập tuồng ở đoàn hát, la cà hết quán cà phê này đến quán khác. Đôi khi anh theo chân đoàn hát lưu diễn ở khắp các tỉnh Hậu Giang hoặc miền Trung. Mật hiệu của "gạt-xông-nhe" thật đơn giản: cửa sổ mở là có người sử dụng, cửa đóng kín là nhà trống – anh em cứ tự nhiên sử dụng. Mỗi người có chìa khóa riêng. Trước khi trả nhà, kẻ sử dụng phải dọn dẹp sạch sẽ, ngăn nắp và nhớ đừng quên đóng của sổ, nhường "căn cứ địa" lại cho người khác. Tới tháng, anh em "công ty" nhau trả tiền nhà, điện nước. Hà sử dụng nhiều nhất, anh gánh chịu gấp đôi phần chi phí.

Đang viết dở feuilleton cho báoDân Ta, Hà chợt nghe có tiếng gõ cửa. Ngừng tay, anh ngước lên cau mày nghĩ ngợi: "Sao lại gõ cửa? Chẳng lẽ Hà Triều nó đi tỉnh trở về? Nếu người trong 'hội' thì tại sao đường đột lên gọi cửa khi biết'căn cứ' đang bị chiếm đóng?"

Tiếng gõ cửa lại cất lên và có tiếng gọi vọng vào:

- Hà ơi, Hà!

Hà xô ghế đứng lên hỏi:

- Mầy đó hả, Hà Triều?

- Không! Tao Hưng đây!

Hà giật mình chạy nhanh tới mở cửa. Hưng đứng sừng sững trước mặt anh.

- Ủa, sao mầy biết tao đang ở đây mà kiếm ra hay vậy?

Hưng đáp giọng buồn thiu:

- Tuyền chỉ!

Mắt Hà sáng lên:

- Tuyền? Có Tuyền theo mầy không, Hưng?

- Có!

- Hả? Đâu? Tuyền đâu?

Nhìn xuống cầu thang, Hưng đáp:

- Ở dưới kia!

Hà cau mày:

- Tại sao Tuyền không lên đây?

- Đang khóc. Nó rụng rời tay chân leo lên cầu thang không nổi.

- Khóc? Tại sao lại khóc? Có chuyện gì vậy Hưng?

Hà cuống lên, mặt tái xanh. Anh chạy tới đầu cầu thang nhìn xuống tìm người yêu. Không thấy Tuyền đâu, anh quay lại, rối tít:

- Tuyền… đâu rồi? Có chuyện gì vậy hả Hưng? Nói ngay cho tao biết đi.

Hưng để mặc cho Hà lắc vai mình khá mạnh. Anh cúi đầu nói khẽ:

- Một đại tang!

Hà càng mất bình tĩnh:

- Một đại tang? Tang gì và… tang của ai?

- Của tất cả anh em chúng ta!

Hà bực dọc:

- Ồ! Tao chẳng hiểu gì hết. Mầy làm tao điên lên mất.

- Anh Châu chết rồi!

Hà buông vai Hưng, lùi ra sau một bước, há hốc miệng, mắt trợn trừng. Anh nghe muôn ngàn tiếng nổ lách tách trong tai. Toàn thân anh mọc óc lởm chởm:

- Anh Hai… chết… rồi!

Tiếng nói anh chậm chạp, đứt đoạn, rời rạc, loãng ra và thấp xuống. Nước mắt ứa ra, Hưng ngước lên nhìn Hà, tức tưởi:

- Anh Châu chết… coi như tất cả đều… sụp đổ. Tao… hết muốn sống nữa!

Hà vẫn đứng nguyên, không động đậy. Tin sét đánh như búa bổ vào đầu anh. Tâm trí anh như viên sỏi đang rơi từ đỉnh núi xuống vực thẳm. Người anh yêu kính nhất trong đời không còn nữa. Ông thầy cũ mà anh quý nhất trong suốt tuổi học trò đã vĩnh biệt tất cả anh em, bè bạn thân thương trở về cát bụi. Đứa con trung hiếu của dân tộc, đất nước Việt Nam gục ngã ở nửa đường chiến đấu. Oan hồn ngậm ngùi, nuối tiếc chí hướng gãy vỡ giữa chừng!

Hà không biết mình đã khóc. Anh khẽ hỏi:

- Anh Hai… chết vì sao? Tai nạn, hay là…

- Người ta đã bắt và giết anh một cách dã man chưa từng có!

- Ai giết ảnh?

- Diệm, Mỹ!

*

Hay tin Châu trốn về Chợ Mới ẩn mặt trong một gia đình chức sắc khá cao của đạo Hòa Hảo, Tổng nha Cảnh sát – Công an đặc phái một trung đội cảm tử giả dạng thường dân đi buôn xâm nhập vào địa phương bắt sống Châu.

Trường anh dạy bị bao vây bất ngờ, anh không chạy thoát được, bị bắt sống tại lớp học. Bị giải về Sài Gòn, giam trong xà lim, tay chân bị còng. Vũ lực thất bại, người ta thất bại luôn trong kế hoạch dụ hàng, Châu dứt khoát lập trường trước vận mệnh Tổ quốc Việt Nam. Anh tuyệt thực chờ cái chết đến với mình.

Viên chức cao cấp Tổng nha Cảnh sát – Công an, trong đó có Hay, lui tới, ra vào tới tấp cửa văn phòng Đại sứ Mỹ và tổng thống Ngô Đình Diệm. Cuối cùng, bạo quyền quyết định thủ tiêu Nguyễn Phan Châu, tức Tạ Chí Diệp. Người ta trói gô Châu, bịt kín mắt, miệng, nhét anh vào bao bố chở xuống bến sông Sài Gòn, ném anh xuống tàu tuần thương cảng, đưa ra sông Nhà Bè. Dưới tàu có hai người khác là hai nhà ái quốc Ung Bảo Toàn và Vũ Tam Anh cùng bị trói và nằm trong bao bố như Châu.

Bốn, năm tên công an lực lưỡng dùng búa tài sồi đập túi bụi lên từng bao bố. Chỉ có tiếng đập vang dội còn tiếng la, hét của nạn nhân tức nghẹn văng vẳng bên trong bao bố. Nạn nhân đã chết, chúng mở dây lôi xác ra ngoài, dùng mã tấu tịch thu của Việt Cộng chặt thân thể ra làm ba đoạn: đầu, bụng và hai chân dính liền bàn tọa. Đầu được dồn riêng trong bao cát, còn thân và hai chân gói trong bao bố. Mỗi bao xác chết, chúng cột vào hòn đá nặng vài chục ký-lô, ném xuống lòng sông.

Xác Nguyễn Phan Châu, Ung Bảo Toàn và Vũ Tam Anh nằm sát đáy sông Nhà Bè mục rữa, làm mồi ngon cho tôm, cá. Máu nhuộm đỏ mặt nước, tan dần theo con nước ròng chảy xuôi ra lòng biển cả!

Hưng thuật hết cho Hà nghe cái chết thảm của Châu. Chế độ cũ sụp đổ, những kẻ chủ trương giết những đứa con yêu của Tổ quốc lủi trốn, bị bắt, bị tra tấn, bị trả thù. Cảnh cá ăn kiến, kiến ăn cá cứ tiếp tục tái diễn ngàn đời trên đất nước đau thương nầy. Lũy – một công an viên của Hay lái chiếc tàu "sát nhân" kia đã cung khai trước Tòa án Quân sự của Chính phủ Cách mạng tất cả chi tiết vụ giết người dã man ấy. Đại tá Hay được vời ra tòa trả lời về tội "giết những người Quốc gia yêu nước". Hay một mực kêu oan và đổ lỗi cho tổng thống đã chết và "quan thái thú" Mỹ đã chuyển công tác trở về "mẫu quốc"!

Hà chết sững, mắt nhòa lệ. Hình ảnh Châu bị đập bằng búa tài sồi đến chết và thân thể anh bị chặt làm ba khúc neo đá dưới lòng sông nhảy múa trong đầu Hà, gây căng thẳng thần kinh anh hơn cả lúc anh xem một phim kinh dị của Hít-cốc.

Anh ôm mặt kêu lên:

- Trời ơi! Độc ác, dã man và… tàn nhẫn quá! Tội nghiệp… anh Châu biết chừng nào!

Hưng mím chặt môi, nước mắt lăn dài trên má.

Hà hỏi trổng:

- Bây giờ phải làm sao đây?

- Tao đã có cách.

- Cách gì?

- Rồi mầy sẽ biết. Tao phải trả thù cho anh Châu.

- Bằng cách nào?

Hưng giục Hà theo mình trở xuống lầu. Hà vào phòng thu dọn giấy má, bài vở theo Hưng xuống đường. Tuyền đứng vịn tay lái xe Vespa của Hà, mặt mày ủ dột, nước mắt khô quánh còn hằn rõ trên da mặt nàng.

Hà bước tới ôm vai Tuyền, dịu dàng:

- Đừng buồn nữa em. Anh Châu chết, tuy đau đớn, nhưng anh đã chết cho ước mơ của dân tộc Việt Nam và lý tưởng cao quý của chính anh ấy.

Tuyền quay phắt lại, úp mặt vào ngực Hà khóc ngất:

- Anh Hai… chết… thê thảm quá… anh ơi!

Vuốt tóc người yêu, Hà nhìn xa xôi, gằn giọng:

- Ai cũng chết, chết già hay chết non mà thôi. Sống có ích cho người chung quanh với tình thương chân thật, với ước mơ làm được một cái gì cho người đồng chủng thì khi đã chết, cái chết của mình, dù dưới hình thức nào, vẫn đáng ca ngợi, vẫn là tấm gương sáng cho thế hệ mai sau.

Tuyền nghẹn ngào:

- Nhưng… anh Hai chết… giữa đường sứ mạng. Lý tưởng… nguyện ước chưa… đạt thành…

- Hạnh phúc con người, nhứt là con người Việt Nam, là chuỗi đấu tranh trường kỳ, dai dẳng. Nó không có biên giới và đáp số khẳng định. Làm cách mạng không phải làm ảo thuật chỉ vẫy tay là biến hư thành thực được. Cách mạng chân chính cần thời gian đủ cho nhân dân giác ngộ, trưởng thành để gặt hái trái chín hạnh phúc. Anh Châu nằm xuống không có nghĩa là con đường ảnh vạch ra sẽ bị vùi lấp, mai một. Cái chết của ảnh phải được tất cả các đồng chí trung kiên của ảnh xem như một động cơ thúc đẩy mọi người tiến mạnh, tiến xa hơn nữa trong nhiệm vụ thiêng liêng của mình.

Hưng giục:

- Tụi mình nên tới nhà gặp chị Châu bàn về lễ tống táng anh Hai.

Hà giật mình:

- Hưng, mầy vừa nói gì? Chị… Châu nào?

Hưng ngó Tuyền. Anh nhường câu trả lời cho nàng.

Hà quay sang hỏi Tuyền:

- Chị Châu nào vậy em? Anh Hai… có vợ hả?

Tuyền móc túi trao qua tay Hà thư của anh Châu nằm trong phong bì dán kín đã gửi cho Hưng dạo nào. Hà hỏi trống:

- Thư gì vậy?

Tuyền nhỏ nhẹ:

- Anh đọc qua sẽ hiểu chị Châu là ai?

Hà nhẩm đọc:

Chỉ khi nào có tin đích xác anh đã chết, các em hãy đến địa chỉ: 154/16 đường Nguyễn Văn Học tìm gặp người con gái tên Trần Ngọc Nga báo hung tin. Nga sẽ nói rõ cho các em biết Nga là ai, có liên hệ mật thiết gì với anh? Các em hãy trấn an Nga, vỗ về Nga và hết sức giúp đỡ Nga xây dựng gia đình hạnh phúc.

- Anh, Nguyễn Phan Châu -

Hà lẩm bẩm:

- Không lẽ anh Châu đã có vợ rồi sao?

Tuyền giải thích:

- Không. Chị Nga chưa phải là vợ của anh Châu. Người yêu anh Châu thì đúng hơn. Em đã gặp chị Nga và đã rõ sự liên hệ giữa hai người.

*

Nga là học trò của Châu và là con của ông bà Trần Ngọc Hoàng – một thương gia yêu nước, tài trợ rất nhiều cho Mặt trận Dân tộc Tự quyết. Thường lui tới nhà ông bà Hoàng, Châu xem Nga như em gái nhưng Nga lại yêu trộm thương thầm người thầy cũ không phải vì tình yêu thông thường giữa trai – gái, màvì Nga thấm thía chủ trương, đường lối của Châu, yêu kính Châu, xem Châu như một nhà ái quốc chân chính nhất. Tình yêu câm nín kéo dài cho tới một ngày Nga ngã bệnh tương tư. Ông bà Hoàng chạy chữa cho nàng đủ thầy, đủ thuốc vẫn không làm bệnh Nga thuyên giảm.

Một hôm, ngồi canh gác Nga, bà Hoàng nghe trong cơn nóng sảng, Nga gọi tên Châu liên tục rồi ôm mặt khóc ngất. Bà đem chuyện lạ bàn với chồng. Ông bà hoài nghi rồi tìm ra căn nguyên bệnh tình của đứa con gái yêu dấu.

Ông Hoàng đi tìm gặp Châu đề cập chuyện lòng thầm kín

của Nga. Châu ngạc nhiên không thể nào tin nổi. Ông Hoàng năn nỉ Châu đến gặp Nga để xác định bệnh trạng của nàng.

Vừa trông thấy Châu, Nga mếu khóc, quay mặt vào vách nức nở. Châu ngạc nhiên nhưng chỉ ngần ấy cử chỉ của Nga chưa đủ làm anh tin cuộc đời rỗng tuếch về vật chất, địa vị của mình lại rung cảm được một thiếu nữ giàu sang, trẻ đẹp như Nga.

Anh đến bên giường, cúi xuống khẽ hỏi:

- Nga, em đau sao vậy em?

Nga tiếp tục khóc. Ông bà Hoàng lén rút khỏi phòng để yên cho hai người.

Châu lặp lại câu hỏi, Nga nghẹn lời:

- Không… không có gì hết. Thầy đừng… để ý tới.

Châu ngồi ghé xuống giường, đặt nhẹ tay lên vai Nga, dịu dàng:

- Tại sao em khóc? Chuyện gì nan giải trong lòng em? Hãy nói cho thầy biết, thầy sẽ giúp em giải quyết.

Nga cong người lại, nói trong tiếng khóc:

- Không, không có chuyện gì hết. Em… chỉ muốn được chết… mà thôi.

- Tại sao em lại muốn chết? Em hãy nghĩ tới ba mẹ em. Em còn trẻ, tương lai còn dài, mộng đẹp của đời em…

Nga gào lên:

- Không… không… em không cần gì nữa cả. Đừng… đừng nói gì… nữa hết!

Nàng úp mặt lên gối, khóc sướt mướt. Châu nhìn người Nga chuyển động theo cơn tức tưởi. Anh lắc đầu thở dài. Ông bà Hoàng rình bên cửa theo dõi. Ông bà nhìn nhau, không ai tìm ra nổi một giải pháp.

Châu ra khỏi phòng, tiếng khóc của Nga văng vẳng bên tai anh. Ông bà Hoàng hạch hỏi, anh lắc đầu thở dài:

- Tôi không tài nào hiểu nổi. Nga đòi chết.

Bà Hoàng mếu máo:

- Trời ơi! Con tôi… đòi chết, ông ơi, con Nga nó đòi chết kìa ông ơi! Làm sao bây giờ?!

Ông Hoàng nói thẳng với Châu:

- Chú hãy cứu em nó. Chỉ có chú mới làm nó hết bịnh mà thôi.

Châu vuốt đầu nhăn nhó:

- Tôi… phải làm sao bây giờ?

Bà Hoàng nắm chặt tay Châu, khẩn khoản:

- Chú Châu, hãy cứu lấy con Nga, học trò của thầy. Nó yêu chú, yêu thầy, nếu chú cương quyết từ chối tình nó, nó dám chết lắm chú ơi!

Châu khổ tâm, không biết phải xử sự thế nào cho vẹn toàn. Từ tình nghĩa thầy trò, nay phải chuyển sang tình yêu, anh cảm thấy chính bản thân mình sẽ phạm tội vô luân. Cứu sống Nga, đối với anh là một bổn phận, nhưng cứu sống Nga bằng tình yêu, anh khiếp sợ không dám làm bổn phận đó.

Anh xin ông bà Hoàng để anh suy nghĩ kỹ trong vài ngày sẽ trở lại trả lời dứt khoát vấn đề.

Bệnh tình của Nga ngày thêm trầm trọng. Nàng không ăn uống gì cả, suốt ngày đêm khóc sưng cả hai mắt. Đúng ngày hẹn, Châu trở lại gặp riêng ông bà Hoàng. Anh giải thích rõ cuộc đời gian truân, đầy sóng gió hiểm nguy của một người thề suốt đời rượt bắt mộng ước đổi thay vận mệnh của Tổ quốc và thân phận của dân tộc. Anh không thể cưới vợ, đẻ con, sống bình thường như bao người nhiêu người chồng khác. Nga yêu anh là một sai lầm quá lớn sẽ làm hỏng mất mộng đẹp của đời nàng.

Châu cũng giải thích, chứng minh, ông bà Hoàng càng thấy rõ hơn cơn tuyệt vọng, hấp hối của con mình. Ông bà chỉ còn mỗi cách thuyết phục Châu hãy vì mạng sống của Nga đáp lại tình yêu thầm kín của nàng.

Châu khó lòng ngoảnh mặt, quay lưng lại trước cái chết dần mòn của người học trò cũ. Anh cố lách mình chen vào kẽ hở của sứ mạng cao cả đến gần Nga, vói tới, đưa tay ra lôi Nga thoát khỏi cái chết đáng thương.

Nga bình phục dần, run rẩy trong tình yêu đáp lại của Châu. Anh nói rõ cho nàng hiểu hậu quả của cuộc tình này và hỏi thẳng nàng có đủ can đảm chờ đợi đến ngày cách mạng thành công không?

Nga đáp không rụt rè:

- Em chỉ cần được anh yêu. Vậy là đủ lắm rồi. Dù có phải chờ ngày ấy đến hơi thở cuối cùng, em vẫn sẵn sàng. Ngoài anh ra, em không thể yêu và làm vợ một ai khác hết.

Châu nhắc tới cái chết có thể đến với anh bất cứ lúc nào, Nga khẳng định:

- Nếu chẳng may anh chết, em sẽ để tang anh và xem như em là bà góa phụ Nguyễn Phan Châu!

Vậy là Châu không còn gì có thể làm suy giảm ngọn lửa tình rực sáng trong tim người con gái ấy nữa. Ngày càng cất cao hơn và nóng bỏng hơn.

Hay tin người yêu bị thảm sát, Nga ngã ra bất tỉnh. Lời cam quyết ngày nào giờ đã thành sự thật. Người con gái tên Trần Ngọc Nga nay là bà góa phụ Nguyễn Phan Châu. Châu giữ kín tông tích người tình bé nhỏ đến phút chót của đời mình. Không một ai biết trước, kể cả các đồng chí trung kiên thân cận nhất.

***

Sau lễ truy điệu anh hồn Nguyễn Phan Châu trên sông Nhà Bè với chiếc xuồng có gắn máy đuôi tôm gồm: Hưng, Chương,

Hải, Đồng, Hà, Tuyền và Nga; mọi người đỡ thấy đau tủi cho cái chết không toàn thây của người anh cả. Hà thảo bài ai điếu xuất sắc khóc thương thầy cũ, ca ngợi lý tưởng cao đẹp, tâm hồn vĩ đại của Châu. Anh nhấn mạnh con đường Dân tộc Tự quyết của mặt trận và kêu gọi sự kế tục bền bỉ, gắn bó, kiên cường sự nghiệp lỡ dở của anh hùng Tạ Chí Diệp. Hà không là đảng viên, đồng chí của Châu nhưng anh nhận đề nghị của tổ chức làm công việc quan trọng, tế nhị của một đảng viên, đồng chí. Không ai cầm nổi nước mắt khi lời lẽ súc tích, giọng trầm, bổng linh động của Hà rót ngọt vào tai, xoáy mạnh vào tim, chuyển động dữ dội tâm tư. Cả vị sư tụng kinh cầu siêu cũng chảy nước mắt. Người khóc nhiều nhất là Nga. Nàng ôm chặt di ảnh Châu, quặp người lại, đè nén thương đau cuồn cuộn dâng lên cổ họng.

Lúc Hà đưa tay về phía mũi xuồng, rung giọng:

- … Hỡi anh, xác anh trở về với cát bụi nhưng hồn anh vẫn còn ở mãi giữa cuộc đấu tranh cho dân tộc, Tổ quốc Việt Nam; tên tuổi anh sống mãi trong lịch sử Việt Nam; hình ảnh thân yêu của anh luôn luôn là đuốc sáng soi đường, dẫn lối cho bao người còn lại tiếp tục phát huy chính nghĩa của anh, tiếp tục chiến đấu đưa dần Mặt trận Dân tộc Tự quyết đến thành công rực rỡ. Gương anh dũng, kiên cường của anh luôn luôn trong suốt, mọi người sẽ soi mặt vào đó để noi dấu anh đi, nối gót theo anh trong sự nghiệp thiêng liêng và cao cả. Thôi! Vĩnh biệt người anh yêu quý!

Nga gào lên:

- Anh… anh Châu, anh ơi! Sao đành… bỏ em… hỡi anh. Hãy… chờ em… chờ em…

Nga như cánh hoa rời khỏi cành, héo úa từ từ. Nàng bỏ ăn, trốn kín trong phòng riêng, cấm khẩu. Nàng không khóc nữa. Đau thương đông đặc thành khối đá nặng nề. Lòng nàng đã hóa ra băng tuyết. Vết thương lòng hôm nay lở loét trầm trọng và hành hạ nàng đau đớn hơn vạn lần ngày nào trong chuỗi ngày tình yêu câm nín gặm nhấm con tim nàng.

Một hôm, ông bà Hoàng phát giác con gái mình mất tích. Mọi người đổ xô tìm kiếm, có cả Hà, Tuyền và các đồng chí của Châu. Không ai có tin tức gì. Đã ba ngày qua. Nga vẫn biệt tích.

Người ta phát hiện một tử thi nổi trôi trên dòng sông Nhà Bè. Xác chết nằm ngửa và đã sình thối rất khó nhận diện, nhưng ông bà Hoàng, tất cả đồng chí của Châu hiện diện tại chỗ đều biết chắc đó là Nga. Vành khăn sô còn dính trên tóc và bức ảnh Châu bị kẹp cứng trong vòng tay xác chết!

Nước mắt lại đổ ra. Bà Hoàng lăn lộn, gào khóc bên xác đứa con gái thân yêu. Một trang tình sử vừa khép lại. Trời vần vũ mây đen, sấm chớp nổ vang. Mưa rơi nặng hạt. Từng giọt nước nhỏ tí tách lên xác Nga. Nước mưa hòa tan vào nước mắt của bao kẻ thân yêu của Nga và của Châu!

Xác Nga đã được đem về nhà xác. Mọi người đã tản mác rời xa bến sông. Chỉ còn dấu vết người con gái bạc số hằn trên nền đất. Hà, Tuyền vẫn còn đứng bên nhau dưới mái hiên ngôi nhà gỗ cạnh bờ sông. Đầu, tóc hai người ướt đẫm. Chiều xuống dần, cảnh sông nước đổi màu sậm đục.

Hà choàng tay qua vai Tuyền, khẽ bảo:

- Về em! Tối rồi!

Tuyền hỏi bâng quơ:

- Rồi mình sẽ làm gì sau đây?

- Mình sẽ vâng lời anh Châu.

- Em không hiểu.

Kéo Tuyền sát vào người mình hơn, Hà thỏ thẻ:

- Cưới nhau!

Tuyền vùng ra, cau mày:

- Cưới nhau?

Hà gật đầu:

- Cưới nhau. Anh sẽ đi hỏi em và cưới em. Anh Châu đã ra hai điều kiện: hoặc anh quên em, xa em để em theo ảnh tiếp tục chiến đấu hoặc anh phải cưới em càng sớm càng tốt. Điều kiện thứ nhứt không còn hiệu lực nữa, anh Châu đã trở về với cát bụi. Anh vâng lời dạy của anh Châu, anh phải cưới em càng sớm càng tốt.

Tuyền cúi đầu nhìn xuống, ngón chân cái cắm sâu mặt đất nổi bùn.

Nàng vụt ngước lên:

- Nhưng ý của bác gái, của gia đình anh nữa. Anh quên rồi sao?

Hà siết chặt tay Tuyền:

- Anh đã dứt khoát. Anh đã trưởng thành, anh có quyền định đoạt chuyện tương lai, hạnh phúc của đời anh. Má giận anh, từ anh nhưng rồi má cũng phải chịu thôi. Anh là con. Có cha mẹ nào giận con, từ con suốt đời được không?

Anh kéo tay Tuyền sát lại, âu yếm:

- Em, thân em côi cút, bơ vơ. Không còn ai thương em, lo cho em bằng chồng. Hãy dựa vào tình yêu của anh. Có nhau, chúng mình săn sóc, vỗ về, an ủi nhau. Anh không thể sống thiếu em, sống xa em nữa.

Đôi mắt Tuyền đờ đẫn, một màu nước long lanh trong suốt giàn giụa quanh khóe. Giọng nàng run run:

- Em… em sợ quá!

- Em sợ gì?

Tuyền cố nói thành lời:

- Đám cưới không có cha mẹ hai bên tham dự, chứng kiến… dư luận sẽ… ra sao?

Hà trấn an:

- Bên em có chú Sáu, bên anh có anh chị ruột anh. Vậy cũng tạm đủ rồi. Đời người con gái chỉ cần có đám cưới để nở mặt nở mày còn hai bên gia đình chỉ là những nhân chứng hợp pháp. Có mặt đầy đủ hay không vẫn không quan trọng lắm.

Tuyền nghe rõ tiếng đập mạnh của trái tim. Niềm vui, nỗi buồn lẫn lộn toát ra mùi vị vừa ngọt ngào vừa cay cay.

Nàng thở ra:

- Vậy là hết! Không còn gì nữa!

Hà nâng cằm Tuyền, nhìn sâu vào mắt nàng hỏi:

- Hết chuyện gì? Không còn chuyện gì?

Tuyền gỡ tay Hà, cúi mặt, chép miệng:

- Hết chiến đấu bên cạnh anh em. Hết vùng vẫy trên đường công tác mưu tìm một cái gì cao đẹp cho Tổ quốc, cho đồng bào. Em sẽ đi vào khuôn đúc tầm thường của vợ, của mẹ, của…

Hà ngăn lại:

- Tuyền, hoàn cảnh không còn cho phép đi xa hơn nữa. Quá trình chiến đấu đã tạm đủ xây dựng bản chất và tâm hồn em khác hẳn với số đông bạn gái, đàn bà thông thường rồi. Anh xin em hãy dừng lại ở đây cùng anh sánh bước đi nốt đoạn đời còn lại. Anh tin rằng hồn anh Châu cũng thõa mãn khi thấy vợ chồng mình sống hạnh phúc bên nhau với đàn con ngoan – tương lai của đất nước.

Dõi mắt nhìn dòng sông lững lờ trôi, lấp lánh ánh đèn thuyền câu xuôi ngược, Tuyền bâng khuâng:

- Trong ngày cưới thiếu mặt anh Châu. Có ảnh chắc vui nhiều hơn!

Hà kéo Tuyền sát chặt vào người, mỉm cười:

- Anh Hai chết oan chắc là hồn ảnh linh thiêng lắm! Ảnh sẽ hiện về dự đám cưới hai đứa mình.

*

Tuyền rùng mình, xoay lại úp mặt vào ngực Hà. Hà nghe đôi vai Tuyền lay động và ngực áo mình thấm ướt nước mắt. Bóng đêm phủ chụp cảnh vật xung quanh. Hà thấy xa xa, từ mặt nước nhiều ánh lửa vọt thẳng lên cao và tắt ngấm giữa thinh không. Anh tưởng chừng như đó là hồn anh Châu hiện về chứng kiến và chứng giám lời nguyện ước chân thành của đứa học trò cũ, yêu quý nhất.

Gió nhẹ lướt qua, tóc mây bay tỏa vướng vít mặt mũi Hà. Anh nâng cằm Tuyền. Tuyền ngước lên, giàn giụa nước mắt. Hà cúi thấp xuống. Tuyền nhắm nghiền hai mắt, run rẩy trong vòng tay siết chặt của Hà.

Khởi viết: Paris, ngày 26 tháng 11 năm 1985
Hoàn tất: cuối Xuân năm *1986*
Sĩ Trung

LỜI BAN BIÊN TẬP

Tiểu thuyết "CHIẾN SĨ CÔ ĐƠN" được in lần đầu năm 2020 bởi Nhà xuất bản Nhân Ảnh – Hoa Kỳ, dựa theo bản chép tay của nhà văn Sĩ Trung hoàn thành vào cuối mùa Xuân năm 1986 tại Paris – Pháp quốc.

Theo ghi chú trên bìa ở bản thảo chép tay, tiểu thuyết "CHIẾN SĨ CÔ ĐƠN" vốn được in tại Nhà xuất bản Nam Á – Paris theo đơn đặt hàng của nhà xuất bản; nhưng vì vài nguyên do nên đến hơn 30 năm sau, tác phẩm mới được ra mắt độc giả.

Trong quá trình thực hiện, chúng tôi căn cứ hoàn toàn từ bản chép tay, cố gắng giữ tất cả gần nguyên bản đúng tinh thần tác giả gửi lại. Chỉ một số chữ không nhìn rõ, chúng tôi nương vào nghĩa mà thay đổi. Đồng thời, được sự cho phép của gia đình tác giả, chúng tôi có cắt gọt vài từ thừa, những chữ dùng không còn hợp mạch truyện, hay cách nói có phần thay đổi so với hôm nay; nhưng nhìn chung sự sửa chữa không đáng kể, không can thiệp sâu vào mạch văn, câu văn.

Cũng cần nói thêm, ngoài việc kiểm soát về từ/ ngữ, chúng tôi chỉ chỉnh sửa một số cách viết để thống nhất với quy tắc chính tả hiện nay. Vì tác giả là người miền Nam, nên văn phong, lời thoại mang phong vị miền Nam; lẽ đó, chúng tôi thống nhất như sau:

- Thứ nhất: lời dẫn truyện, chúng tôi dùng từ ngữ toàn dân, chỉ lời thoại mang phương ngữ miền Nam. Nếu độc giả bắt gặp cùng một chữ/ một nghĩa mà chúng tôi dùng hai cách khác nhau, xin độc giả lưu ý và cảm thông. Ví dụ: "nhứt" thay vì "nhất", "nầy" thay vì "này",…

- Thứ hai: trên tinh thần "dẫn truyện – toàn dân, lời thoại – phương ngữ", nhưng không có nghĩa chúng tôi chỉnh sửa toàn bộ mọi từ ngữ trong lời thoại theo cách nói của người dân miền

Nam, chúng tôi đọc và sàng lọc – cân nhắc việc sửa đổi hay giữ lại những chữ vốn quen mắt ấy, để lời thoại khi đọc lên nghe tự nhiên mà vẫn không đi lệch quy định chính tả hiện thời.

- Thứ ba: ở "Chương kết", đoạn thứ 3, bắt đầu từ: "Hà và Công xin từ nhiệm…", tác giả có hai từ gây lấn cấn cho chúng tôi là "phù động" và "trừ mụt". Chúng tôi đã thăm hỏi, tra từ điển nhưng vẫn chưa rõ nghĩa lẫn cách viết có còn phù hợp hiện nay không, chúng tôi đành sử dụng một từ mang nghĩa tương tự cho từ "phù động" (cán bộ không biên chế), "trừ mụt" (khuân vác hành lý). Lần tái bản sau, nếu chúng tôi xác định rõ ràng cách viết, chúng tôi sẽ thay đổi đúng theo bản chép tay của tác giả.

*

Cùng với tiểu thuyết "LẠC BÓNG THIÊN ĐƯỜNG" (hay "CHÂN TRỜI XA LẠ") đã được xuất bản, chúng tôi trình làng thêm hai tác phẩm cuối nằm trong phần di cảo của nhà văn Sĩ Trung – tiểu thuyết "CHIẾN SĨ CÔ ĐƠN" và "MẤT DẤU THIÊN ĐƯỜNG".

Sắp tới, chúng tôi lần lượt cho in lại các tác phẩm đã được xuất bản của nhà văn Sĩ Trung, nhằm phục dựng lại hình ảnh một cây bút viết feuilleton bền bỉ, dồi dào cho các báo trên văn đàn Sài Gòn trước năm 1975 một thời.

Trong quá trình vượt biên cũng như vì vài lý do khác, gia đình nhà văn Sĩ Trung làm thất lạc không ít tác phẩm đã được in của ông. Nhân đây, chúng tôi hy vọng độc giả nào đang sở hữu, hay có dư ấn phẩm của ông, xin cho chúng tôi mượn scan, hoặc nhượng lại cho gia đình tác giả và chúng tôi. Chúng tôi rất cảm tạ tấm lòng và tình cảm của bạn đọc.

*

Ban biên tập rất mong nhận được những lời góp ý của độc giả để những lần tái bản tiếp theo, chúng tôi khắc phục và thực hiện mọi thứ tiệm cận độ hoàn hảo tối đa.

Sau cùng, chúng tôi (ban biên tập) mong hương hồn nhà văn Sĩ Trung niệm tình tha thứ nếu chúng tôi có tự ý chỉnh sửa, cắt gọt hay để sót lỗi. Chúng tôi xin nhận toàn bộ trách nhiệm cho sự sơ sót ngoài ý muốn này.

Chúng tôi chân thành cảm ơn sự quan tâm của độc giả dành cho tiểu thuyết "CHIẾN SĨ CÔ ĐƠN" và sự nghiệp của nhà văn Sĩ Trung.

Trân trọng,
Ban biên tập

Một số hình ảnh bản thảo chép tay
tiểu thuyết "CHIẾN SĨ CÔ ĐƠN" (1986) của nhà văn Sĩ Trung

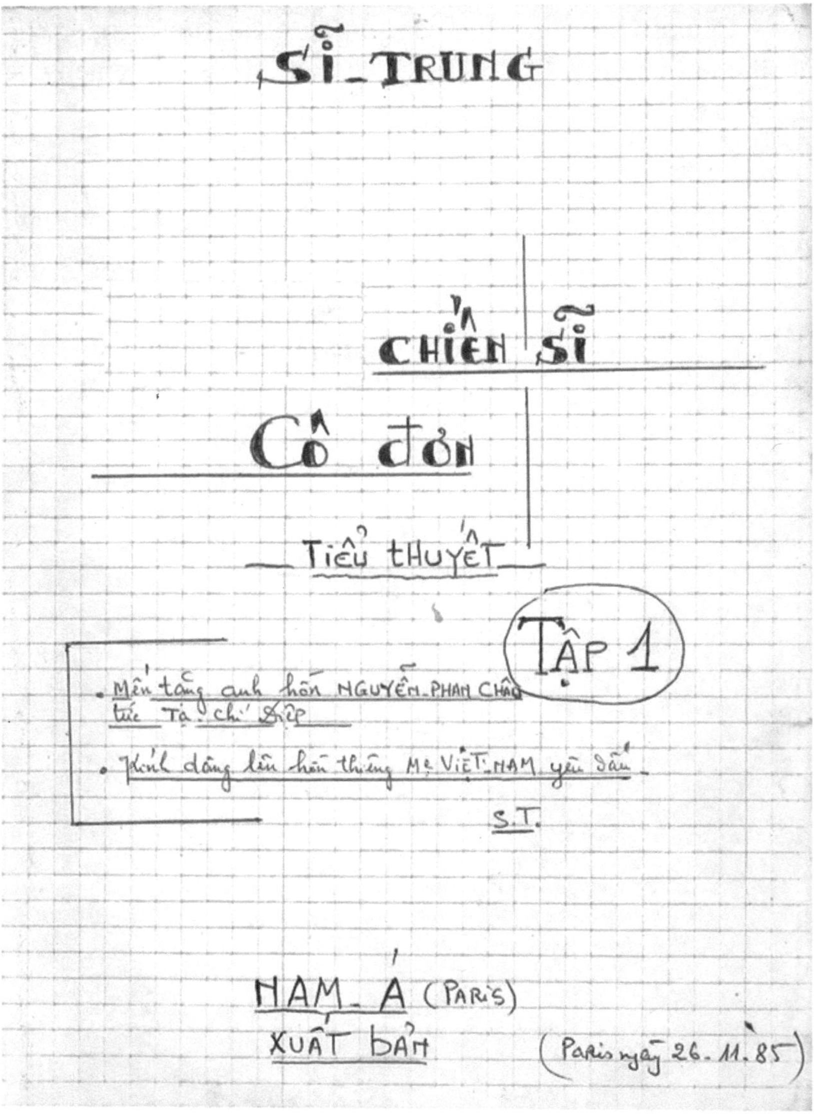
SĨ TRUNG

CHIẾN SĨ

CÔ ĐƠN

Tiểu thuyết

TẬP 1

- Mến tặng anh hồn NGUYỄN PHAN CHÂU tức Tạ Chí Diệp
- Kính dâng lên hồn thiêng Mẹ VIỆT NAM yêu dấu

S.T.

NAM Á (PARIS)
XUẤT BẢN

(Paris ngày 26.11.85)

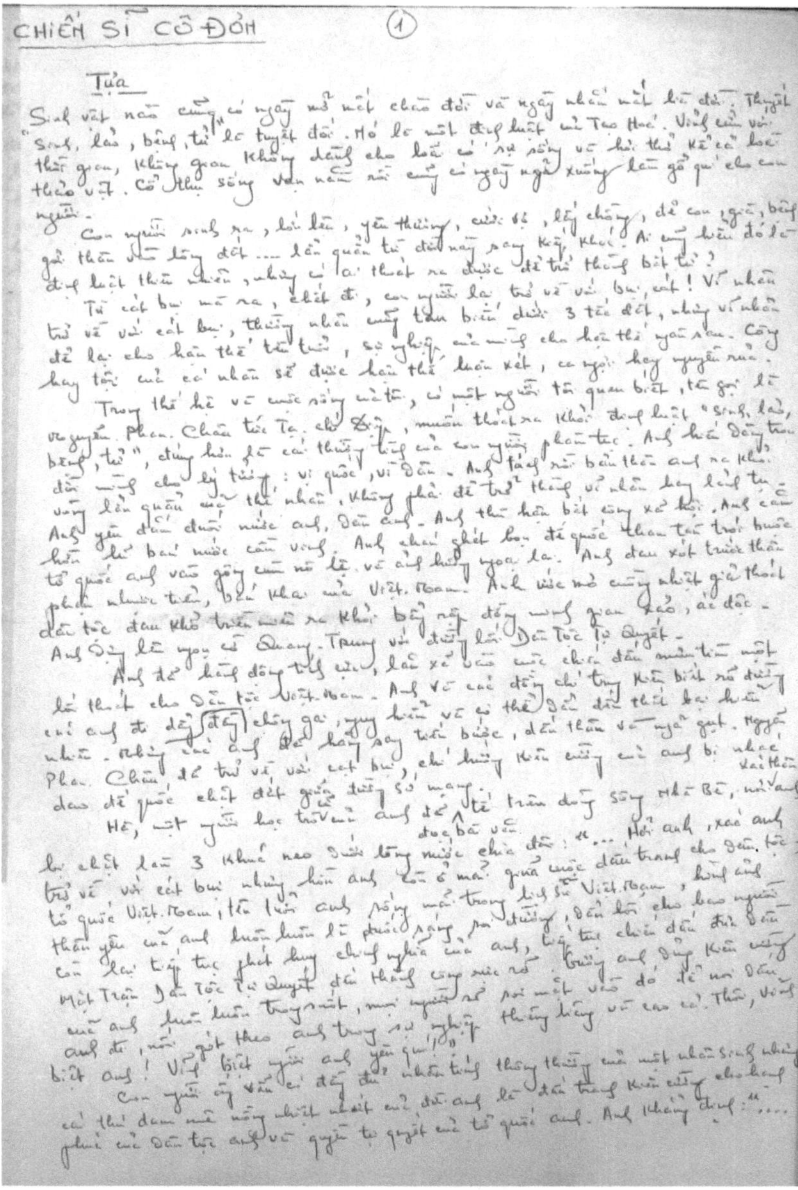
CHIẾN SĨ CÔ ĐƠN (1)

Tựa

Sinh vật nào cũng có ngày mở mắt chào đời và ngày nhắm mắt lìa đời. Thuyết "sinh, lão, bệnh, tử" là tuyệt đối. Nó là một định luật của Tạo Hoá. Vĩnh cửu với thời gian, không gian không dành cho loài có sự sống và hữu thể kể cả loài thảo vật. Cổ thụ sống vạn năm rồi cũng có ngày ngã xuống làm gỗ quí cho con người.

Con người sinh ra, lớn lên, yêu thương, cưới vợ, lấy chồng, đẻ con, già, bệnh, gởi thân vào lòng đất ... lẩn quẩn từ đời này sang kiếp khác. Ai cũng biết đó là định luật thiên nhiên, nhưng có ai thoát ra được để trở thành bất tử?

Từ cát bụi mà ra, chết đi, con người lại trở về với bụi, cát! Vĩ nhân trở về với cát bụi, thường nhân cũng tan biến dưới 3 tấc đất, nhưng vĩ nhân để lại cho hậu thế tên tuổi, sự nghiệp của mình cho hậu thế ngợi khen. Công hay tội của cá nhân sẽ được hậu thế luận xét, ca ngợi hay nguyền rủa.

Trong thế hệ và cuộc sống của tôi, có một người tôi quen biết, tên gọi là Nguyễn Phan Châu tức Tạ Chí Diệp, muốn thoát ra khỏi định luật "sinh, lão, bệnh, tử", đứng hẳn lên cái thường tình của con người phàm tục. Anh hiến dâng trọn đời mình cho lý tưởng: vì quốc, vì dân. Anh tách rời bản thân anh ra khỏi vòng lẩn quẩn của thế nhân, không phải để trở thành vĩ nhân hay lãnh tụ. Anh yêu đến cuồng dại nước anh, dân anh. Anh thù hận bất công xã hội. Anh căm hờn lũ bán nước cầu vinh. Anh căm ghét bọn đế quốc tham tàn trói buộc tổ quốc anh vào gông cùm nô lệ và ách đô hộ ngoại lai. Anh đau xót trước thân phận nhược tiểu, bần khổ của Việt Nam. Anh ước mơ cuồng nhiệt giải thoát dân tộc đau khổ triền miên ra khỏi bẫy rập [illegible] gian xảo, ác độc. Anh đứng lên ngọn cờ Quang Trung với đường lối Dân Tộc Tự Quyết.

Anh đã hành động tích cực, lăn xả vào cuộc chiến đấu mưu tìm một lối thoát cho Dân Tộc Việt Nam. Anh và các đồng chí trung kiên biết rõ đường của anh đi đầy chông gai, nguy hiểm và có thể dẫn đến thất bại hiểm nghèo, dấn thân vào ngục tù. Nguyễn nhân. Nhưng cái anh đã hăng say tiến bước, [illegible] để trở về với cát bụi, chí hướng kiên cường của anh bị nhạc [illegible] Phan Châu đã trở về với cát bụi, xác thân đau đế quốc chặt đứt giữa dòng số mạng [illegible] trên dòng sông Nhà Bè, nơi anh ...

Hè, một người học trò của anh đã được bài vần: "... Hỡi anh, xác anh bị chặt làm 3 khúc nào dưới lòng nước chia đôi! ... cuộc đấu tranh cho dân tộc, trở về với cát bụi nhưng hồn anh còn ở mãi. Qua cuộc đấu tranh cho dân tộc, hình ảnh tổ quốc Việt Nam, tên tuổi anh sống mãi trong lịch sử Việt Nam, dẫn lối cho bao người thân yêu của anh luôn luôn là đuốc sáng soi đường, tiếp tục chiến đấu. Đoàn Dân còn lại tiếp tục phát huy chính nghĩa của anh, tiếp tục [illegible] gương anh, dũng kiên cường. Mặt Trận Dân Tộc Tự Quyết đã thành công rực rỡ. [illegible] mọi người sẽ nói mãi về đó để nói Dân [illegible] của anh luôn luôn trong suốt, [illegible] thắng lớn vì cao cả. Thôi, vĩnh biệt anh! Vĩnh biệt người anh yêu quí! Anh đi, nối gót theo anh trong sự nghiệp ..."

Con người ấy vẫn có đầy đủ nhân tính thông thường của một nhân sinh nhưng cái thú đam mê nồng nhiệt nhất của đời anh là đấu tranh kiên cường cho hạnh phúc của Dân Tộc anh và quyền tự quyết của tổ quốc anh. Anh khẳng định: "....

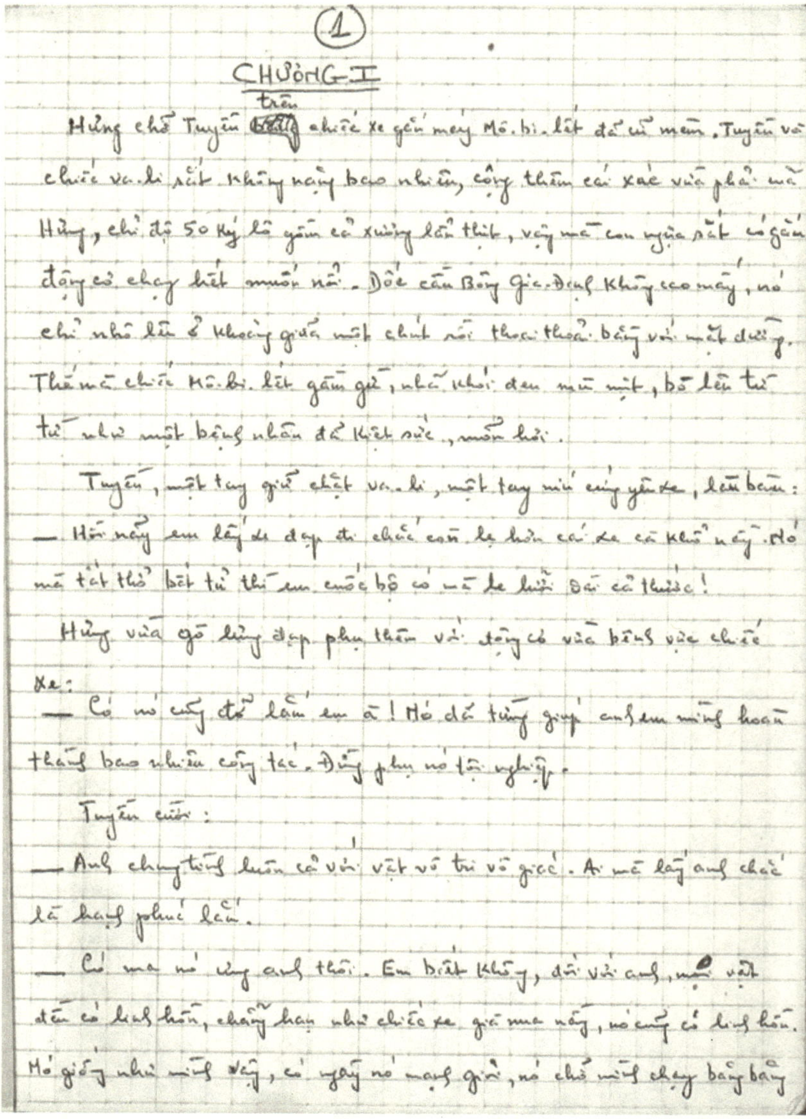
(1)

CHƯƠNG I

Hưng chở Tuyến trên chiếc xe gắn máy Mô-bi-lết đã cũ mèm. Tuyến với chiếc va-li sắt không nặng bao nhiêu, cộng thêm cái xác vừa phải mà Hưng, chỉ độ 50 ký là gồm cả xương lẫn thịt, vậy mà con ngựa sắt có gắn động cơ chạy hết muốn nổi. Dốc cầu Bông Gia-Định không cao mấy, nó chỉ nhô lên ở khoảng giữa một chút rồi thoai thoải bằng với mặt đường. Thế mà chiếc Mô-bi-lết gầm gừ, nhả khói đen mù mịt, bò lên từ từ như một bệnh nhân đã kiệt sức, mòn hơi.

Tuyến, một tay giữ chặt va-li, một tay níu cứng yên xe, lầu bầu:

— Hôm nay em lấy xe đạp đi chắc còn lẹ hơn cái xe cà khổ này. Nó mà tắt thở bất tử thì em cuốc bộ có mà le lưỡi dài cả thước!

Hưng vừa gò lưng đạp phụ thêm với động cơ vừa bênh vực chiếc xe:

— Có nó cũng đỡ lắm em à! Nó đã từng giúp anh em mình hoàn thành bao nhiêu công tác. Đừng phụ nó tội nghiệp.

Tuyến cười:

— Anh chung tình luôn cả với vật vô tri vô giác. Ai mà lấy anh chắc là hạnh phúc lắm.

— Có ma nó ưng anh thôi. Em biết không, đối với anh, mọi vật đều có linh hồn, chẳng hạn như chiếc xe già nua này, nó cũng có linh hồn. Nó giống như mình vậy, có ngày nó mạnh giỏi, nó chở mình chạy băng băng

395

hãy đứng lại ở đây cùng anh sánh bước đi một đoạn đời còn lại. Anh tin rằng hồn anh Châu cũng thỏa mãn khi thấy vợ chồng mình sống hạnh phúc bên nhau với đàn con ngoan, tương lai của đất nước.

Đổi mắt nhìn giòng sông lững lờ trôi, lấp lánh ánh đèn thuyền câu xuôi ngược, Tuyền bâng khuâng:

— Trong ngày cưới thiếu mặt anh Châu. Có anh chắc vui nhiều hơn!

Hà kéo Tuyền sát chặt vào người, mỉm cười:

— Anh Hai chết oan chắc là hồn anh linh thiêng lắm. Anh sẽ hiện về dự đám cưới hai đứa mình.

Tuyền rùng mình, xoay lại úp mặt vào ngực Hà. Hà nghe đôi vai Tuyền lay động và áo ngực mình thấm ướt nước mắt. Bỗng đèn phủ chụp cảnh vật chung quanh. Hà thấy xa xa, từ mặt nước nhiều ánh lửa vọt thẳng lên cao và tắt ngấm giữa thinh không. Anh tưởng chừng như đó là hồn Châu hiện về chứng kiến và chứng giám lời nguyện ước chân thành của đứa học trò cũ, yêu quí nhất.

Gió nhẹ lướt qua, tóc mây bay tỏa vướn vít mặt mũi Hà. Anh nâng cằm Tuyền. Tuyền ngước lên, ràn rụa nước mắt. Hà cúi thấp xuống. Tuyền nhắm nghiền hai mắt, run rẩy trong vòng tay siết chặt của Hà.

SĨ TRUNG

(Cuối xuân Paris 86)

Sĩ Trung

→

(giới thiệu truyện mới)

Mục lục

Liên lạc:
Sỹ Liêm
syliem_ha@yahoo.com

Liên lạc Nhà xuất bản
Nhân Ảnh
han.le3359@gmail.com
(408) 722-5626

www.ingramcontent.com/pod-product-compliance
Lightning Source LLC
LaVergne TN
LVHW040049051026
849525LV00002B/630
* 9 7 8 1 9 8 9 9 9 3 4 8 4 *